GIỚI THIỆU

CÔNG TRÌNH PHIÊN DỊCH

ĐẠI TẠNG KINH VIỆT NAM

GIÁO HỘI PHẬT GIÁO VIỆT NAM THỐNG NHẤT

GIỚI THIỆU
CÔNG TRÌNH PHIÊN DỊCH
ĐẠI TẠNG KINH VIỆT NAM

HỘI ĐỒNG HOẰNG PHÁP

2022

GIỚI THIỆU CÔNG TRÌNH PHIÊN DỊCH
ĐẠI TẠNG KINH VIỆT NAM

Chủ trương: Hội Đồng Hoằng Pháp
Thực hiện: Ban Báo Chí và Xuất Bản HĐHP
Trách nhiệm: Thích Nguyên Tạng
Biên tập: Nguyên Đạo, Tâm Quang, Tâm Huy,
Sửa bản in: Thanh Phi, Tâm Thường Định
Trình bày: Nhuận Pháp
Thiết kế bìa: Quảng Pháp

ISBN: 979-8-88666-038-8
https://hoangphap.org

THÀNH KÍNH TƯỞNG NIỆM
LỊCH ĐẠI TỔ SƯ TRUYỀN THỪA
PHẬT GIÁO VIỆT NAM

MỤC LỤC

PHẦN I

GIỚI THIỆU KHÁI QUÁT ĐẠI TẠNG KINH VÀ VIỆC PHIÊN DỊCH TAM TẠNG THÁNH ĐIỂN

PHẦN II

GIỚI THIỆU THÀNH TỰU SƠ BỘ PHIÊN DỊCH ĐẠI TẠNG KINH VIỆT NAM - TẠNG THANH VĂN

PHẦN III

PHỤ LỤC CÁC VĂN KIỆN HỘI ĐỒNG PHIÊN DỊCH & HỘI ĐỒNG PHIÊN DỊCH TAM TẠNG LÂM THỜI

Phần I

GIỚI THIỆU KHÁI QUÁT
ĐẠI TẠNG KINH
VÀ VIỆC PHIÊN DỊCH
TAM TẠNG THÁNH ĐIỂN

LỜI DẪN

Đề án phiên dịch được đề xuất bởi Hội Đồng Phiên Dịch Tam Tạng 1973 y cứ trên ấn bản Đại Chánh tân tu Đại Tạng Kinh. Phần chính của Đại Chánh gồm 85 tập, mỗi tập trên dưới 1000 trang, khổ giấy bề ngang là 19cm, phủ bì của bìa ngang là 19cm30; chiều dài là 25cm30 và phủ bì của bìa chiều dài là 26cm30; trong đó, 32 tập đầu bao gồm các bản dịch Phạn-Hán bắt đầu trước sau thế kỷ thứ II Tây lịch, trải dài trên dưới một nghìn năm, qua nhiều lần được tập đại thành và khắc bản. Trong số các khắc bản, ấn bản Đại Chánh đã chọn Cao-lệ Tạng bản, khắc bản lần thứ hai – khởi khắc năm 1236 đến 1251 dưới triều Cao Lệ Cao Tông thì hoàn tất; đây là bản trùng khắc của khắc bản trước đó (1011-1087).

Trong 32 tập phiên dịch Phạn-Hán này, mục lục được phân thành ba bộ phận chính gọi là Tam Tạng Thánh Giáo (Tripitaka) gồm Kinh (Sūtra) – Luật (Vinaya) – Luận (Abhidharma), theo truyền thống, được kể là thiết lập từ Đại hội Kết tập lần đầu tiên tại thành Vương Xá. Trong ba tạng, mỗi tạng phân chia theo lịch sử phát triển của Ba Thừa: Thanh văn thừa, Đại thừa và Mật giáo. Thánh điển của mỗi thừa lại được phân phối theo lịch sử phát triển, tất nhiên là lịch sử phỏng định.

Năm 1973, Hội Đồng Giáo Phẩm Trung Ương Viện Tăng Thống chỉ đạo thành lập Hội Đồng Phiên Dịch Tam Tạng với đề án chi tiết, y cứ theo ấn bản Đại Chánh làm bản đáy (để bản) để phiên dịch Đại Tạng Kinh Việt Nam; và Đại Tạng Kinh Việt Nam sẽ tuân theo hệ thống mục lục này. Bấy giờ có một số Kinh-Luật-Luận đã được phiên dịch trước đó do yêu cầu tu học thường hành nên không theo một hệ thống nào cả. Do đó, Hội đồng đã ấn định chương trình phiên dịch có hệ thống chuẩn mực theo đề án, khởi sự từ bốn bộ A-hàm, được phân công cho hai Viện Cao đẳng Phật học: Viện Cao Đẳng Phật Học Huệ Nghiêm Sài-gòn và Viện Cao Đẳng Phật học Hải Đức Nha Trang, với sự hỗ trợ của Phân khoa Phật học Viện Đại Học Vạn Hạnh. Ngoài ra, một số kinh điển khác được các vị thành viên trong Hội đồng tự nguyện và tự chọn để phiên dịch.

Sau khúc quanh lịch sử 1975, các cơ sở giáo dục Phật giáo, từ Sơ đẳng cho đến Cao đẳng và Đại học thảy đều bị giải tán. Dù vậy, chỉ trong thời gian ngắn, một số kinh điển cũng đã được hoàn tất, đáng kể là bốn bộ A-hàm và 600 quyển Đại Bát-nhã. Tuy nhiên, gần nửa thế kỷ trôi qua, mặc dù đất nước hòa bình, các vấn đề kinh tế xã hội cũng được phát triển trong điều kiện thuận lợi, nhưng công trình phiên dịch vẫn chưa được kế thừa xứng đáng.

Cho đến nay, 18 vị thành viên trong Hội đồng Phiên dịch đã lần lượt viên tịch, chỉ còn tọa thế hai vị nhưng cũng đang đợi ngày quy tịch. Phần lớn các môn sinh đệ tử của Chư Trưởng Lão trong Hội đồng nay cũng viên tịch gần hết. Với tâm nguyện không để cho ngọn đèn Chánh pháp đã được Chư Sư trưởng thắp lên bị lu mờ và tắt ngúm, Chư Tôn Đức trong các châu lục, quốc nội và hải ngoại, đã tổ chức một buổi họp khoáng đại, với sự tham dự của Chư Tăng Ni và Cư sĩ, quyết định thành lập Hội Đồng Phiên Dịch Tam Tạng Lâm Thời để kế tục sự nghiệp của Hội Đồng Phiên Dịch Tam Tạng 1973. Do bởi thành viên phiên dịch hiện tại quá ít, chưa thể nói là đủ để phiên dịch một cách chuẩn mực, cho nên Hội đồng cũng chỉ xứng danh với hai từ „Lâm thời", trong khi chờ đợi chương trình đào tạo Tăng tài với trình độ nghiên cứu Phật học thế giới hiện tại.

Trong thế giới ngày nay, Phật giáo được lưu truyền rộng rãi với ba hệ giáo nghĩa Thanh văn, Đại thừa và Kim cang thừa được ký tải thành văn trong hệ ngôn ngữ: Pāli, Hán và Tạng. Trong đó, văn hệ Hán được xem là tương đối phong phú, hàm chứa giáo nghĩa của nhiều bộ phái khác nhau mà đại bộ phận cũng được tìm thấy trong hai ngữ hệ kia. Thế nhưng, văn hệ Hán hầu hết, nếu không nói là toàn bộ, là các bản dịch Phạn-Hán, trong khi đó, hiện tại, kể từ khi Đại học viện Nalanda bị thiêu hủy, kinh điển Sanskrit bị hủy hoại gần hết. Kể từ cuối thế kỷ thứ 8 cho đến 20 Tây lịch, một số rất ít bản Phạn được tái phát hiện từ các đống đổ nát trong Tăng viện dọc theo con đường tơ lụa, qua các nước Tây vực trước đó là những quốc gia Phật giáo – nay là những quốc gia Hồi giáo. Những phát hiện này cũng đã giúp các nhà nghiên cứu hiểu biết phần nào về những sai lầm và khiếm khuyết trong một số bản dịch Phạn-Hán.

Mặt khác, trong khi các nguyên bản Phạn chưa được phát hiện, người phiên dịch A-hàm và Tứ phần nếu không nhờ đối chiếu với các Nikāya và Vinaya-Pāli sẽ phạm phải rất nhiều sai lạc trong các bản dịch Việt. Vì vậy, trong trình độ nghiên cứu Phật học hiện tại trên thế giới, một dịch giả Phật giáo từ Tam tạng Hán hệ, cần phải được trang bị các hệ ngôn ngữ chuyển tải Thánh điển, cụ thể là Sanskrit, Pāli, Hán và Tạng, trong trình độ nhất định. Thánh điển Phật giáo từ Hán hệ hiện tại cũng được phiên dịch sang các ngôn ngữ phương Tây khá nhiều, trong đó có những dịch giả Anh hoặc Pháp, và cả người Hoa, nhưng trong trường hợp không có bản Phạn để đối chiếu, cũng phát hiện được nguyên hình cấu trúc ngữ pháp Phạn tiềm ẩn trong câu văn Hán; cho thấy vì chỉ đơn thuần dịch theo cấu trúc ngữ pháp Hán, đã phạm không ít sai sót.

Với ước nguyện hoàn thành bộ Đại Tạng Kinh Việt Nam chuẩn mực dịch từ Hán hệ, Hội Đồng Hoằng Pháp đã tổ chức các khóa học Phạn văn do Giáo sư Trí Việt Đỗ Quốc Bảo, Tiến sĩ Sanskrit Đại Học Heidelberg, phụ trách. Đề án phiên dịch sẽ được lập theo trình độ thông hiểu Sanskrit qua các năm học. Chương trình đào tạo Sanskrit ước định trong 5 năm. Sau 5 năm học, các học viên có thể đủ trình độ để trở thành thành viên chính thức của Hội Đồng Phiên Dịch.

Trong thời gian đương kỳ đào tạo, Hội Đồng Phiên Dịch sẽ tuyển chọn các bản dịch trước đây được đánh giá là đạt tiêu chuẩn trong trình độ nghiên cứu Phật giáo hiện tại trên thế giới. Một cách cụ thể, đó là bản dịch bốn A-hàm, cùng với Luật Tứ Phần, và một phần Tì-nại-da sự (Vinaya-vastu) thuộc bộ Căn Bản Thuyết Nhất Thiết Hữu (Mūlasarvāstivāda). Các bản Hán này đều có các tương đương với các Nikāya và Vinaya-Pāli, và ,Dul ba gzhi Tạng dịch. Thêm vào đó, Phạn bản của A-tì-đạt-ma Câu-xá Luận (Abhidharmakośabhāṣya) được phát hiện, chỉnh lý và ấn hành qua các ấn bản Devanagari và Romaji, cùng lúc bản số thích của Xứng Hữu (Yaśomaitra: *Sphuṭārthā Abhidharmakośavyākhyā*) đủ cả chín phẩm, hỗ trợ bản dịch Việt khả dĩ nắm bắt được ý nghĩa cũng như các quy tắc ngữ pháp từ Phạn sang Hán. Tất nhiên không thể nói đây là bản dịch hoàn hảo.

Các bản Việt dịch Kinh-Luật-Luận này đều thuộc giáo nghĩa Thanh văn, do đó được tiêu danh là **Thanh Văn Tạng**. Mục tiêu được đề xuất trong đề án này là Thanh Văn Tạng cơ bản có thể được hoàn thành trong 5 năm đầu. Đây được đánh dấu là **Giai đoạn I** của đề án phiên dịch. Sau 5 năm, bắt đầu **Giai đoạn II**, bổ sung và hoàn thiện phần còn lại thuộc Thanh Văn Tạng, đồng thời chính thức phiên dịch theo đề án được đề xuất bởi Hội Đồng

Phiên Dịch Tam Tạng 1973, nghĩa là, trực tiếp phiên dịch theo mục lục của ấn bản Đại Chánh.

Về Kinh tạng, khởi đầu là Thanh Văn Tạng, với A-hàm bộ và Bản Duyên bộ. Tiếp theo là Kinh điển thuộc Bồ-tát Tạng, khởi đầu với bộ Đại Bát-nhã. Từ đây trở đi, Đại Tạng Kinh Việt Nam được chính thức thành lập (nhập tạng), số quyển và số tác phẩm được đánh số thứ tự theo tiêu chuẩn của Hội Đồng Phiên Dịch và được công bố trong ấn bản của Hội Ấn Hành Đại Tạng Kinh Việt Nam. Sự nghiệp phiên dịch sẽ được kế thừa liên tục cho đến khi hoàn thành. Những khuyết điểm và sai lạc nếu có trong các bản dịch, sẽ được các thế hệ kế thừa hiệu chính và bổ sung, để cho Thánh ngôn càng lúc càng trở nên trong sáng, khế hợp với mọi căn cơ; để cho pháp vị như cơn mưa lớn mà khả năng hấp thụ tùy theo các loại thảo mộc lớn nhỏ, thảy đều lợi lạc trong đời này và nhiều đời sau.

Ngày 16.4.2022

HT. THÍCH TUỆ SỸ

CÔNG TRÌNH PHIÊN DỊCH ĐẠI TẠNG KINH VIỆT NAM

TRÍ SIÊU – TUỆ SỸ

I. SƠ LƯỢC QUÁ TRÌNH PHIÊN DỊCH

Trước khi nhập Niết-bàn, đức Phật có di giáo tối hậu cho các chúng đệ tử: *"Pháp và Luật mà Ta đã thuyết và qui định, là Đạo Sư của các ngươi sau khi Ta diệt độ."* Phụng hành di giáo của đức Thế Tôn, các vị Trưởng lão A-la-hán đã thực hiện cuộc kiết tập lần thứ nhất tại thành Vương Xá, cùng hòa hiệp phúng tụng tất cả những điều đã được Phật giảng dạy trong suốt bốn mươi lăm năm giáo hóa; nền tảng của văn hiến Phật giáo mà về sau được gọi là Tam tạng được thành lập từ đó.

Kể từ đó, giáo pháp của đức Thích Tôn theo bước chân du hóa của các Thánh đệ tử lan tỏa khắp bốn phương. Nơi nào Giáo pháp được truyền đến, nơi đó bốn chúng đệ tử học tập và hành trì theo phương ngôn của bản địa, như điều đã được đức Phật chỉ giáo: *anujānāmi, bhikkhave, sakāya niruttiyā buddhavacanaṃ pariyāpuṇitun'ti.* "Này các Tỳ kheo, Ta cho phép các ngươi học

Phật ngôn bằng chính phương ngữ của mình." Y cứ theo lời dạy này, ngay từ khởi thủy Phật ngôn đã được chuyển thể qua nhiều phương ngữ khác nhau.

Khi các bộ phái Phật giáo phát triển, mỗi bộ phái cố gắng thành lập Tam tạng Thánh điển theo phương ngữ của địa phương được xem là căn cứ địa. Khi mà hệ thống văn tự tại Cổ Ấn Độ chưa phổ biến, sự lưu truyền Thánh điển bằng khẩu truyền là phương tiện chính. Do khẩu truyền, những biến âm do khẩu âm của từng địa phương khác nhau thỉnh thoảng cũng ảnh hưởng đến một vài thay đổi nhỏ trong các văn bản. Những biến thiên âm vận ấy trong nhiều trường hợp dẫn đến những giải thích khác nhau về một điểm giáo nghĩa giữa các bộ phái. Tuy nhiên, nhìn từ đại thể, các giáo nghĩa trọng yếu vẫn được hiểu và hành trì như nhau giữa tất cả các truyền thống, Nam phương cũng như Bắc phương. Điều có thể được khẳng định qua các công trình nghiên cứu tỉ giảo về văn bản trong hai nguồn văn hệ Phật giáo hiện tại: Pali và Hán tạng. Các bản Hán dịch xuất xứ từ A-hàm, và các bản văn Pali hiện đọc được, đại bộ phận đều nhất trí. Do đó, những điều được cho là dị biệt giữa hai truyền thống Nam và Bắc phương, mà thường hiểu lệch lạc là Tiểu thừa và Đại thừa, chỉ là sự khác biệt bởi môi trường lịch sử văn minh theo các địa phương và dân tộc. Đó là sự khác biệt giữa nguyên thủy và phát triển. Phật pháp truyền sang phương Nam, đến các nước Nam Á, nơi đó sự phát triển văn minh và các định chế xã hội chưa đến mức phức tạp, nên giáo pháp của Phật được hiểu và hành gần với nguyên thủy. Về phương Bắc, tại các vùng Đông Bắc Ấn, và Tây Bắc Trung Quốc, nhiều chủng tộc dị biệt, nhiều nền văn hóa khác nhau, và cũng do đó cũng xuất hiện nhiều định chế xã hội khác nhau. Phật pháp được truyền vào đó, một thời đã trở thành quốc giáo của nhiều nước. Thích ứng theo sự phát triển của đất nước ấy, từ ngôn ngữ, phong tục, định chế xã hội, giáo pháp của đức Phật cũng dần dần được bản địa hóa.

Thánh điển Tam tạng là nguồn suối cho tất cả nhận thức về Phật pháp, để học tập và hành trì, cũng như để nghiên cứu. Kinh tạng và Luật tạng là tập đại thành Pháp và Luật do chính đức Phật giảng dạy và quy định, là sở y cho tri thức và hành trì của Thánh đệ tử để tiến tới thành tựu cứu cánh Minh và Hành. Kinh và Luật cũng bao gồm những diễn giải của các Thánh đệ tử được thân truyền từ kim khẩu của đức Phật. Luận tạng, theo truyền thống Thượng tọa bộ Nam phương, và cũng theo truyền thống Hữu bộ, do chính đức Phật thuyết. Nhưng các đại Luận sư như Thế Thân (*Vasubandhu*), cũng như hầu hết các nhà nghiên cứu Phật học trên thế giới hiện đại, đều không công nhận truyền thuyết này, mà cho rằng đó là tập đại thành các công trình phân tích, quảng diễn, và hệ thống hóa những điều đã được Phật thuyết trong Pháp và Luật. Kinh và Luật tạng được thành lập trong một khoảng thời gian nhất định, trực tiếp hoặc gián tiếp từ kim khẩu của Phật, và là sở y chung cho tất cả các bộ phái Phật giáo, bao gồm cả Phật giáo Đại thừa, mặc dù có những sai biệt do vấn đề truyền khẩu với các khẩu âm và phương ngữ khác nhau, theo thời gian và địa vức. Luận tạng là bộ phận Thánh điển phản ánh lịch sử phát triển của Phật giáo, bao gồm các phương diện tín ngưỡng tôn giáo, tư duy triết học, nghiên cứu khoa học, định chế và tổ chức xã hội chính trị. Tổng quát mà nói, đó không chỉ là phản ánh lịch sử phát triển của nội bộ Phật giáo, mà trong đó cũng phản ánh toàn bộ văn minh tại những nơi đạo Phật được truyền đến. Điều này cũng được chứng minh cụ thể bởi lịch sử Việt Nam.

Mỗi bộ phái Phật giáo tự xây dựng cho mình một nền văn hiến Luận tạng riêng biệt, tập hợp các luận giải giáo nghĩa, bảo vệ kiến giải Phật pháp của mình, bài trừ các quan điểm dị học. Đây là nền văn hiến đồ sộ, liên tục phát triển trên nhiều khu vực địa lý khác nhau. Cho đến khi Hồi giáo bành trướng tại Ấn độ, Phật giáo bị đào thải. Một bộ phận văn hiến Phật giáo được chuyển sang Tây Tạng, qua các bản dịch Phạn Tạng, và một số lớn nguyên bản

Phạn văn được bảo trì. Một bộ phận khác, lớn nhất, gần như hoàn chỉnh nhất, văn hiến Phật giáo được chuyển dịch sang Hán tạng, bao gồm hầu hết mọi xu hướng tư tưởng dị biệt của Phật giáo phát triển trong lịch sử Ấn Độ, từ Nguyên thủy, Bộ phái, Đại thừa, cho đến Mật giáo. Truyền thuyết ghi rằng Phật giáo được truyền vào Trung Hoa dưới đời Hán Minh đế, niên hiệu Vĩnh Bình thứ 10 (tl. 65), và bản kinh Phật đầu tiên được dịch sang Hán văn là Kinh *Tứ thập nhị chương*, do Ca-diếp Ma-đằng và Trúc Pháp Lan. Nhưng truyền thuyết này không được nhất trí hoàn toàn giữa các nhà nghiên cứu lịch sử Phật giáo Trung Quốc. Điều chắc chắn là Khang Tăng Hội, quê quán Việt Nam, xuất phát từ Giao Chỉ (Việt Nam), đã đưa Phật giáo vào Giang Tây, miền Nam Trung Hoa. Các công trình phiên dịch và chú giải của Khang Tăng Hội đã chứng tỏ rằng trước đó, tức từ năm thứ 247 kỷ nguyên Tây lịch, thời gian được nói là Tăng Hội vào đất Kiến Nghiệp, quy y cho Tôn Quyền, Phật giáo đã phát triển đến một hình thái nhất định tại Việt Nam, cùng một số kinh Phật được phiên dịch. Điều này cũng được củng cố thêm bởi những điều được ghi chép trong *Mâu Tử Lý hoặc luận*. Có lẽ do hậu quả của thời kỳ Bắc thuộc, hầu hết những điều được tìm thấy trong hành trạng của Khang Tăng Hội và trong ghi chép của Mâu Tử đều bị xóa sạch. Chỉ tồn tại những gì được ghi nhận là truyền từ Trung Quốc.

Dịch giả Phạn Hán đầu tiên tại Trung Quốc được khẳng định là An Thế Cao (đến Trung Quốc trong khoảng TL. 147 – 167). Tất nhiên trước đó hẳn cũng có các dịch giả khác mà tên tuổi không được ghi nhận. Lương Tăng Hựu căn cứ trên bản Kinh lục xưa nhất của Đạo An (TL. 312 – 385) ghi nhận có chừng 134 kinh không rõ dịch giả; và do đó cũng không xác định trước hay sau An Thế Cao. Sự nghiệp phiên dịch Phật kinh Phạn Hán liên tục từ An Thế Cao, cho đến các đời Minh, Thanh được tập thành trong 32 tập của Đại chính, bao gồm Thánh điển nguyên thủy, Bộ phái, Đại thừa, Mật giáo, 1692 bộ. Những trước tác của Trung Hoa, từ số giải, luận giải, cho đến sử truyện, du ký, v.v... tập thành từ tập 33 đến 55 trong Đại chính, gồm 1492 tác phẩm. Số tác phẩm được ấn hành trong Tục tạng chữ Vạn còn nhiều hơn thế nữa. Đây là hai bản Hán tạng tương đối đầy đủ nhất, trong đó tạng Đại chính được sử dụng rộng rãi trên quy mô thế giới.

Sự nghiệp phiên dịch Kinh điển ở nước ta được bắt đầu rất sớm, có thể trước cả thời Khang Tăng Hội, mà dấu vết có thể tìm thấy trong *Lục độ tập kinh*. Ngôn ngữ phiên dịch của Khang Tăng Hội là Hán văn. Hiện chưa có phát hiện nào về các bản dịch Kinh Phật bằng tiếng quốc âm. Suốt trong thời kỳ Bắc thuộc, do nhu cầu tinh thông Hán văn như là sách lược cấp thời để đối phó sự đồng hóa của phương Bắc, Hán văn trở thành ngôn ngữ thống trị. Vì vậy công trình phiên dịch Kinh điển thành quốc âm không thể thực hiện. Bởi vì, công trình phiên dịch Tam tạng tại Trung Hoa thành tựu đồ sộ được thấy ngày nay chủ yếu do sự bảo trợ của triều đình. Quốc âm chỉ được dùng như là phương tiện hoằng pháp trong nhân gian. Cho đến thời Pháp thuộc, trước tình trạng vong quốc và sự đe dọa bởi văn hóa xâm lược, văn hóa dân tộc có nguy cơ mất gốc, cho nên sơn môn phát động phong trào chấn hưng Phật giáo, phổ biến kinh điển bằng tiếng quốc âm qua ký tự La-tinh. Từ đó, lần lượt các Kinh điển quan trọng từ Hán tạng được phiên dịch theo nhu cầu học và tu của Tăng già và Phật tử tại gia. Phần lớn các Kinh điển này đều thuộc Đại thừa, chỉ một số rất ít được trích dịch từ các A-hàm. Dù Đại thừa hay A-hàm, các Kinh Luận được phiên dịch đều không theo một hệ thống nào cả. Do đó sự nghiên cứu Phật học Việt Nam vẫn chưa có cơ sở chắc chắn. Mặt khác, do ảnh hưởng ngữ pháp Phạn, các bản dịch Hán hàm chứa một số vấn đề ngữ pháp Phạn Hán khiến cho ngay cả các nhà chú giải Kinh điển lớn như Cát Tạng, Trí Khải cũng phạm phải rất nhiều sai lầm. Chính Ngạn Tông, người tổ chức dịch trường theo lệnh của Tùy Dạng đế đã nêu lên một số sai lầm này. Cho đến Huyền Trang, vì phát hiện nhiều sai lầm trong các bản Hán dịch nên quyết tâm nhập Trúc cầu pháp, bất chấp lệnh cấm của triều đình và các nguy hiểm trên lộ trình.

Ngày nay, do sự phát hiện nhiều bản Kinh Luận quan trọng bằng tiếng Sanskrit, cũng như sự phổ biến ngôn ngữ Tây Tạng, mà phần lớn Kinh điển Sanskrit được phiên dịch, nên nhiều công trình chỉnh lý được thực hiện cho các bản dịch Phạn Hán. Thêm vào đó, do sự phổ biến ngôn ngữ Pali, vốn được xem là ngôn ngữ Thánh điển gần với nguyên thuyết nhất, một số sai lầm trong các bản dịch A-hàm cũng được chỉnh lý, và tỉ giảo, khiến cho lời dạy của Đức Thích Tôn được thọ trì một cách trong sáng hơn.

Trên đây là những nhận thức cơ bản để Ban phiên dịch Đại tạng kinh Việt Nam y theo đó mà thực hiện các bản dịch. Trước hết, là bản dịch các kinh A-hàm đang được giới thiệu ở đây. Các kinh thuộc bộ A-hàm được dịch sang Hán rất sớm, kể từ thời Hậu Hán với An Thế Cao. Nhưng phần lớn các truyền bản này đều phát xuất từ Tây vực, từ các nước Phật giáo thịnh hành thời đó như Quy-tư, Vu-điền. Do khẩu âm và phương ngữ nên trong các truyền bản được nói là Phạn văn đã hàm chứa khá nhiều sai lạc. Điều này có thể thấy rõ qua sự so sánh các đoạn tương đương Pali, hay các dẫn chứng trong Đại Tì-bà-sa, Du-già sư địa. Thêm vào đó, các dịch giả hầu hết đều học Phật và học tiếng Sanskrit tại các nước Tây vực chứ không trực tiếp tại Ấn Độ như La-thập và Huyền Trang, nên trình độ ngôn ngữ Phạn có hạn chế. Các vị ấy khi vừa đặt chân lên Trung Hoa, do khát vọng thâm thiết của các Phật tử Trung Hoa, muốn có thêm kinh Phật để học và tu, cho nên trong khi chưa tinh thông tiếng Hán, mà công trình phiên dịch lại được thôi thúc cần thực hiện. Vì không tinh thông Hán ngữ nên công tác phiên dịch luôn luôn qua trung gian một người chuyển ngữ. Quá trình phiên dịch đi qua nhiều giai đoạn mà chính người chủ dịch không thể quán triệt, cho nên trong các bản dịch hàm chứa những đoạn văn rất tối nghĩa, và nhiều khi nhầm lẫn. Trong tình hình như vậy, một bản dịch Việt từ Hán đòi hỏi rất nhiều tham khảo để hy vọng tiếp cận với nguyên bản Sanskrit đã thất lạc, và cũng từ đó mà hy vọng có thể tiếp cận với lời Phật dạy hơn, điều mà các bản Hán dịch do trở ngại ngôn ngữ đã không thể thực hiện được.

Đại Tạng kinh Việt Nam chủ yếu căn cứ trên Đại chánh Đại tạng kinh, Nhật Bản, gồm 100 tập, được biên tập khởi đầu từ niên hiệu Đại chánh (Taisho) thứ 11 (TL. 1922), cho đến niên hiệu Chiêu Hòa (Showa) thứ 9 (TL. 1934), tập hợp trên 100 nhà nghiên cứu Phật học hàng đầu của Nhật Bản, dưới sự chủ trì của Cao Nam Thuận Thứ Lang (Takakusu Junjiro) và Độ Biên Hải Húc (Watanabe Kaigyoku). Để bản sử dụng là bản in của Chùa Hải Ấn, Triều Tiên, được gọi là bản Cao-lệ. Công trình chỉnh lý văn bản căn cứ các khắc bản Tống, Nguyên, Minh, cùng một số khắc bản và thủ bản tại Hoa và Nhật khác như tả bản Thiên Bình, bản Liêu của Cung nội sảnh, bản chùa Đại Đức, bản chùa Vạn Đức, v.v...Một số bản văn được phát hiện tại các vùng trong Tây vực như Vu-điền, Đôn Hoàng, Quy-tư, Cao Xương, cũng được dùng làm tham khảo. Nhiều đoạn văn từ Pali và Sanskrit cũng được dẫn dưới cước chú để đối chiếu đoạn Hán dịch mà người biên tập nghi ngờ là không chính xác hoặc thuộc về dị bản nào đó.

Nội dung Đại tạng Đại chánh được phân làm ba phần chính: phần thứ nhất, gồm 32 tập, là các bản dịch Phạn Hán bao gồm Kinh, Luật, Luận, được thuyết bởi chính kim khẩu của Phật, hay được kiết tập bởi các Thánh đệ tử, hoặc được trước tác bởi các Luận sư. Phần thứ hai, từ Đại chánh tập 33 đến tập 55, trước tác của Trung Hoa, bao gồm các sớ giải Kinh, Luật, Luận, và luận thuyết riêng biệt của các tông phái Phật giáo Trung Hoa, các sử truyện, truyện ký, du ký, truyền kỳ; các bản Hán dịch thuộc ngoại giáo như Thắng luận, Số luận, Ba tư giáo, Thiên chúa giáo, các tập ngữ vựng Phạn Hán, giáo khoa Phạn Hán, các Kinh lục. Phần thứ ba, từ tập 56 đến 85, tập họp các trước tác của Nhật Bản, gồm các số giải Kinh, Luật, Luận, phần lớn căn cứ trên các bản số giải Trung Hoa mà giải nghĩa rộng thêm, và các luận thuyết của các tông phái tại Nhật Bản. Còn lại 12 tập sưu tập các đồ tượng, tranh ảnh, phần lớn là các đồ hình mạn-đà-la của Mật tông. Ba tập cuối, tổng mục lục, liệt kê nội dung các bản Đại tạng lưu hành.

II. ĐẠI TẠNG KINH VIỆT NAM

ĐẠI TẠNG KINH VIỆT NAM là một tập hợp các bản dịch Việt Đại tạng kinh Phật giáo từ truyền bản tiếng Trung Quốc, có tham cứu các truyền bản tiếng Phạn, Pali và Tây Tạng. Do đó, nó bao gồm toàn bộ các kinh điển Phật giáo đã được dịch ra tiếng Việt đã và đang lưu hành từ trước tới nay. Chúng ta đều biết, ngay từ thời kỳ Phật giáo truyền vào Việt Nam dưới triều đại Hùng Vương, đã có một số kinh điển được dịch ra tiếng Việt từ các truyền bản tiếng Phạn hay Pali. Những bản kinh tiếng Việt đầu tiên này tuy ngày nay đã tán thất qua thời gian, nhưng một số cấu trúc ngữ pháp tiếng Việt vẫn còn tồn tại trong các bản kinh tiếng Trung Quốc được dịch từ các văn bản tiếng Việt này, như *Lục độ tập kinh, Cựu tạp thí dụ kinh*, v.v... Những thế kỷ tiếp theo, truyền thống dịch kinh ra tiếng Việt này vẫn được tiếp tục mà dấu vết có thể tìm thấy qua một bài thơ ngũ ngôn của nhà thơ nổi tiếng thời Đường là Trương Tịch (750-820). Nhưng do thiên tai lẫn dịch họa, bản kinh tiếng Việt đầu tiên hiện còn lại là một bản dịch vào thế kỷ 15, được biết dưới tên *Đại báo phụ mẫu ân trọng kinh*, của Thiền sư Viên Thái (1380-1440).

Qua thế kỷ 16 ta có bản dịch *Quan Âm chân kinh*, thường được biết dưới tên *Truyện Phật Bà Quan Âm* (khoảng 1585- ?). Đến thế kỷ 17 ta có một loạt các bản dịch giải của Minh Châu Hương Hải mà chúng ta hiện đã tìm thấy, như *Diệu pháp liên hoa kinh, A-di-đà kinh, Ma-ha-bát-nhã ba-la-mật-đa tâm kinh* v.v...

Thế kỷ 18 chứng kiến sự xuất hiện các bản dịch Luật tạng như *Sa-di quốc âm thập giới* của Như Trừng (1690-1780), *Oai nghi diễn âm* của Như Thị (1680-1740?), v.v...

Qua thế kỷ 19 ta có bản dịch *Pháp hoa quốc ngữ kinh* do Pháp Liên thực hiện năm 1852 (hay 1856?). Từ đây trở đi kinh điển Phật giáo bằng tiếng Việt càng ngày xuất hiện càng nhiều. Cho nên, Đại tạng kinh Việt Nam là một tập hợp những bản kinh đã được dịch ra tiếng nước ta từ các truyền bản tiếng Trung Quốc và một số tiếng khác như Phạn, Tây Tạng. Riêng bản dịch tiếng Việt của kinh điển Phật giáo từ các truyền bản tiếng Pali thì chúng tôi cho in riêng, theo tiêu chuẩn quốc tế, và được đặt tên là Đại tạng kinh Nam truyền. Do đó ĐẠI TẠNG KINH VIỆT NAM không bao gồm các bản kinh tiếng Việt được dịch từ các truyền bản Pali.

Trên đây là giới thiệu sơ bộ vài nét chính của Đại tạng kinh Việt Nam, được biên dịch và ấn hành với mục đích cung cấp cho các Phật tử và người nghiên cứu Việt Nam những bản kinh tiếng Việt hình thành qua lịch sử. Các bản kinh nào chưa được dịch hoặc dịch chưa hoàn chỉnh, chúng tôi sẽ tuần tự cho dịch lại để in vào bộ Đại tạng kinh này.

Bản dịch Đại tạng kinh Việt Nam chọn *Đại chánh tạng* làm để bản, phiên dịch tất cả tác phẩm được ấn hành trong đó. Phàm lệ để thực hiện bản dịch tạm thời được quy định như sau:

1. Đại tạng kinh Việt Nam bao gồm tất cả các bản dịch tiếng Việt của Tam Tạng Kinh Điển Phật giáo đã xuất hiện ở nước ta từ trước đến nay, qua các thời kỳ với nhiều dịch giả khác nhau, để cho thấy quá trình hình thành Đại tạng kinh Việt Nam qua lịch sử.

2. Về bản đáy, bản dịch Việt căn cứ trên ấn bản Đại chánh tân tu Đại tạng kinh 100 tập, mỗi tập trên dưới 1000 trang chữ Hán cỡ 10pt và sẽ được đánh số theo thứ tự

của số ghi trong bản in Đại chính. Mỗi trang của bản in Đại chánh được chia làm ba cột: a, b, c. Số trang và cột này đều được ghi trong bản dịch để tiện tham khảo.

3. Vì thế, một bản kinh chữ Hán có thể có nhiều bản dịch tiếng Việt, nên sau số thứ tự của Đại chính, sẽ đánh thêm các mẫu tự A, B, C... để phân biệt các bản dịch tiếng Việt khác nhau của cùng một bản kinh chữ Hán đó.

4. Về xử lý văn bản trong khi phiên dịch, phần lớn căn cứ công trình hiệu đính và đối chiếu của bản Đại chánh. Ngoài ra, tham khảo thêm các công trình hiệu đính và đối chiếu khác.

5. Giữa các ấn bản có những điểm khác nhau, bản Việt sẽ lựa chọn hoặc hiệu đính theo nhận thức của người dịch.

6. Trong bản Hán, nếu chỗ nào xét thấy văn dịch hay từ ngữ không phù hợp với giáo nghĩa truyền thống phổ biến, người dịch sẽ tham khảo các Kinh, Luật, Luận cần thiết để hiệu chính. Những hiệu chính này được giải thích ở phần cước chú.

7. Bản Hán dịch thực hiện căn cứ phần lớn trên sự truyền khẩu. Do đó những từ phát âm tương tự dễ đưa đến ngộ nhận, như *sam* Pāli hay *sama* và *samyak*; *cala* và *jala*; *muti* và *muṭṭhi*, v.v... Trong những trường hợp này, người dịch sẽ tham chiếu các kinh tương đương, các bản Hán biệt dịch, suy đoán tự dạng nguyên thủy có thể có trong Phạn bản để hiệu chính. Những hiệu chính này đều được ghi ở phần cước chú.

8. Do các truyền bản khác nhau giữa các bộ phái, để có nhận thức về giáo nghĩa nguyên thủy, chung cho tất cả, cần có những nghiên cứu đối chiếu sâu rộng. Công việc này ngoài

khả năng hiện tại của các dịch giả. Tuy nhiên, trong trường hợp có thể, những điểm dị biệt giữa các truyền bản sẽ được ghi nhận và đối chiếu. Những ghi nhận này được nêu ở phần cước chú.

9. Bản Hán dịch được phân thành số quyển. Bản dịch Việt không chia số quyển như vậy, nhưng sẽ ghi ở phần cước chú mỗi khi bắt đầu một quyển khác.

10. Các từ Phật học trong một số bản Hán dịch nếu không phổ biến, do đó có thể gây khó khăn cho việc đọc và nghiên cứu, trong các trường hợp như vậy, tuy vẫn giữ nguyên dịch ngữ của bản Hán, nhưng dịch ngữ tương đương thông dụng hơn sẽ được ghi trong phần cước chú. Trong trường hợp có thể, sẽ ghi luôn dịch giả của những dịch ngữ này và xuất xứ của chúng từ bản dịch nào để tiện việc tham khảo.

11. Các kinh sách tham khảo trong cước chú đều được viết tắt theo qui định phổ thông của giới nghiên cứu quốc tế; xem qui định về viết tắt ở cuối mỗi tập của Đại tạng kinh Việt Nam.

III. PHƯƠNG ÁN THỰC HIỆN

Dự án thực hiện bao gồm các công trình phiên dịch, biên tập, và ấn hành, một Hội Đồng phiên dịch Đại tạng kinh Việt Nam được thành lập, được điều phối bởi Tổng biên tập, với các nhiệm vụ được phân phối như sau:

1. Ủy ban Phiên dịch.

Để hoàn tất một bản dịch, các công tác sau đây cần được thực hiện:

a. Phiên dịch trực tiếp. Các văn bản lần lượt được phân phối đến các vị có trình độ Hán văn tương đối, kiến thức Phật học cơ bản, và khả năng ngôn ngữ cần thiết, phiên dịch trực tiếp từ Hán sang Việt.

b. Hiệu đính và chú thích. Nhiệm vụ chủ yếu của phần hiệu đính là đọc lại bản dịch thô và bổ túc những sai lầm có thể có trong bản dịch. Trong thực tế, người hiệu đính còn phải làm nhiều hơn thế nữa.

Trước hết là phần chỉnh lý văn bản. Phần này đáng lý phải thực hiện trước khi phiên dịch. Việc chỉnh lý văn bản thoạt tiên có vẻ đơn giản, vì người dịch chỉ lưu ý một số nhầm lẫn trong việc khắc bản của để bản. Những điểm khác nhau giữa các bản khắc hầu hết được ghi ở cước chú trong ấn bản Đại chánh, người dịch chỉ cần hiểu rõ nội dung đoạn dịch thì có thể lựa chọn những từ thích hợp trong cước chú. Tuy nhiên, do hạn chế về trình độ Phật pháp và khả năng tham khảo nên đa số người dịch không chọn được từ chính xác. Mặt khác, ngay cả các từ trong cước chú không phải hoàn toàn chính xác. Ngay cả Đại sư Ấn Thuận cũng phạm phải một số sai lầm khi chọn từ, vì không tìm ra các đoạn Pali hoặc Sanskrit tương đương nên phải dựa trên ức đoán. Những ức đoán này phần nhiều là sai.

Mặt khác, nhiều sai lầm không phải do tả bản hay khắc bản, mà do chính từ truyền bản. Bởi vì, kinh điển từ Ấn Độ truyền sang hầu hết đều do khẩu truyền. Những biến đổi trong khẩu âm, phát âm, khiến nhầm lẫn từ này với từ khác, làm cho ý nghĩa nguyên thủy của giáo lý sai lạc. Người dịch từ Hán văn mà không có trình độ Phạn văn nhất định thì không thể phát hiện những sai lầm này. Điều đáng lưu ý là những sai lầm này xuất hiện rất nhiều và rất thường xuyên trong nhiều bản dịch Phạn Hán.

Phần hiệu đính tập trung trên cú pháp Phạn mà ảnh hưởng của nó trong các bản dịch khiến cho nhiều khi ngay cả những vị tinh thông Hán ngữ, các nhà chú giải kinh điển nổi tiếng, cũng phải nhầm lẫn.

Để hiểu rõ nội dung bản dịch Hán, cần thiết phải tìm lại nguyên bản Phạn để đối chiếu. Đại sư Cát Tạng đã vấp phải sai lầm khi không có cơ sở để phân tích mệnh đề Hán dịch là năng động hay thụ động, do đó đã nhầm lẫn người giết với kẻ bị giết. Đó là một đoạn văn trong *Thắng man* mà nguyên bản Phạn của kinh này đã thất lạc, nhưng đoạn văn tương đương lại được tìm thấy trong trích dẫn tập *Sikṣasamuccaya* của Sāntideva. Nếu không tìm thấy đoạn Sanskrit được trích dẫn này thì không ai có thể biết rằng Cát Tạng đã nhầm lẫn.

Rất nhiều kinh điển trong nguyên bản Phạn đã bị thất lạc. Ngay cả những tác phẩm quan trọng như *Đại Tì-bà-sa* chỉ tồn tại trong bản dịch của Huyền Trang. Nhiều đoạn được trích dẫn trong bản dịch *Câu-xá*, mà Phạn văn đã được phát hiện, cũng giúp người đọc *Đại Tì-bà-sa* có manh mối để đi sâu vào nội dung. Đọc một bản văn mà không nắm vững nội dung của nó, nghĩa là chính dịch giả cũng không hiểu, hoặc hiểu sai, sao có thể hy vọng người đọc hiểu được đoạn văn phiên dịch? Do đó, công tác hiệu đính không đơn giản chỉ bổ túc những khuyết điểm trong bản dịch về lối hành văn, mà đòi hỏi công phu tham khảo rất nhiều để nắm vững nội dung nguyên tác trong một giới hạn khả dĩ.

Đại tạng kinh Việt Nam là bản dịch Việt từ Hán tạng, do đó không thể tự tiện thay đổi nội dung dù phát hiện những sai lầm trong bản Hán. Những sai lầm này mang tính lịch sử, do đó không được phép loại bỏ tùy tiện. Tuy vậy, bản dịch Việt cũng không thể bỏ qua những nhầm lẫn được phát hiện. Những phát hiện sai lầm cần được nêu lên, và những hiệu đính cũng cần được đề nghị. Những điểm này được ghi ở phần cước chú để cho bản Việt vẫn còn gần với bản Hán dịch.

Trên đây là một số điều kiện tất yếu để thực hiện một bản dịch tương đối khả dĩ chấp nhận. Trong tình hình hiện tại, chúng ta chỉ có rất ít vị có thể hội đủ điều kiện yêu cầu như trên. Do đó, dự án thực hiện hướng đến chương trình đào tạo, không đơn giản chỉ là đào tạo chuyên gia dịch thuật, mà là bồi dưỡng những vị có trình độ Phật học cao với khả năng đọc và hiểu các ngôn ngữ chuyển tải Thánh điển, chủ yếu các thứ tiếng Pali, Sanskrit, Tây Tạng và Hán.

Trong tình hình nghiên cứu Phật học hiện tại trên thế giới, người muốn nghiên cứu Phật học mà không biết đến các ngôn ngữ này thì khó có thể nắm vững giáo nghĩa căn bản. Và đây cũng là điều mà Ngạn Tông đã nêu rõ trong các điều kiện tham gia dịch thuật trong việc phiên dịch được bảo trợ bởi Tùy Dạng đế, mặc dù Ngạn Tông chỉ yêu cầu hiểu biết Phạn văn nhưng đồng thời cũng yêu cầu kiến thức uyên bác không chỉ tinh thông Phật điển mà còn cả thư tịch ngoại giáo.

Chi tiết chương trình đào tạo cần được trình bày trong một dịp khác.

2. Ủy ban Ấn hành.

Công tác ấn hành gồm các phần:

a. Sửa lỗi chính tả của các bản dịch. Hiện tại lỗi chính tả trong các bản dịch do các Thầy, Cô, và Phật tử tự nguyện chỉnh sửa. Nhưng chỉ là công tác nghiệp dư, do không chuyên trách, và do đó cũng thiếu kinh nghiệm trong việc phát hiện lỗi, nên các bản in phổ biến tồn tại khá nhiều lỗi chính tả.

b. Trình bày bản in. Công tác này tùy thuộc điều kiện kỹ thuật vi tính. Sơ khởi, ban ấn hành chưa đủ điều kiện để có những vị thành thạo sử dụng kỹ thuật vi tính trong việc trình bày văn bản.

Công việc này hiện tại do các Thầy Cô phụ trách, với trình độ kỹ thuật do tự học, và tự phát. Vì vậy, trong nhiều trường hợp không khắc phục được lỗi kỹ thuật nên hình thức trình bày của bản văn chưa được hoàn hảo như mong đợi.

Sự nghiệp phiên dịch được định khoảng 15 năm, hoặc có thể lâu hơn nữa. Hình thức Đại tạng kinh do đó không thể được thiết kế một lần hoàn hảo. Trong diễn tiến như vậy, tất nhiên trình độ kỹ thuật được cải tiến theo thời gian, khiến cho hình thức trình bày cũng cần thay đổi cho phù hợp với thời đại. Hậu quả sẽ khó tránh khỏi là sự không đồng bộ giữa các tập Đại tạng kinh ấn hành trước và sau.

c. Ấn loát. Sau khi hình thức trình bày được chấp nhận, bản dịch được đưa đi nhà in. Trách nhiệm ấn loát được giao cho nhà in với các điều khoản được ghi thành hợp đồng. Vấn đề ấn loát như vậy tương đối ổn định. Tuy nhiên, cũng cần có người chuyên trách để theo dõi quá trình ấn loát, hầu tránh những sai sót kỹ thuật có thể có do nhà in.

d. Phát hành, phổ biến và vận động. Một nhiệm vụ không kém quan trọng là phát hành và phổ biến Đại tạng kinh. Công việc này đáng lý do một ban phát hành chuyên trách, nhưng trong điều kiện nhân sự hiện tại, một ban như vậy chưa thể thành lập, do đó ban ấn hành kiêm nhiệm. Thêm nữa, công trình phiên dịch là sự nghiệp chung của toàn thể Phật tử Việt Nam, không phân biệt Giáo hội, hệ phái, do đó cần có sự tham gia và cống hiến của chư Tăng Ni, Phật tử, bằng hằng sản và hằng tâm, bằng tâm nguyện cá nhân hay tập thể dưới các hình thức hỗ trợ và bảo trợ bằng vật chất hoặc tinh thần, cống hiến bằng tất cả khả năng vật chất và trí tuệ. Công việc vận động này để cho được hữu hiệu với sự tham gia tích cực của nhiều chúng đệ tử, cũng cần được chuyên trách bởi một ban vận động. Trong điều kiện nhân sự hiện tại, ban ấn hành kiêm nhiệm.

HẬU TỪ

Trải qua trên dưới hai nghìn năm du nhập, những giáo nghĩa căn bản mà đức Phật đã giảng được học và hành tại Việt Nam, đã đem lại nhiều an lạc cho nhiều cá nhân và xã hội, đã góp phần xây dựng tình cảm và tư duy của các cộng đồng cư dân trên đất nước Việt. Thế nhưng, sự nghiệp phiên dịch cũng như ấn hành để phổ biến Thánh điển, làm nền tảng sở y cho sự học và hành, chưa được thực hiện trên quy mô rộng lớn toàn quốc.

Sự nghiệp phiên dịch tại Trung Quốc trải qua gần hai nghìn năm, với thành tựu vĩ đại, tập đại thành và bảo tồn kho tàng Thánh điển thoát qua nhiều trận hủy diệt do những đức tin mù quáng, cuồng tín. Sự nghiệp ấy đại bộ phận do các quốc vương Phật tử tích cực bảo trợ, đã là sự nghiệp chung của toàn thể nhân dân theo từng giai đoạn đặc biệt của lịch sử. Việt Nam tuy cũng có các minh quân Phật tử, nhưng do tác động bởi các yếu tố chính trị xã hội nên chưa từng được tổ chức quy mô dưới sự bảo trợ của triều đình. Chỉ do yêu cầu thực tế học và hành mà một số kinh điển được phiên dịch, nhưng chưa đủ để lập thành nền tảng tương đối hoàn bị cho sự nghiên cứu sâu giáo nghĩa.

Gần đây, vào năm 1973, một Hội đồng Phiên dịch Tam tạng lần đầu tiên trong lịch sử được thành lập, gồm Chủ tịch: Thượng tọa Thích Trí Tịnh, Tổng thư ký: Thượng tọa Thích Quảng Độ, với các thành viên quy tụ tất cả các Thượng Tọa và Đại Đức đã có công trình phiên dịch và có uy tín trên phương diện nghiên cứu Phật học, dưới sự chỉ đạo của Viện Tăng Thống, Giáo hội Phật giáo Việt Nam Thống nhất. Chương trình phiên dịch được soạn thảo trên quy mô rộng lớn, nhưng do hoàn cảnh chiến tranh nên chỉ mới thực hiện được một phần nhỏ. Một phần của thành quả này về sau được ấn hành năm 1993 bởi Viện Nghiên cứu Phật học Việt Nam, trực thuộc Giáo hội Phật giáo Việt Nam, dưới danh hiệu "Đại tạng Kinh Việt Nam". Thành quả này là các kinh thuộc bộ A-hàm được phân công bởi Hội đồng Phiên dịch Tam tạng, trong đó, *Trường A-hàm* và *Tạp A-hàm* do TT Thiện Siêu, TT Trí Thành và ĐĐ Tuệ Sỹ thuộc Viện Cao đẳng Phật học Hải Đức, Nha trang; *Trung A-hàm* và *Tăng nhất A-hàm* do TT Thanh Từ, TT Bửu Huệ, TT Thiền Tâm thuộc Viện Cao đẳng Phật học Huệ Nghiêm, Saigon. Ngoài ra, một phần phân công khác cũng đã được hoàn thành như: TT Trí Nghiêm: *Đại Bát Nhã* (Huyền Trang dịch, 600 cuốn) thuộc bộ Bát-nhã. TT Trí Tịnh: Kinh *Ma-ha Bát-nhã-ba-la-mật* (Đại phẩm) thuộc bộ Bát-nhã; Kinh *Diệu pháp Liên hoa* (La-thập dịch), thuộc bộ Pháp hoa; Kinh *Đại phương Quảng Phật Hoa nghiêm* (bản Bát thập) thuộc bộ Hoa nghiêm, và toàn bộ Đại Bảo tích. Các bản dịch này cũng đã được ấn hành nhưng do đệ tử của các Ngài chứ chưa đưa vào Đại tạng kinh Việt Nam.

Những vị được phân công khác chưa thấy có thành quả được công bố. Mặc dù với nỗ lực to lớn, nhưng do hoàn cảnh nhiễu nhương của đất nước nên thành tựu rất khiêm nhượng. Thêm nữa, các thành tựu này cũng chưa hội đủ điều kiện và thời gian thuận tiện để được hiệu đính và biên tập theo tiêu chuẩn nghiên cứu và phiên dịch Phật điển trong trình độ nghiên cứu Phật giáo hiện đại của thế giới, do đó cũng chưa thể được dự phần trong sự nghiệp phiên dịch và nghiên cứu Phật học trên quy mô quốc tế, như là cống hiến của Phật giáo Việt Nam cho cộng đồng nhân loại trong sự nghiệp hoằng dương Chánh pháp của toàn thể Phật tử thế giới vì lợi ích và an lạc của hết thảy mọi loài chúng sanh. Sự nghiệp như vậy không thể là cống hiến cá biệt của một cá nhân hay tập thể, của một Giáo hội hay hệ phái, mà là sự nghiệp chung của toàn thể Tăng tín đồ Phật giáo Việt Nam, không chỉ một thế hệ, mà liên tục trong nhiều thế hệ, cùng tồn tại và tiến bộ theo đà thăng tiến của xã hội và nhân loại. Trên hết là báo đáp ân đức của Phật Tổ, đã vì an lạc của chúng sanh mà trải qua vô vàn khổ hành, qua vô số a-tăng-kỳ kiếp. Thứ đến, kế thừa sự nghiệp hoằng pháp lợi sanh của Thầy Tổ để cho ngọn đèn Chánh pháp luôn luôn được thắp sáng trong thế gian.

Vì vậy, chúng tôi khẩn thiết, trên nương nhờ uy thần nhiếp thọ của Chư Phật và Thánh Tăng, cùng với sự tán trợ của chư vị Trưởng lão hiện tiền trong hàng Tăng bảo, kêu gọi sự hỗ trợ cống hiến bằng tất cả tâm nguyện và trí lực, bằng tất cả hằng sản và hằng tâm, của bốn chúng đệ tử Phật, để sự nghiệp hoằng pháp đệ nhất tối thắng này được tiến hành vững chắc và liên tục từ thế hệ này cho đến nhiều thế hệ tiếp theo, duy trì ngọn đèn Chánh pháp tồn tại lâu dài trong thế gian vì lợi ích và an lạc của hết thảy chúng sanh.

Mùa Phật đản 2552 – Mậu tý 2008

Trí Siêu - Tuệ Sỹ

cẩn bạch

*

THE INTRODUCTION TO THE VIETNAMESE TRIPITAKA TRANSLATION PROJECT

TRÍ SIÊU - TUỆ SỸ

Trans by **VIÊN MINH**

Yo vo, ānanda, mayā dhammo ca vinayo ca desito paññatto, so vo mamaccayena satthā.

I. A BRIEF ACCOUNT OF THE VIETNAMESE TRANSLATIONS FROM THE TRIPITAKA

Before His reaching Nirvana, the Buddha had given the last admonition to His disciples that: "the Dharma which I have taught and the Fundamental Laws enacted, will be your guidance now that I no longer remain with you." To comply with the Lord Buddha's last teachings, the Elders Arahat assembled for the First Buddhist Council at Rajagrha, so that together they would come upon an agreement on reciting all of the Buddha's teachings during His 45-year lecturing to and educating His disciples. The foundation for Buddhist literature, which later was known as the Triple Buddhist Canon of Scriptures *(the Tripitakas or the Three Baskets),* was then procreated.

From then, the sacred teachings of the Lord Buddha advanced with the traveling footsteps of His Great Disciples spreading to all four directions. Wherever this teachings channeled to, the followers learned and practiced them accordingly to their respective regional dialect, just as the Buddha has instructed: *anujānāmi, bhikkhave, sakāya niruttiyā buddhavacanaṃ pariyāpuṇitun'ti.* "I allow you, o Bhikkhus, to learn the word of the Buddha in his own dialect." So from the beginning, according to this teaching, the Buddhist scriptures were modified into many different native tongues. When Buddhism developed into various schools, each of the branches tried to compile its own Sacred Scriptures in the native language where Buddhism arrived. When the Old Indian system of written language was not widely developed yet, Buddhist Scriptures were mainly passed down by way of oral recitation. This means of oral transmission, which caused a lot of disparates in pronunciation due to the diverse local dialects, sometimes affected the few modifications founded in the writings. This phonological variation, in few instances, caused the different exegesis among the sects regarding the meaning of the Teachings. However, in looking at the whole picture, the essential teachings remained the same in interpretation as well as in practice among all the schools, both the Northern and the Southern traditions. This commonness can be validated through the on-going research and comparative works of all the teachings recorded in the two main Buddhist literatures that are in existence: the Pali canon and the canon written in Chinese characters. The Chinese translation originated from the

Agamas, and the Pali canon that still can be verified, both are in accordance with each other in most of their contents. Hence, the differences that are known between the Northern and the Southern traditions – also incorrectly referred to as Theravada and Mahayana – are only slight diversifications in the historical and cultural backgrounds of each locality and ethnic race. That is the difference of the primitive and the later developments. The Buddhist teachings that arrived in the Southern countries were understood and practiced more in the original way, due to the fact that the development, the civilization and the societal institutions of these nations were still rather simple and uncomplicated. On the contrary, Northern societies in the north of India and northwest of China, have had more variant races and diverse cultures, thus they acquired more different societal and moral codes. Buddhism arrived in these nations, after a time, often became the state religion of such countries. And the Buddha's teachings, likewise, was localized to be more suitable with the linguistic, traditional and social ways of life of that particular nation.

The sacred Triple Basket of Scriptures is the gateway to all understandings of the Dharma, a great source of knowledge for practice, as well as for study. The Vinaya Pitaka (The Basket of Discipline) and the Sutra Pitaka (The Basket of Sayings), a comprehensive collection of Dharma and Vinaya (Truth & Laws) that the Buddha had actually demonstrated and regulated, are the substantial ground for the Holy Disciples to learn and practice aiming at the ultimate goal of attaining the perfection of wisdom and virtue. These two Baskets also contained the interpretive explanations of the Great Disciples who heard the teachings directly from the Lord Buddha. The last of the Tripitakas, the Abhidharma Pitaka, according to the traditions of the Theravadin School in the South, and those of the Sarvastivada in the North, also came from the golden words of the Buddha. But there are some great Buddhist philosophers like Vasubandhu, along with most of the world's well known academic authorities on the Buddhist Canon of the present time, who don't acknowledge that the Abhidharma directly came from the Buddha Himself but rather these works are a collection of varieties of analyses, studies, interpretations, and systematization of what was taught by the Buddha from the first two Baskets – the Basket of Sayings and the Basket of Discipline. The Sutras and the Vinayas were construed during a determined period of time, gathered directly or indirectly from the golden words (verbatim) of the Buddha, and are the principal foundation for all schools of Buddhism, including the Mahayana school, regardless of the differences caused by the oral transmission in the course of time, affected by the diverse dialectical accents.

The Abhidharma is the part of the Holy Scriptures that reflects the historical development of Buddhism in all aspects, including the religious beliefs, philosophical thinking, scientific researches, and the jurisprudential, socio-political and cultural developments. Generally speaking, this Basket comprised not just the historical advancement within Buddhism itself, but also depicted the entire cultural change of the localities that the Buddha's teachings have reached. This same change was also substantially proven in the history of Vietnam.

Each of the Buddhist traditions created its own canonical literature, which depicted the best exogesis to thoroughly understand the scriptures' meaning, protected the comprehension and interpretation of the Canon, and refuted all heretic dogmas. This massive literature continuously evolved across many diverse geographical zones. Not until the significant spread of Islam into India was Buddhism getting gradually eliminated. One part of this Buddhist literature was transferred to Tibet, by means of the Tibetan translations from the Sanskrit scriptures, and a great number of the Sanskrit originals were well preserved until today. The other part of the historical literature – the largest and most comprehensive – was translated into Chinese and contained almost all of the different thought processes of Buddhism in the history of India, from the Primitive, Scholastics, Mahayana, and Mysticism.

Legend has it that Buddhism arrived in China under the reign of Emperor Mingdi of the Han Dynasty (bc 65), in the Era of Yungping. The very first sutra that was translated to Chinese was the Sutra of Forty Two Sections by Kashyapa-maganta and Zhu Falan. This legend, however, is really not unanimously agreed by all Chinese Buddhist scholars and historians. The only true account was that of Khang Tang Hoi (Ch. Kang Seng Hui) who was a Vietnam-born from Tonkin. He went to the Jiangzuo to become the first Buddhist propagator in southern China. All of his works in translating and commentating the Buddhist texts can authenticate that before that time, from 247 CE, when Khang Tang Hoi entered the Jianye territory, taking in Sunquan as his disciple, Buddhism has already propagated to a fairly steady form in Vietnam, and many scriptural works were already being translated. This fact can also be further reinforced by the written essay of Mau Tu called Li Hua Lun (Mu-zu's Trease on the Justified Doubts). Unfortunately, almost all of these literary works found in Khang Tang Hoi's biography and Mu-zu's record were missing, probably as a consequence from the Northern invasion. What remained only were the work that was supposedly recognized as handed down from the Chinese translation.

The first Sanskrit-Chinese translator in China was known to be An The Cao (ch. Anshigao) (who came to China around 147-167 CE). Of course, there were other scholars before him but their names were not recorded or known anywhere in history. Luong Tang Huu (Ch. Liang Sengyou), based on the oldest texts of Dao An (Ch. Daoan) (312 385 CE), found that there were about 134 Buddhist texts that have no known author/translator, therefore, it was hard to place a time when they were written, whether before or after the work of An The Cao.

The Chinese translations from the Sanskrit Scriptures, which continuously worked out from An The Cao to the time of Minh and Thanh dynasties, were compiled into the first 32 volumes of the Taisho Tripitaka, which included the scriptures of Theravada, Mahayana, and Mystic Buddhism, amounting to 1692 documents. Besides those, there were volumes 33 to 55 of the Taisho Tripitakas, which comprised of 1492 Chinese texts ranging from exegetical essays, interpretive extracts, to historical stories, traveling anecdotes, etc... Other than the Taisho, the Swatika Extension of the Chinese Tripitaka contained even more known literatural works. These two Chinese Buddhist manuscripts literally held the most complete Buddhist philosophical materials, of which the Taisho Tripitaka is the widely implemented epitome on a larger scale internationally.

The Buddhist scripture translating history in Vietnam began very early, possibly even before the time of Khang Tang Hoi. Some of the subtle indications can be traced in the text named Collection of Sutras on the Six Paramitas (Ch.= Liu Du JiJing). Khang Tang Hoi used the Sino-vietnamese to translate. There are no known translation of the Buddhist scriptures using the national language (i.e. vietnamese). During the entire period of Northern subordination, with the need to thoroughly master the Chinese language to perfection as immediate tactics to cope with this Northern influential monopoly, Chinese became the dominating language of our country. So the work to translate the sacred texts into our own language was impossible. The translation seen today of the Buddhist Scriptures in China was possible and tremendously successful only because it was sponsored by the ruling court of that time. The Vietnamese language was only used as a means to propagate Buddhism within the commoners.

Following the Chinese domination was the French colonization. Faced with the fall of the nation, and under the pressure of the invasive civilization, our traditional culture was on the brink of being uprooted. Accordingly, many monks were leaving their secluded mountain abodes to engage in arousing the movement of rejuvenating Buddhism, promoting the use of Buddhist texts in Vietnamese transcripted in Latin alphabets. The Buddhist literature in Chinese were subsequently converted into our national language, responding to the need of the Sangha members and lay Buddhist followers. The majority of these canonical texts belonged in the Mahayana tradition, only a small number of which could be accounted for from the Agamas (V. A Ham) translation. But whether they were from the Mahayana, or the Agamas, all the available texts did not follow any specific guidelines. Therefore, the studies of Buddhism had yet to have a substantial foundation.

On the other hand, because of the impact of the Sanskrit grammar in the Chinese translations a number of grammatical problems were so unfamilar that even some of the eminent exegeters like Jizang or Zhiyi often committed a lot of these misinterpretations. That made Ngan Tong, the organizer of the translation academy under the order of Emperor Sui Yangdi (605-

618 AD), worried most about detecting many of these mistakes. Because of the discovery several of these errors, another famous scholar – Xuanzhuang – determined to venture into a pilgrimage to the West in search of the true Dharma, despite the imperial ban, and fatal dangers and difficulties along the trip.

Today, due to the discovery of many important original manuscripts in Sanskrit, and the readily available Tibetan texts that were translated directly from Sanskrit, the tedious work to correct and improve many Sanskrit to Chinese translations can finally be done. In addition, with the thriving Pali language, which has always been regarded as the closest to the sacred language of the Buddha, many of the errors found in the Chinese version Agamas are being comparatively modified, so that the teachings of our Lord Buddha can be understood and absorbed more transparently.

The above-mentioned notes are the fundamental observations that the Committee of the Vietnamese Tripitaka Translation taskforce can apply as guidelines in working with this monumental task. First, there are the texts in the Agamas mentioned here. The Chinese versions from the Agamas were done very early in the Post-Han era (ca. 250-220 AD) by Anshigao. Most of these were introduced from the countries in the west where Buddhism flourished at that time such as Kucha, or Khotan. Due to the oral transmission and the different dialects, the Sanskrit scriptural version contained a lot of mispronunciations leading to numerous misinterpretations. This can be confirmed by comparing the equivalent texts composed in Pali, or studying some quotations in the Great Commentary Mahavaibhasya or the Yogacarabhumi-sastra. Besides, unlike Kumarajiva and Xuanzhuang, and few others, most of the Chinese translators learned Sanskrit and practiced Buddhism in the western regions, and not directly in India, so their proficiency in Sanskrit was rather limited. As soon as their arrivals in China, they were faced with the grave demand of having more Buddhist texts for Chinese Buddhists to study and practice. This pressured them to carry out the instant translation, despite their weak expertise in the language. Their lack of proficient knowledge of the Chinese language usually required the aid of an outside interpretor. For this reason, the translating work went through many steps that even the main translator sometimes could not go through; as a result, the texts contained quite a few ambiguous and obscure sections and erroneous representations. Therefore, a Vietnamese translation from Chinese required lots of reference, if an approach to the lost Sanskrit texts were expected, and consequently a deeper understanding into the Buddha's words was hopefully gained. That's what the Chinese translations could not carry out due to the language obstacles.

The Vietnamese Tripitaka is essentially based on the Taisho Tripitaka of Japan, which was initiated during the ruling era of Taisho 11 in 1922, and lasted until the ruling era of Showa 9 in 1934. This massive compilation, comprised of 100 volumes, was assembled by the Taisho Tripitaka Publication Association that included over 100 leading Buddhist scholars of Japan during that time under the supervision of the internationally known Buddhist academics Takakusu Junjiro and Watanabe Kaigyoku. The master copy in use belonged to Haein Temple of Korea, also called the Korean edition. The textural proofread was based mainly on the block-printed editions of Sung, Yuan, Minh dynasties, and a few other block-printed editions and manuscripts from China and Japan, such as the handwritten copy of Tenbin, the Liao edition of Kunaisho, the manuscript of Daitokuji Temple, or that of Mantokuji Temple, etc... Another manuscript discovered somewhere in the Western countries such as Khotan, Tunhuang, Kucha, or Gaochang, also served as referential sources. A number of citations from Pali and Sanskrit texts are also footnoted as comparison with the Chinese translation, in which the authoritative editors may have posed questionable suspicions on their accuracy, or that they may belong in certain unidentifiable texts.

The contents of the Taisho Tripitaka were divided into three main corpora: the First Corpus included 32 volumes that comprised the Sanskrit-to-Chinese versions of all three Baskets – the Sutras, the Vinaya, and the Abhidharma – that are either taught by the Buddha as verbatim texts, or revised by His Great Disciples during the assemblies, or later compiled by authoritative Buddhist Scholars. The Second Corpus, from Taisho vol. 33 to 55, written in Chinese, composed of commentaries on the Sutras, Vinaya, and Abhidharma, plus sectarian treatises of the Chinese Buddhism, historical accounts, narrative chronicles, travel anecdotes, and legendary narrations; also the non-Buddhist versions such as Vaisheshika, Sankhya, Zoroastrianism, Catholicism, and the Sanskrit – Chinese glossary, textbooks, and prayer books. The Third Corpus, from vol. 56 to 85, gathered together all the written works of the Japanese scholars, which included explanations of the Sutras, the Vinaya, and the Abhidharma basically themed on the existing commentaries in Chinese but with further clarification and connotations, plus the sectarian treatises of Japanese Buddhism. The next 12 volumes of the Taisho Tripitaka were found to have collections of religious iconographs and illustrations, mainly those of various Mandala pictograms of Buddhist Mysticism. The very last 3 volumes were indexes listing the particulars of all existing and circulating Tripitakas.

II. THE EXISTING VIETNAMESE TRIPITAKA

The Vietnamese Tripitakas, as being compiled up to now, is a comprehensive collection of Vietnamese translations of Buddhist Scriptures, based on the Chinese Canon, with extensive researches into the Sanskrit, Pali, and Tibetan versions. Thus, our Tripitaka included inclusively all the known and widely circulated Buddhist works that were ever translated into Vietnamese all throughout our history.

We all know very well, that ever since Buddhism was first propagated into Vietnam during the reign of Emperors Hung, there existed probably a number of Buddhist texts translated directly to Vietnamese. Of course these very first works were all lost and cannot be accounted for anywhere in literature, but deep research and side by side comparison has proven that many syntactic structures of the Vietnamese language can be readily found in some Chinese texts (probably translated directly from the Vietnamese versions), for example the *Collection of Sutras on the six Paramitas (Ch. Liu tu chi ching)* or the Old *Sutra on Miscellaneous Parables* (*Ch. Chiu tsa p'I yu ching*). During the next few following centuries, the tradition of translating the sutras into Vietnamse continued to prosper. Their traces could be found in the five-characters verse of the famous Tang Poet Zhangji (750-820). Unfortunately, due to natural disasters and enemy devastations over times, these valuable works were destroyed. The earlier holy text in Vietnamese that still exists nowadays is a translation worked out in the 15th Century, by the Zen Master Vien Thai (1380-1440), known as Kinh Dai Bao Phu Mau An Trong Kinh *(The Sutra on the universal Acknowledgement of the Parents' Benevolence).*

Then in the 16th Century, we have the Quan Am Chan Kinh *(True Sutra of the Bodhisattva Kwan Yin)*, that are more widely known as Truyen Phat Ba Quan Am *(the Story of the She-Buddha Kwan Yin)* that was written around 1585-... ?, not sure by which author.

In the 17th Century, Minh Chau Huong Hai (time unknown) translated and connotated many Sutras that we have found in existence and still availbale, such as Dieu Phap Lien Hoa Kinh *(Sutra on the Lotus of the True Law)*, A-di-da Kinh *(the Amitabha Sutra)*, and Ma-ha-bat-nha ba-la-mat-da Tam Kinh *(the Heart sutra on the Maha Prajna Paramita)*, etc...

The 18th Centure witnessed the appearance of the versions belonging to the Basket of Discipline, such as Sa-di Quoc Am Thap Gioi *(The Ten Precepts of Samanera in the national language)* by Nhu Trung (1690-1780), or Oai Nghi Dien Am *(Samanera's everyday Conducts Interpreted in national language)* by Nhu Thi (1680-1740), etc...

At the turn of the 19th Century, we have the Phap Hoa Quoc Ngu Kinh *(The Lotus Sutra in Vietnamese)* by Phap Lien around 1852. From then on, Buddisht Scriptures in Vietnamse were translated and published in great number. Thus, we can safely say that the Vietnamese Tripitaka is a monumental collection of Buddhist literature translated from Chinese versions, as well as from Sanskrit, and Tibetan languages. The direct Pali tranlations of the Buddhist Canon, however, was collected and printed separatedly according to the criteria known worldwide, and was named the Vietnamese Therevadan Tripitaka *(Dai Tang Kinh Nam Truyen)*. Therefore, the Vietnamese Tripitaka does not contain the versions of the Sacred Scriptures from the original Pali language.

Above is a preliminary representation and some main characteristics of the proposed Vietnamese Tripitaka that should be compiled, edited and published with the purpose of providing a wealth of resource, a mine of information accomplished throughout history, to the academic scholars and prospective researchers, students and teachers of Buddhism, as well as interested non-acedemic readers and amateurish writers. The remaining versions that are not yet translated, or unaccomplished, will eventually be translated, compiled, and incorporated into the present Tripitaka.

The Vietnamese Tripitaka chose the Taisho Tripitaka as the master copy, in which every single work would be translated. The guidelines for performing this task would temporarily be specified as below:

1. The Vietnamse Tripitaka includes all translated versions from the Sacred Scriptures found in existence in our country throughout history, by numerous known scholars through the generations. This will help to get a general view over the progress of its compilation in the course of history.

2. With regards to the master copy, the Vietnamse translation would be based on the Taisho Tripitaka that comprised of 100 volumes, with somewhere closed to 1000 Chinese characters of 10pt-size in each of the volume. The seriel numbers would be coded after that of the Taisho. Each of the page in the Taisho is divided into 3 columns named a, b, and c. The number of pages and columns will also be notated in the translation for easily and coherently referencing.

3. Incidentally, each of the Chinese scriptural text may even have many Vietnamese translated versions; so accordingly, each of the serial number of the Taisho

would be tagged with A, B, C... as to differentiate with the various translations of the same original in Chinese.

4. With regards to the correction of the master copy in the process of translation, the manipulation is mostly based on the Taisho, with further reference to other available sources.

5. With regards to the discrepancies among the various edtions, it is the translator's discrete knowledge that will guide in the selection for the alternatives.

6. The translator is suggested to research more thoroughly other Tripitakas and Scriptures, in order to adjust for words or sentences found in the Chinese version that supposedly contradict the well-established orthodox doctrine.

7. The Chinese translation was done based mainly on the oral transmission and recitation. Consequently, lots of mispronunciation were found such as *sam*in Pali vs *sama*and *samyak*; *cala* vs *jala*; *muti* vs *muṭṭhi*, etc... In these cases, the translators will have to consult the equivalent texts in other diverse Chinese versions, and sometimes making reference to the available Sanskrit texts to estimate these words' original forms, and proposing the correct formats. These proposals would also be included in the footnote sections

8. Due to the variety of texts in different Buddhist Schools, we ought to have extensive comparative researches to arrive at a true understanding of the orthodox meanings accepted by all Buddhist traditions. This requirement is beyond the existing cabability of our translators. However, as the need arises, the different points of view

found in these texts would be noted and compared, and their notations will also be represented in the footnotes.

9. The Chinese translated works are divided into many juans (books or volumes. The Vietnamese version will not be in such divisions, but the beginning of each Chinese volume will also be specified in the footnotes.

10. Buddhist terms in a number of the Chinese versions, in the case when not widely adopted and used, may cause difficulties in understanding and studying; they would be retained as such, but their equivalent – more popular and readily adaptable – would be included in the footnotes. In appropriate cases, the translator's name, and the original text containing these obsolete words, will also be notated for further reference.

11. All sutra and doctrinal works mentioned in the footnotes will be represented in the same universal formats currently used by international scholars; these regulated formats about abreviations are always included at the end of each volume of the Vietnamese Tripitaka.

III. THE IMPLEMENTATION OF THE TRIPITAKA PROJECT

The implementation of the project developed through translating, editing, and publishing requires the establishment of a Council of the Vietnamese Tripitaka Project with a General Editor in charge, and with the major responsibilities assigned below:

1. The Translation Committee. In order to complete a translating work, these tasks have to be performed:

a. literary translation: the texts are distributed to scholars with relatively proficient Chinese, with at least a basic knowledge of Buddhist study, and with the linguistic ability needed to translate directly from Chinese to Vietnamese.

b. the revision and commentation: the main purpose of this regulating person is to review the rough translation and improve or elaborate on the wording, and correct the mistakes possibly found in the translation. In reality the revision work requires much more than just that.

First of all, there is the correction of the texts. This should generally be done before the actual transtation takes place. Correction of the texts at first may seem simple, because the translator just need to note these erroneous typographical mistakes. Most of these errors are explained in the footnotes of the Taisho Tripitaka, the translator just need to understand the content of the translating paragraph to select the appropriate characters from the footnote sections. However, due to the limited understanding level in Buddhism and the inadequate research ability, most translators don't choose the correct characters. Even the great Scholar An Thuan committed many of these errors by selecting an inappropriate representation of characters; because of the lack of Pali or Sanskrit equivalent texts, guess-work was most often applied. And these guess work is usually incorrect. Sometimes, errors are found not from re-written or block-printed editions, but from the original works themselves. Because Buddhist doctrine from India were passed down from generation to generation mostly in the form of oral recitation. The language deviation and phonetic inaccuracy, which could mistake the pronunciation of one word with another, can create the erroneous understanding of the original teachings. The person who translate from Chinese to Vietnamese, but without a proficient knowledge of Sanskrit, would not be able to detect these subtle mistakes in the Chinese version. And it would be of noteworthy to acknowledge that there are numerous and often occurring mistakes as such mentioned, in many Sanskrit to Chinese translations.

The needed revision focused on the Sanskrit Buddhist Canon. Its relevant influence in the translated documents often times caused difficulties in even the most knowledgeable of Old Chinese, and errors and mistakes happened to some of the most respected commentators of Buddhist literature. To thoroughly understand the contents of the works to be translated, it usually was necessary to find the exact documents in Sanskrit in order to do the comparison. The most reknown Venerable Jizang made plenty of mistakes in his commentaries because he just did not have a comparable source to decipher whether the sentences were active or passive; so he did err on occation, for example he had mistaken one who killed with the one being killed in a certain section of the Srimaladevi Sutra; this particular Sanskrit version was lost, it was a discovery noted in the Siksasamuccaya of Santideva.

Many original Sanskrit texts were lost over the years. Even some of the more important ones like the Maha Vaibhasya only existed in the translated form by Xuanzhuang. Fortunately, the original text of Kosabhasya was found, in which many chapters in the translated text have related notations, so that students of the Mahavaibhasya at least have a chance to concur and understand deeper into the content of this notable document. Reading a text without having a strong grip of understanding its content, is probably because of the fact that even the translator didn't even grasp the full content of a document or understand it incorrectly, how could one expect the readers to get the meaning of the translated text? Therefore, the task of revision is not simply just improving and correcting the insufficiencies in the grammatical errors of the translation, but it requires an extensive research to really understand the content of the original document in its limited possibilities.

The Vietnamese Tripitaka is a translation from the Chinese version. The translator should not just alter the content as needed, even if the mistakes were found in the Chinese texts. Because these errors still carried historical bearings, no one should take the liberty to change or delete anything from it. On the other hand, the Vietnamese Tripitaka should not just ignore these misrepresentations found in translated Chinese literature. These errors should always be indicated, and its revision should be suggested and denoted in the footnote area to clearly explain the difference so that the Vietnamese version can correlate well to the Chinese translation.

Above, we just pointed out the few particular requirements to proceed with the translation of Scripture in a relatively acceptable manner. In the present condition, we have very few individuals who are truly qualified with those specifications. Thus, the steps needed now are more indicative of a process to train more qualified translators, not just merely creating translating agents, but enriching those who already have an acceptable understanding of Buddhist philosophy together with an ability to read and understand all selected languages of the Sacred Scripture, namely Pali, Sanskrit, Tibetan, and Chinese. In the current translation work in the world, those who want to study Buddhism but do not know these old languages fluently, would not fare very well in understanding the basic canonical teachings. Anzong, the manager of the translation academy under the sponsorship of Emperor Sui Yangdi, also required such knowledge of his collaborators in hope of being admitted to the academy. Besides the need of profound knowledge of the Sanskrit language and Buddhist teachings, he also requested the comfortable range of knowledge in matters outside of Buddhism as well.

More specifics in creating a department to help training more translators for the Tripitaka work will be presented in a separate documentation at a later time.

2. The Publishing Committeee. The areas in publishing the Tripitaka include:

a. the correction of all the spelling mistakes in the translated documents. Oftentimes, these errors are being corrected as needed when the readers noticed them while the documents are being used. These readers can be just regular monks, nuns, or just lay buddhists, certainly not experts in the field, thus they are more apt to have less experience in discovering these errors. Even the so-called already corrected texts that are in use, still contain many of these mistakes.

b. the presentation of the text. This task depends on the available computer technology. In the beginning, there are few experts in the field of computerized presentation and lay-out for publishing the finished texts into books. The task was done mostly by self-taught and self-produced individuals. Therefore, many do not master the technique available in the program enough to successfully employ the software ability to its fullness for the purpose of presenting the works to their perfection.

The translation of the Tripitaka is expected to take roughly 15 years or more to complete. Hence the entire set up cannot be created completely at one time. In that long drawn-out period of time, of course technology continues to improve and the presentation method may vary accordingly. The resulting manuscripts that are done at various times during the process will reflect this unavoidable difference.

c. the printing process. After the presentation and lay-out work is accepted, the translated manuscript will be given to the printing companies that are contracted for this work. This final part at the printers is usually more stable. But there is still the need for someone to check in over time on the printing process to ensure that technical difficulties do not result from it.

d. the distribution, marketing, and delivery. Distribution and delivery of the Tripitaka will not be an unimportant task. It should be done by a taskforce created specifically for this purpose, but for now the printing companies are in charge of this process because there is not enough manpower to provide a separate department. Besides, the Tripitaka translation task should be the mutual work of all Vietnamese Buddhists, no matter what sects, traditions, schools, or groups. All sangha members should be involved and partook in the taskforce, whether it is by manual works, mental helps or monetary contributions, individually or by groups. The marketing of the final and complete Vietnamese Tripitaka also requires a separate department to handle this task more effectively, but of course our manpower resource does not allow it, so once again, the work is now temporarily in the hands of the printing companies.

CONCLUSION

More than two thousand years since the fundamental teachings of the Buddha have arrived in Viet Nam. Buddhism has been practiced and applied by many generations. It has rewarded numerous individuals and societies with the feeling of peace and comfort in their lives. It has contributed in the development, growth, and success of many social groups, both sentimentally and intellectually. But so far, the tasks of translating, printing, and distributing Buddhist literature as the foundation on which to base our beliefs and practice, were never performed as a taskforce that really should encompass the entire nation.

The historical Chinese Buddhist translation also spanned out almost two thousand years, but with the grand success of creating, maintaining, and saving the immense wealth of literature despite many close calls to being destroyed due to ignorance and fanaticism. The great success of the Chinese Tripitaka was partly due to the royal endorsement of many dynasties that believed in Buddhism, and due to the wholesome support of the people in various times in history. Vietnam also have had royal Buddhist believers, but because of many factors including political and social impacts, there was never a well organized assembly supported by the royalty to take on the task of composing our Buddhist canon. Just because of the need of their own practice and learning, that some of the sutras were translated by individual monks throughout history, but those individual works were not enough to become the foundation on which to base the needed research and exploration deep into the teachings.

The most recent occasion was in 1973, when a historical first-ever committee of Tripitaka translators was formed, which included The Most Venerable Thich Tri Tinh as Chairman, the Most Venerable Thich Quang Do as Secretary General, and many highly capable monks who already have plenty of experience in translating texts, and highly regarded in the research area of Buddhist literature. This committee was supported and overseen by the Executive Institute of the Sangha, a part of the Unified Buddhist Church of Vietnam. The slate for this committee was prepared on a grand scale, but again due to the war torn situation in Vietnam at that time, only a very small portion of the works was finished. This meager accomplishment was later assembled and printed in 1993 by the Vietnamese Institute of Buddhist Research, under the guidance of the Vietnamese Buddhist Church, and was renamed "the Vietnamese Tripitaka." In this collection, the Agamas (kinh A Ham) was assigned by the Translation Committee into two parts: the Truong A Ham (The Long Agamas) and Tap A Ham (The Connected Agamas) were given to the Most Venerable Thich Thien Sieu, the Most Venerable Thich Tri Thanh, and the Venerable Tue Sy of the Hai Duc Institute of Higher Buddhist Studies located in Nha Trang. The second section, the Trung A Ham (The Midium Agamas) and Tang nhat A Ham (The Enumerated Agamas) were the responsibility of the Most Venerable ThichThanh Tu, the Most Venerable Thich Buu Hue, the Most Venerable Thich Thien Tam of the Hue Nghiem Institute of Higher Buddhist Studies of Saigon.

Besides the Agamas, other works were also accomplished, including:

Works by the Most Venerable Thich Tri Nghiem: The Mahaprajna Paramita Sutra (Chinese translation by Xuanzhuang) belonging to the Mahaprajna literature. This sutra contains 600 volumes.

Works by the Most Venerable Thich Tri Tinh: 1/ The Maha Prajna Paramita Sutra (Chinese translation by Kumarajiva) belonging to the Mahaprajna literature.; 2/ The Lotus Sutra (Chinese translation by Kumarajiva)) belonging to the Pundarika literature; 3/ the Avatamsaka Sutra (Chinese translation by Śikśānanda), and 4/ the Maharatnakuta.

These extra works of the two scholars mentioned above were assembled and printed by their own disciples, and were not yet incorporated to the Tripitaka of Viet Nam.

There are others who were given parts of the work in the translation process but their results are not yet announced or seen.

Despite the good intention, the end result is quite minimal due to the difficult situations of the country at that time. Additionally, this result also does not meet the qualifications and the customary time to perform the revision and editing according to the current international criteria for researching and translating Buddhist documents. So this work that was once started well-intentionally, still could not be accepted as the standardized Buddhist literature collections, as the proven Vietnamese contributions to the spreading of the Buddha's golden scripture to all followers and believers in the world as the way to seek peace and happiness for all sentient beings.

Such grand work cannot be the contributions of certain individuals or group, nor a particular tradition or church, but it is the participating jobs of all Vietnamese Buddhist members as a whole; it cannot be of just one period of time, but spanning from generations to generations in existence and progressive improvement in this forever changing society. Such work is needed, first of all, to show profound gratitude to our many ancestors before us who have gone through numerous hardship, over countless asankhy time, in the sole purpose of seeking ways to bring peace and happiness to all sentient beings. Secondly, it is to continue the task of our ancestors and masters of propagating the teachings, that should be similar to a continuously well lit Lamp of Dharma, for all the world to benefit from.

In summary, with the benediction of all Buddhas and all the Holy Disciples and Sages, and through the blessings of the present Most Venerable Elders in the Vietnamese Buddhist ranks, we are urgently pleading to all four assemblies of Buddha's disciples to generously help, with all your might and mental ability, in this most profoundly needed Tripitaka Project, so that it could be proceeded firmly and continuously from our present time to many generations to come, so that the Lamp of Dharma could forever shine in this world, for the beneficial inner peace and happiness of each and everyone of us sentient beings.

The Vesak season of 2552 in Buddhist calendar.

(in the year of 2008 or Mau Ty)

Tri Sieu – Tue Sy

Trans. by **Vien Minh**

*

LƯỢC SỬ KHẮC BẢN
ĐẠI TẠNG KINH

TUỆ SỸ

I. SƠ KỲ LƯU THÔNG KINH ĐIIỂN

Mặc dù lịch sử Phật giáo truyền vào Trung quốc được truyền thuyết cho là chính thức vào thời Hán Minh Đế, niên hiệu Vĩnh bình 10 (Tl. 65) bởi Phạn tăng Ca-diếp Ma-đằng, và bản Kinh Phật đầu tiên được biết đến ở Hoa Hạ là Kinh *Tứ thập nhị chương*; nhưng truyền thuyết này được các nhà nghiên cứu ngày nay cho là ngụy tạo. Nhân vật đầu tiên truyền dịch Kinh Phật, với các bản dịch Phạn Hán ngày nay còn đọc được, phải kể là An Thế Cao 安世高, người An-tức (Ba-tư, Parsua/Perses), đến Trung Hoa dưới triều Hán Hoàn Đế, khoảng 147 Tl. Sự nghiệp phiên dịch của An Thế Cao, như được ghi chép trong *Xuất Tam tạng ký tập* quyển 2 (T55n2145_p0006b04), tất cả có 34 bộ 40 quyển.

Theo thống kê của *Khai nguyên Thích giáo lục* quyển 1 (T55n2154, tr. 477a22), kể từ Hậu Hán Hiếu Minh Hoàng đế, niên hiệu Vĩnh bình thứ 10 (Tl. 67), cho đến Đại Đường Thần

Vũ Hoàng đế, Khai nguyên 18 (Tl. 730), trải qua 664 năm, trong khoảng đó, tổng số kinh điển phiên dịch tính được 2278 bộ, 7046 quyển, với số lượng truyền dịch 176 người. Đây được xem là mốc cho khắc bản đầu tiên của Đại tạng kinh Hán văn.

Phật kinh được truyền dịch vào Trung Hoa có được một điểm thuận duyên cho sự phổ biến rộng rãi; đó là nhờ vào các bản chép tay trên giấy. Chữ Hán được phát minh rất sớm, nhưng trải qua các triều đại từ Châu đến Hán, văn tự được ghi chép trên các thẻ tre hay thẻ gỗ, được kết lại bằng dây thành quyển. Do bởi tính cồng kềnh của các quyển thẻ tre, người ta thay thế chúng, viết trên một loại lụa nhũn; nhưng giá của nó lại rất cao, vì vậy cần kiếm một nguyên liệu khác thay thế. Thái Luân 蔡倫 (Tl. 63-121), Hoạn quan dưới triều Hán Minh Đế (Tl. 28-75), sử dụng các vật liệu rẻ tiền như vỏ cây, vải bố, giẻ rách v.v..., sau quá trình xử lý, chế biến thành giấy. Nhờ phát minh này mà nửa thế kỷ sau, các bản dịch của An Thế Cao được lưu truyền, và Đạo An đã có thể sưu tập và thống kê các kinh điển đã được phiên dịch, sao chép và lưu thông rộng rãi. Tuy vậy, những gì được ghi trên lụa, trên giấy thật dễ bị thiêu hủy, chỉ những thứ được khác chạm trên đá mới mong tồn tại lâu dài. Điều này đã được chứng thực trong lịch sử lưu truyền Thánh giáo tại Trung quốc.

Khởi đầu du nhập trễ lắm cũng kể từ hậu bán thế kỷ II sau Tây lịch, cho đến khoảng đầu thế kỷ thứ V; trong khoảng 300 năm ấy, Phật giáo như vết dầu loang phát triển phồn thịnh trong quốc độ này, được tiếp đón nồng nhiệt từ hạng thượng lưu, trí thức cho đến bình dân, với những dịch giả tài danh như Cưu-ma-la-thập (Kumājīva), Phật-đà-bạt-đà-la (Buddhabhadra), v.v...; và những danh sĩ lỗi lạc đương thời như Tăng Duệ, Tăng Triệu, không chỉ nhất thời mà trong mọi thời đại.

Sau một thời thống nhất qua hai triều đại Ngụy và Lưỡng Tấn; cho đến Tây lịch 420, Đông Tấn bị lật đổ, Trung quốc bước vào thời kỳ phân tranh Nam Bắc Triều kéo dài trên một thế kỷ rưỡi. Trong đó, Nam triều (Tl. 420-589) bao gồm bốn nước: Tống, Tề, Lương, Trần. Bắc triều (Tl. 439-581) gồm năm nước: Bắc Ngụy, Đông Ngụy, Tây Ngụy, Bắc Tề và Bắc Chu.

Dưới sự thống trị của hai nước Ngụy và Chu trong Bắc triều, Phật giáo Trung quốc trải qua hai thời Pháp nạn khốc liệt.

Mặc dù nhờ vào phát minh giấy và mực mà kinh điển Phật giáo được lưu truyền phổ cập; tuy vậy, số lượng các bản chép tay được phổ biến không phải không có giới hạn của nó. Thêm vào đó, qua nhiều cuộc chiến tranh, và nhiều lần Phật giáo bị trấn áp, kinh điển bị thiêu hủy không phải không có. Số lượng bao nhiêu thì không thể biết rõ.

Cụ thể, dưới triều Bắc Ngụy, Phật giáo trải qua một trận đàn áp khốc liệt. Thái Vũ đế Thác-bạt-đào 太武帝拓跋燾 (408-452 Tl.), vị Hoàng đế thứ ba của triều Bắc Ngụy 北魏, năm thứ 7 Thái bình chân quân (Tl. 446), ban bố lệnh tru diệt hết sa-môn trong thiên hạ, hủy Phật tượng, thiêu hủy kinh sách; từ đây về sau, ai nói đến Phật sẽ bị tru diệt cả nhà. Thái tử Thác-bạt-hoảng 拓跋晃 lại là người sùng mộ Phật pháp, ba lần dâng biểu can, không được nghe theo, bèn bí mật thông tin khiến nhiều tăng lữ trốn thoát nạn tru diệt, nhiều kinh sách được bí mật cất dấu bảo toàn. Năm năm sau, Thác-bạt-hoảng bị Tông Ái giết. Sáu năm sau (Tl. 452), Thái Vũ đế bị hoạn quan Tông Ái 宗愛 giết, tôn Thác-bạt-dư lên ngôi. Cũng trong năm đó Thác-bạt-dư 拓跋餘 bị giết; trưởng tử của Thác-bạt-hoảng, đích tôn của Thác-bạt-đào, là Thác-bạt-tuấn 拓跋濬 lên ngôi, hủy bỏ lệnh diệt Phật, trùng hưng Phật pháp.

Hơn một thế kỷ rưỡi sau, Phật giáo Trung Hoa lại trải qua một tai kiếp khác đưới thời Bắc Chu Vũ đế (543-578 Tl.). Chu Vũ đế Vũ Văn Ung 周武帝宇文邕(543—578) ban đầu tuy cũng tín phụng Phật giáo, nhưng về sau do chịu ảnh hưởng Nho giáo, xếp hạng Nho giáo số một, Đạo giáo số hai, Phật giáo liệt vào hạng ba thấp kém nhất. Niên hiệu Kiến đức thứ 3 (Tl. 574), hạ chiếu dứt trừ Phật giáo và Đạo giáo, hủy diệt kinh tượng, bãi bỏ sa-môn, đạo sĩ. Kiến đức năm thứ 6 (T. 577), sau khi diệt Tề, tại vương quốc này, nơi Phật giáo thịnh hành sau thời bị đàn áp, Chu Vũ đế tiến hành quy mô chính sách diệt Phật, cưỡng bức hơn 300 vạn tăng ni hoàn tục, phá hủy hơn 4 vạn cảnh chùa. Năm sau (Tl. 578), Chu Vũ đế mất, trưởng Vũ Văn Uân 宇文贇 tức vị, hiệu 宣 帝 Tuyên đế. Năm Đại thành 1 (579), Tuyên đế ban chiếu trùng hưng Phật giáo. Cũng năm đó, truyền ngôi cho con Vũ Văn Xiển 宇文闡, bấy giờ mới 7 tuổi, hiệu Tĩnh đế 靜帝. Năm Đại tượng 3 (Tl. 581), Tùy vương Dương Kiên 隨王楊堅 bức bách Tĩnh đế hạ chiếu nhường ngôi.

II. TÙY-ĐƯỜNG: KHẮC KINH VÁCH ĐÁ 房山石經

Dương Kiên phế Bắc Chu Tĩnh đế, tự lập xưng đế, cải nguyên hiệu Khai hoàng, đổi quốc hiệu Đại Tùy, thống nhất toàn bộ Trung quốc, mở ra một kỷ nguyên mới trong lịch sử Trung quốc: thời đại hoàng kim của Phật giáo, đỉnh cao văn học, tư tưởng trải qua các triều Tùy, Đường, Tống.

Ngay sau khi tức vị, Tùy Văn đế hạ chiếu tu sửa các tự viện bị phá hủy dưới các triều Bắc Ngụy Thái Vũ đế và Bắc Chu Vũ đế; sưu tầm lại những kinh điển được cất giấu, hoặc bị thất lạc.

Trải qua hai cuộc Pháp nạn, Đại sư Huệ Tư 慧思 (515-577), vị Tổ thứ hai của tông Thiên thai, ưu tư về sự lưu truyền kinh điển. Thánh điển được lưu truyền nhờ vào phương tiện sao tả. Thế nhưng, chữ viết trên lụa hay giấy rất dễ bị thiêu hủy qua những cuộc Pháp nạn có thể sẽ diễn ra như đã từng diễn; do đó có ý tưởng khắc kinh điển lên đá trong các hang động, thì giả sử Pháp nạn có tái diễn, kinh điển chép trên giấy có thể bị thiêu hủy hết nhưng kinh khắc trên đá có thể được bảo tồn. Đại sư tịch mà ý tưởng này chưa được thực hiện.

Nhân lúc nhà Tùy khởi nghiệp, ban hành chiếu chỉ trùng hưng Phật giáo, Tĩnh Uyển (?−639) cùng đệ tử thừa tiếp tâm nguyện của Bổn sư, trong niên hiệu Đại nghiệp (605-618), dưới thời Tùy Văn Đế, khởi sự vận động khắc kinh lên đá. Thăm dò nhiều nơi, sau cùng chọn Phòng sơn, phía Tây U châu, Bắc kinh ngày nay, đục núi đá thành nhà đá (thạch thất). Mài láng bốn vách thạch thất rồi khắc kinh lên đó. Sau khi khắc đầy một thất, lấy đá lấp cửa và cài khóa sắt lại. Nhân khi Tùy Dượng đế 隨煬帝 (Tl. 569-618) đến Trác quận (U châu), em của Tiêu Hoàng hậu là Nội sử thị lang Tiêu Vũ hay biết sự việc này. Vốn là người sùng tín Phật pháp, Tiêu Vũ 蕭瑀 trình bày sự việc lên Tiêu Hoàng hậu. Tiêu Vũ và Tiêu Hậu cùng ủng hộ tài chánh rất lớn, và dân chúng hay biết tin này thảy cùng quyên góp công đức tán trợ, khiến cho công việc khắc kinh vách đá được tiến hành thuận lợi. Cho đến năm Đường Trinh quán 13 (Tl. 639), Tĩnh Uyển tịch, môn nhân đệ tử tiếp tục sự nhiệp khắc kinh vách đá. Nơi khắc kinh, ngày nay được biết là Thạch kinh sơn (núi khắc kinh trên đá), chùa Vân cư, huyện Phòng sơn, Bắc kinh 北京房山縣雲居寺石經山. Đại tang kinh được khắc vách đá nơi đây được gọi là Phòng sơn Vân cư tự thạch khắc Phật giáo Đại tạng kinh 房山云居寺石刻佛教大藏经, gọi tắt là Phòng sơn thạch kinh 房山石經. Sự nghiệp khắc kinh vách đá, dù có trải qua những thời trở ngại vì chiến tranh, nhưng vẫn được liên tục qua nhiều triều đại từ Đường cho đến cuối triều Minh, suốt hơn một nghìn năm. Tín tâm kiên cố trong sự nghiệp bảo tồn Thánh giáo tồn tại thế gian của người xưa như vậy thật đáng kính ngưỡng vô cùng.

Khắc kinh vách đá tuy có thể được bảo tồn, tránh khỏi những tai kiếp Pháp nạn, nhưng không thể lưu truyền phổ cập nhân gian.

Cho đến thời Đường, do trình độ phát triển văn hóa nghệ đạt đến đỉnh cao, nhu cầu phổ biến các tác phẩm văn học nghệ thuật, và nhất là nhu cầu phổ biến kinh điển Phật giáo trong thời kỳ cực thịnh này, kỹ thuật ấn loát bằng khắc bản xuất hiện. Hiện tượng này có thể được xác nhận qua ký tải của nhà bình luận văn học Chu Dục 朱翌 (1097-1167) thời Tống Huy Tông 宋徽宗 (1082-1135), viết trong *Ỷ giác liêu tạp ký* 猗覺寮雜記: "Văn tự được khắc bản chưa thấy có trước đời Đường. Vào thời mạt Đường (859-868), người ta mới thấy xuất hiện *mặc bản* 墨板 ở Ích châu. Cho đến thời Hậu Đường (923-937) mới thấy có khắc chín kinh (9 bộ kinh điển của Nho gia), thâu thập các kinh sử được thâu thập trong nhân gian, lấy bản khắc làm chính." *Mặc bản* được nói trong đây chỉ cho kỹ thuật khắc bản; trước hết, từng chữ đơn được khắc chạm lên bản gỗ, sau đó mực được thếp vào rồi in ra giấy.

Tận dụng kỹ thuật này, các bản kinh ngắn, đà-la-ni, thần chú, nội dung trong một tờ giấy, phổ biến rộng rãi dưới triều đại nhà Đường, ngày nay được phát hiện khá nhiều. Dù vậy, kinh điển được phiên dịch, trước tác từ trước, và trong thời Đường, giáo nghĩa của các tông phái thịnh hành như Thiên thai, Hoa nghiêm, Thiền tông, vẫn chưa được tập đại thành như một tổng tập Tam Tạng Thánh Giáo mệnh danh là Đại Tạng kinh. Mặc dù các nhà biên soạn mục lục kinh điển Thánh giáo kể từ Đạo An cũng đã phân loại theo truyền thống bắt nguồn từ Ấn-độ, lưu truyền trong Thánh điển các bộ phái gọi là Tam tạng (*tripiṭaka*); trong đó lại phân thành Tiểu thừa và Đại thừa.

Lịch sử Phật giáo Trung quốc sau thời kỳ cực thịnh dưới triều đại nhà Đường, lại phải trải một thời bị đàn áp khốc liệt bởi Sài Vinh Chu Thế Tông (Tl. 921-959), vị Hoàng Đế thứ hai của Hậu Chu, vào thời đại mà lịch sử Trung quốc gọi là "Ngũ đại thập quốc", các phiên trấn nổi lên cát cứ sau khi thế lực Đại Đường suy tàn và sụp đổ, xã hội nhiễu nhương loạn lạc. Chu Thế tông Sài Vinh 周世宗柴榮 (921-959) vốn không ưa Phật giáo. Năm Hiển khánh 1 (Tl. 954) tức vị Hoàng đế, ngay năm sau, ban hành chiếu lệnh phá hủy các chùa không thuộc sắc tứ, mở đầu phong trào diệt Phật. Năm 959 Tl., Thế Tông băng, Triệu Khuông Dẫn chấp chưởng binh quyền, năm sau tức vị Hoàng Đế, hiệu Thái Tổ, mở đầu triều đại Tống. Lệnh hủy Phật được bãi bỏ, xây dựng lại các chùa bị phá hủy, với mục đích ổn định an ninh, trật tự xã hội, sau thời gian dài loạn lạc nhiễu nhương, và cũng là chính sách thu phục các nước phương nam như Ngô Việt quy thuận. Sinh khí Phật giáo lại được khôi phục.

III. TỐNG KHẮC BẢN

Triều đại Tống bắt đầu từ năm Tl. 960 cho đến 1279, trải qua 18 đời Hoàng đế, trong 319 năm.

Năm Tl. 960, nhân vụ Trần kiều binh biến, Hậu Chu Cung đế bị bức bách thoái vụ, Triệu Khuông Dẫn được thuộc hạ suy tôn tức vị Hoàng đế, hiệu Thái Tổ, đóng đô Biện kinh, nay là thành phố Khai phong, tỉnh Hà nam. Đến đời Tông Khâm Tông, niên hiệu Tĩnh khang 2 (1127), quân Kim đánh chiếm phủ Khai phong, bắt làm tù binh cha con Tống Huy Tông và Tống Khâm Tông. Đây là khoảng thời gian sử Trung quốc gọi là triều đại Bắc Tống.

Tống Cao Tông, con trai thứ 9 của Tống Huy Tông chạy xuống phía nam, xưng đế ở phủ Khai phong; tồn tại cho đến Tl. 1279 sử gọi là thời Nam Tống. Vua vua cuối cùng, thứ 9, của Nam Tống là Tống Thiếu đế Triệu Bính 宋少帝趙昺, tức vị năm mới 7 tuổi, vỏn vẹn 313 ngày, mất nước, tuẫn quốc. Nam Tống tồn tại tổng cộng 152 năm.

Trong khoảng thời gian này, ngay từ buổi đầu của triều đại, người khai sáng triều đại đã mở ra một phương tiện mới mẻ trong lịch sử lưu truyền Thánh điển: khắc bản Kinh. Khởi đầu từ Tống Thái Tổ, vị hoàng đế khai quốc, cho đến Tống Thiếu đế, vị vua cuối cùng, trong Triều Tống đã có 5 khắc bản Đại tạng kinh.

Cũng trong triều đại nhà Tống, hai triều Liêu và Kim lần lượt thay nhau thống trị một phần đất của Bắc Tống, và mỗi triều đều có khắc bản Đại tạng kinh. Như vậy, trong khoảng 313 năm, dưới ba triều đại Tống, Liêu, Kim, lần lần xuất hiện 7 bộ khắc bản Đại tạng kinh.

1. Khai bảo tạng 開寶藏

Niên hiệu Khai bảo 4 (Tl. 971), Tống Thái Tổ Triệu Khuông Dẫn lệnh sai hoạn quan Cao phẩm Nội thị Trương Tòng Tín 高品 內侍張從信 đến Ích châu (Thành Đô, Tứ Xuyên) khắc bản, y cứ phương pháp phân loại của *Khai nguyên Thích giáo lục* 開元釋 教錄, bản Kinh lục được biên soạn bởi Trí Thăng 智昇, hoàn tất trong niên hiệu Khai nguyên 18 (Tl. 730), đời Đường. Đây là bản thư mục thống kê số lượng kinh điển được phiên dịch từ khởi thủy, được cho là từ thời Hán Hiếu Minh Hoàng Đế năm Vĩnh bình thứ 10 (T.67), cho đến thời Đại Đường Thần Vũ Hoàng Đế năm Khai nguyên 18 (Tl. 730), trải qua 664 năm, tổng số dịch giả 176 vị, tổng số kinh điển được phiên dịch từ cả hai thừa, bao gồm cả những bản dịch không rõ danh hiệu người dịch, thống kê 2278 bộ, 7046 quyển.

Đây là khắc bản đầu tiên của Thánh điển Phật giáo Trung hoa, được mệnh danh Khai bảo tạng 開寶藏, do bởi được khởi công khắc bản trong niên hiệu Khai bảo triều Tống Thái tổ. Cũng gọi là Khai bảo Đại tạng kinh 開寶大藏經, Bắc Tống khắc bản Đại tạng kinh 北宋刻版大藏經, Thục bản Đại tạng kinh 蜀版大藏經, vì được khắc bản tại Ích châu, Ba Thục.

Thành Đô 成都, nguyên là đất Ba Thục, địa điểm phát nguyên nghệ thuật điêu khắc của Trung quốc. Thành Đô cũng là trung tâm chế tạo giấy từ thời Đường. Giấy được sản xuất tại đây, vận chuyển đến các nơi như Trường An, Lạc Dương, v.v... Nghề giấy với nghề khắc bản có những quan hệ mật thiết trong sản xuất và tiêu thụ. Công trình khắc bản cho đến niên hiệu Thái bình hưng quốc 7 (Tl. 982), dưới triều Tống Thái Tông Triệu Quang Nghĩa thì hoàn thành.

Sau khi khắc bản được hoàn thành, các bản gỗ, tất cả trên 13 vạn khối, kinh điển 5048 quyển, đóng thành 480 pho. Con số này hoàn toàn phù hợp với con số được thống kê trong *Khai nguyên Thích giáo lục*, phần "Nhập tạng lục".

Từ Ích châu, các bản gỗ được vận chuyển về chùa Thái bình hưng quốc trong phủ Khai phong, thủ đô Bắc Tống. Từ đó in ra giấy và lưu thông.

Thái bình hưng quốc tự 太平興國寺 nguyên là ngôi chùa đã có từ đời Đường, hiệu là Long hưng tự 龍興寺, đến đời Chu Thế Tông đổi lại là kho Long hưng 龍興倉. Thái bình hưng quốc 3 (Tl.978), Tống Thái Tông, lấy niên hiệu của mình đổi tên chùa thành Hưng quốc tự. Hai năm sau, Thái bình hưng quốc 5 (980), vua sắc phía tây đại điện chùa lập Dịch kinh viện. Cùng năm đó, hai vị Phạn tăng Thiên Tức Tai 天息災 (Devaśāntika) cùng với Thi Hộ 施護 (Dānapāla) mang Phạn bản đến Biện kinh. Thái bình hưng quốc 7 (982), Dịch kinh viện 譯經院 hoàn thành, vua cho mời Thiên Tức Tai đến đó chủ trì phiên dịch. Sau đó, Thái bình hưng quốc 8 (983), Dịch kinh viện được đổi thành Truyền pháp viện 傳法院.

Khi các bản khắc gỗ được vận chuyển từ Ích châu về đây, Truyền pháp viện được đổi thành Ấn kinh viện 印經院, với nhiệm vụ in ra giấy thành kinh quyển lưu thông.

Năm 983 Tl., Tăng Điêu Nhiên 奝然 (Chūnen), người Nhật đến Trung hoa cầu học Phật pháp. Ba năm sau (985 Tl.), Điêu Nhiên trở về Nhật, mang theo nhiều kinh điển Phật giáo, trong đó có Đại Tạng Kinh được Tống Thái Tông ban tặng. Đây là Đại tạng kinh khắc bản Thục lần đầu tiên được lưu truyền ngoài đất Tống.

Sử ta cũng chép, sau trận đại thắng quân Tống Tl 981 lãnh đạo bởi vua Lê Đại Hành; vua Tống Triệu Khuông Nghĩa trong ba năm, từ 985-987, đã ba lần sai sứ bộ ngoại giao sang nước ta giao hảo. Giai thoại về bài thơ "Nga nga lưỡng nga nga," đối đáp xướng họa giữa sứ thần Tống Lý và Sư Pháp Thuận, cùng với Đại sư Khuông Việt trong vai trò ngoại giao tiếp và tiễn sứ thần Tống, cho thấy có khả năng bằng chính sách ngoại giao thông qua Phật giáo để tránh xung đột quân sự với nước lớn, đã đề nghị thỉnh một khắc bản Đại tạng kinh do Tống Thái Tổ chủ xướng và khắc bản hoàn thành dưới triều Tông Thái Tông như đã thấy trên. Lý Giác sang sứ nước ta lần thứ hai năm Tl. 985 và lần này đã diễn ra giải thoại thi ca. Năm đó cũng là năm Sư Nhật bản Điêu Nhiên được vua Tống tặng một bộ khắc bản Đại tạng kinh. Cả hai khắc bản này tất nhiên là bộ Khai bảo tạng, được in ấn để phổ biến trong năm 984.

Đỗ Thành Huy, trong tác phẩm "Khảo cứu Ấn kinh viện đời Tống" 宋代印經院考 (杜成輝) - 中國史研究 第97輯 (2015. 8), nói rằng, ngoại trừ Nhật Bản, Khai bảo tạng còn được ban tặng các nước như Nữ-chân, Tây Hạ, Cao-lệ, Giao chỉ v.v...

Trong nguồn sử liệu Việt cũng có đề cập một khắc bản được ban tặng cho vua Lê Đại Hành. Nếu sử liệu này được minh xác, đây có thể là khắc bản Khai bảo tạng. Sử Việt chép, Tống Thái Tông, niên hiệu Thái bình hưng quốc 6 (981), lấy cớ Lê Hoàn soán ngôi họ Đinh, cử quân sang đánh nước ta và bị đánh bại trên sông Bạch đằng. Hai năm sau, Tống Thái bình hưng quốc 8 (983), vua Lê Đại Hành sai sứ sang thông hiếu với nhà Tống. Năm sau, Tống Thái Tông niên hiệu Ung hy (984) cũng ban tặng Đại tạng kinh khắc bản Khai bảo tạng cho Tăng Nhật bản Điêu Nhiên.

Niên hiệu Đoan củng (988-989), khắc bản Khai bảo tạng cũng được Tống Thái Tông ban tặng cho nước Cao-lệ (Triều Tiên). Những sự kiện này cho thấy, triều Tống đã vận dụng Phật giáo trong chính sách ngoại giao để thần phục các nước nhỏ lân cận mà không thể bá chiếm bằng vũ lực.

Một cách tổng quát, tại Trung Hoa, khởi đầu từ triều Tống, cho đến cuối cũng triều Thanh, lần lượt xuất hiện có đến 17 khắc bản Đại tạng kinh. Ngoài ra, còn có các khắc bản Cao Ly và Nhật Bản.

Như đã giới thiệu tổng quát, đây là khắc bản đầu tiên của Đại tạng kinh Hán văn, khởi sự khắc vào niên hiệu Khai bảo 4 (Tl. 971) dưới triều Tống Thái tổ, hoàn tất vào niên hiệu Thái bình hưng quốc 8 (Tl. 983). Khắc bản chuẩn theo *Khai nguyên Thích giáo lục*, bản Kinh lục kết thúc năm Tl. 730. Các kinh được phiên dịch, trước tác, sau thời điểm này, cho đến dưới thời Tống Thái tông, chưa được nhập tạng. Theo thống kê của *Tục Trinh nguyên Thích giáo lục* 續貞元釋教錄, các kinh điển kể từ sau thống kê Khai nguyên Thích giáo lục chưa được nhập tạng, trải qua bốn triều vua: Huyền Tông, Túc tông, Đại tông, Đức tông, trong 65 năm đó Phạn tăng phiên dịch có 7 vị, phiên dịch 134 bộ, gồm 199 quyển. Về đời Tống, theo tổng kết của *Thiên thánh Thích giáo Tổng lục* 天聖釋教總錄, phần "Tổng bài tân kinh nhập tạng lục hạ," kể từ Bắc Tống Thái bình hưng quốc năm thư 7 (Tl. 982) cho đến Đại trung tường phù thứ 8 (Tl. 1015), các bản dịch mới Kinh-Luật-Luận Đại Tiểu thừa, và Tây phương Đông độ Hiền Thánh tập truyện, tổng kết có 222 bộ, 569 quyển, trong 60 pho, được nhập tạng. Với phần nhập tạng các kinh điển mới này được thêm vào, Khai bảo tạng trải qua ba lần tu đính. (1) *Bản tu đính Hàm bình*: Khắc bản được hiệu đính trong khoảng niên hiệu Đoan củng 2 (989) đến Hàm bình (998-1003). (2) *Bản tu đinh Thiên hy*: khắc bản hiệu đính trong khoảng niên hiệu Thiên hy (1017-1021). (3) *Bản tu đính Hy ninh*: hiệu đinh năm Thiên hy thứ 4

(1071). Khắc bản hiệu đính này, năm Nguyên phong 6 (1083) được truyền vào Cao Ly.

2. Sùng ninh tạng 崇寧藏

Đây được xem là khắc bản Đại tạng kinh thứ hai dưới triều Tống. Khởi sự khắc niên hiêu Nguyên phong thứ 3 (1080) triều vua Tống Thần Tông; khắc bản hoàn tất dưới triều vua Bắc Tống Huy Tông 宋徽宗 năm Sùng ninh 3 (1104). Toàn tạng gồm 1440 bộ, 6108 quyển, trong 580 hòm. Do công tác khắc bản hoàn tất vào niên hiệu Sùng ninh nên được gọi là *Sùng ninh tạng*. Nguyên danh được gọi là "Phúc châu Đông thiên viện bản Đại tạng kinh 福州東禪院本大藏經," do khắc bản được khới công tại viện Đẳng giác, chùa Đông thiền, tỉnh Phúc châu 福州東禪寺等覺禪院; cũng được gọi là Sùng ninh Vạn thọ Đại tạng 崇寧萬壽大藏; gọi tắt là Phúc tạng 福藏. Khắc bản này do tư nhân, Sư Xung Chân, Trụ trì Chùa Đông thiền vận động quyên góp để điêu khắc, và các Trụ trì chùa Đông thiền tiếp theo, Trí Hoa, Trí Hiền, Đạo Phương, Phổ Minh chủ trì cho đến khi khắc bản cáo thành. Có thể nói là bản *tư khắc* đầu tiên, sau hai bản *quan khắc* Khai bảo tạng, và Khiết-đan tạng do triều đình Tống và Liêu chủ trương.

Từ khắc bản này, cho đến thời Nam Tống Hiếu Tông 宋孝宗 niên hiệu Thuần hy 3 (1176), do có thêm nhiều kinh, nên một khắc bản bổ sung được khắc, số kinh bấy giờ liệt kê có đến 6870 quyển.

Về sau, có 7 khắc bản Đại tạng kinh chuẩn theo khắc bản này, đó là Tì-lô tạng, Viên giác tạng, Tư phúc tạng, Tích sa tạng, Phổ ninh tạng, Hồng vũ nam tạng, và Vĩnh lạc nam tạng.

3. Tì-lô tạng 毗盧藏

Cũng như khắc bản Sùng ninh tạng, khắc bản này được khởi công ở tỉnh Phúc châu, và cũng đồng phong cách như Sùng ninh tạng; cả hai khắc bản này được gọi chung là Phúc châu tạng. Tì-lô tạng được khởi khắc dưới triều vua Bắc Tống Huy Tông 宋徽宗 năm Chính hòa thứ 2 (1112) cho đến triều vua Nam Tống Cao Tông 宋高宗 niên hiệu Thiệu hưng thứ 21 (1151), do các Tăng nhân chùa Khai nguyên tỉnh Phúc châu 福州開元寺 là Bổn Minh 本明, Bổn Ngộ 本悟, Hành Sùng 行崇... vận động quyên góp, và được sự ủng hộ rộng rãi bởi tín chúng địa phương. Toàn bộ gồm trong 595 hòm, 1451 bộ, 6132 quyển.

Đề danh "Tì-lô tạng" được biết là do bởi các Kinh trong tạng này thường thấy mở đầu với đề từ "Phúc châu quản nội chúng duyên ký Khai nguyên tự điêu tạo Tì-lô Đại tang kinh ấn bản nhất phó ngũ bách dư hàm 福州管內眾緣寄開元禪寺雕造毘盧大藏經印板一副五百餘函": Ấn bản Tì-lô Đại tạng kinh, một bộ gồm hơn 500 hòm, khắc bản bởi Khai nguyên Thiền tự, ký thác các duyên trong quản hạt tỉnh Phúc châu.

Khai nguyên 開元寺 là ngôi chùa cổ nhất trong tinh Phúc khiến ngày nay. Chùa có từ thời Lương Vũ Đế 梁武帝 niên hiệu Thái thanh 3 (549), tên gọi là Linh sơn tự 靈山寺, sau đổi thành Đại vân tự 大雲寺. Đời Đường, đổi tên thành Long hưng tự 龍興寺. Trong niên hiệu Khai nguyên 26 (738) triều vua Đường Huyền Tông, chùa một lần nữa được tên thành Khai nguyên tự. Do liên hệ với Mật tông nên Đại tạng kinh được khắc bản tại chùa này nên đề danh Tì-lô tạng. *Tì-lô*, danh hiệu nói tắt của Phật Tì-lô-giá-na (Vairocana) 毘盧遮那, Hán dịch là "Quang Minh Biến Chiếu 光明遍照," cũng thường xưng hiệu là Đại Nhật Như Lai 大日如來. Ngài là vị Phật chính trung ương trong năm vị Phật, Ngũ Trí Như Lai, trong Thai tạng giới mạn-đà-la (Garbhadhātu-maṇḍala) của Mật giáo.

Tương truyền Sơ Tổ Chân ngôn tông Nhật Bản Không Hải Đại Sư 空海大師 (Kūkai, 774-835) năm Tl. 804 du học Trung hoa; trên đường vượt biển, gặp bão, thuyền trôi dạt vào bến một xóm chài tỉnh Phúc kiến, và được quan chức địa phương đưa đến ngụ tại chùa Khai nguyên Phúc châu. Từ Phúc châu, Không Hải đi về Trường An, kinh đô nhà Đường bấy giờ; trú tại chùa Thanh long 青龍寺, được Huệ Quả truyền thọ Mật giáo, thành Sơ Tổ Chân tông Nhật bản.

4. Viên giác tạng 圓覺藏

Viên giác tạng, hay Tư khê tạng, hoặc gộp chung cả hai gọi là Tư khê Viên giác gạng, là khắc bản Đại tạng kinh tại Thiền viện Viên giác, thôn Tư khê, Hồ châu, nay là thành phố Hồ châu, tỉnh Triết giang (Hồ châu Tư khê Viên giác thiền viện Đại tạng kinh 湖州思溪圓覺禪院大藏經) do đó gọi là Hồ châu bản 湖州本, Triết bản 浙本;cũng được gọi là Nam Tống bản 南宋本,vìcông trình khắc bản được khởi sự ước định niên hiệu Tĩnh khang 1 (1126), trong triều Nam Tống thời vua Khâm Tông 宋欽宗, nhưng được hoàn tất vào thời Nam Tống Cao Tông 宋高宗 niên hiệu Thiệu hưng 2 (1132). Toàn tạng 548 hòm, 1435 bộ, 5480 quyển.

5. Tư phúc tạng 資福藏

Nam Tống, dưới thời vua Lý Tông, niên hiệu Bảo khánh 1 (1225), Hồ châu được đổi tên thành An cát châu 安吉州. Khoảng 20 năm sau, Thiền viện Viên giác về sau được cải danh thành Thiền viện chùa Tư phúc 資福禪寺.

Tư khê tạng trải qua 100 trăm có hư hại nhiều, do đó được chỉnh lý tu bổ lại, mà thời điểm khởi công khắc không được biết rõ; thời điểm cáo thành được biết trong khoảng niên hiệu Gia hy – Thuần hựu (1239-1252); toàn tạng 599 hòm, 1459 bộ, 5740 quyển. Do Thiền viện Viên giác bấy giờ đã được cải danh thành chùa Tư phúc, khắc bản bổ sung này được gọi là "Tư khê Tư phúc thiền tự Đại tạng kinh 安吉州思溪資福禪寺大藏經," tức khắc bản Đại tạng kinh do chùa Tư khê Tư phúc, châu An cát ấn hành, gọi tắt là Tư phúc tạng 資福藏. Tư khê tạng cũng theo đó mà được gọi là Tư phúc tạng.

So sánh với Viên giác tạng, khắc bản này nhiều hơn 51 hòm; số lượng kinh điển được thêm cũng nhiều hơn. Do sự khác biệt này, có quan điểm cho rằng đây là hai khắc bản khác nhau. Do vậy Tư khê Viên giác tạng được gọi là "Tiền Tư khê tạng 前思溪藏" và "Hậu Tư khê tạng 後思溪藏," và Tư phúc tạng được gọi là "Hậu Tư khê tạng 後思溪藏."

Thế nhưng, theo các nghiên cứu của một số học giả, cả hai bản đều có chung một bản gốc; bản Tư khê Tư phúc tạng chính xác là khắc bản bổ sung của bản Tư khê Viên giác tạng.

Chùa Tư phúc, vào năm Cảnh viêm 1 (1276), bị tướng Mông cổ Bá Nhan 伯顏 thiêu rụi. Tư phúc tạng cũng bị thiêu hủy theo.

Cuối đời Thanh, Dương Thủ Kính 杨守敬, trong những năm 1880-1884, tìm thấy nó tại Nhật bản, mua lại với giá 3000 nguyên. Tương truyền, do ảnh hưởng bởi công cuộc Duy tân của Thiên hoàng Minh trị, thư tịch bằng Hán văn người Nhật bị xem như cỏ rác, do đó nhiều sách cổ Hán văn bị tung ra bán.

Dương Thủ Kính nhân cơ hội đó, qua trung gian những người buôn sách cổ Hán, đã dọ hỏi mua lại được toàn bộ Tư khê tạng. Theo lời kể của Dương Thủ Kính, khắc bản Đại tạng được ấn hành bởi chùa Tư phúc, "An châu Tư khê Pháp bảo Tư phúc tự 安吉思溪法寶資福禪寺," tồn tại hai bộ ở Nhật bản; một bản ở chùa Quản sơn, tỉnh Cận giang 近江國菅山寺; bản kia, ở chùa Thiên an, tỉnh Sơn thành 山城國天安寺. Bản mà Dương Thủ Kính mua được là từ chùa Thiên an.

6. Tích sa tạng 磧砂藏

Dưới thời Nam Tống, niên hiệu Càn đạo 8 (1172), triều vua Hiếu Tông 孝宗, có thầy tăng hiệu Tịch Đường 寂堂 dựng am trên một cồn cát trong Trần hồ, phủ Bình giang, phụ cận tỉnh Giang tô ngày nay. Sau khi Sư viên tịch, môn đồ dựng tháp thờ xá-lợi của Sư, được ban cho một tấm biển ngạch đề là "Diên thánh Thiền viện 延聖禪院." Sau được thăng cấp, cải danh Tích sa Thiền tự 磧砂禪寺.

Tích sa ban đầu chỉ là một chùa nhỏ, nổi tiếng do nơi đây là địa danh khởi sự khắc bản Đại tạng kinh Tích sa.

Nam Tống, triều vua Lý Tông, khoảng niên hiệu Thiệu định 2 (1299), Tăng nhân chùa Thanh Khuê 清圭, Thanh Vũ 清宇..., đương thời nghề khắc bản đang phát triển, vận động dựng lên ở phía bắc chùa một phố Kinh phường, với chủ đích khắc in Đại tạng kinh.

Kinh phường, hay phố kinh doanh kinh điển, chủ yếu sao chép kinh điển, khắc bản, ấn hành, lưu thông. Hình thức kinh doanh này xuất hiện từ thời Đường, cho đến thời Minh, Thanh rất thịnh hành. Thời Đường tuy nghe khắc bản đã có nhưng bấy giờ kinh điển Phật giáo được lưu thông chủ yếu vẫn là sao chép. Sự nghiệp khắc bản kinh như đã thấy trên khởi sự từ thời Bắc Tống. Ban đầu chủ yếu sao chép, khắc bản kinh sách Phật giáo; cho đến thời Minh, Thanh mới phổ cập đến các sách quý ngoài Phật giáo.

Thời điểm khởi sự khắc bản Tích sa không được biết rõ. Sự nghiệp khắc bản cũng không theo một chương trình ấn định, mà tùy duyên mỗi khi quyên mộ đủ số tiền cần thiết thì in một bản Kinh. Chẳng hạn, dưới triều Nam Tống Lý Tông 理宗, niên hiệu Thiệu định 5 (1232), Triệu An Quốc, tông thất nhà Tống, đảm nhiệm vai trò Đô khuyến duyên đại đàn-việt, tức đại thí chủ tổng lý sự vụ khuyến duyên, hay quyên mộ, vận động Tăng tục trong vùng Giang Triết quyên mộ xuất bản kinh *Đại Bát-nhã* 600 quyển và *Ma-ha Bát-nhã* 30 quyển. Căn cứ nguồn thông tin này, sự nghiệp khắc bản cũng có thể phỏng định trong khoảng thời điểm này, tức trong khoảng niên hiệu Bảo khánh và Thiệu định (1225-1233).

Căn cứ các ghi chép trong các bản kinh được khắc này, thời gian thành lập Kinh phường, mệnh danh là Cục Đại tạng kinh 大藏經局 được phỏng định có thể vào năm Thiệu định 4 (1231). *Cục* hay *cuộc* 局 ở đây được hiểu là hiệu buôn hay cửa tiệm; tức là phố chuyên trách khắc và in Đại tạng kinh.

Niên hiệu Bảo hựu 6 (1258), triều vua Lý Tông, Nam Tống, Diên thánh viện bị hỏa tai, công việc khắc kinh bị gián đoạn; tiếp theo đến năm 1279 Nam Tống diệt vong, sự nghiệp khắc kinh cũng bị đình chỉ. Tích sa tạng được tiếp tục để hoàn thành khắc bản dưới thời Hốt-tất-liệt, triều đại Nguyên. Nam Tống cho đến Tl. 1279 mới hoàn hoàn toàn bị diệt vong bởi quân Mông cổ, nhưng trước đó, triều vua Tống Lý Tông niên hiệu Khai khánh 1 (1259), Hốt-tất-liệt công phá Ngạc châu (Vũ hán ngày nay), Hữu thừa tướng Giả Tợ Đạo 賈似道 quy hàng, đất Tống từ Trường giang trở về Bắc, thuộc Nguyên Mông. Sau 5 năm, Lý Tông mất, Độ Tông nối ngôi, đam mê tửu sắc, không quản triều chính. Năm 1273, Hốt-tất-liệt công phá Tương dương, giang san Tống bấy giờ hoàn toàn thuộc quân Nguyên Mông. Năm Hàm thuần 10 (1275), Độ Tông mất, con trai mới 3 tuổi lên ngôi, xưng Cung đế. Niên hiệu Đức hựu 12 (1275), Mông cổ chiếm Lâm an, thủ đô Nam Tống, Cung đế 5 tuổi bị bắt làm tù binh. Văn Thiên Tường cùng nhóm đại thần chạy trốn sang Phúc châu, ủng hộ Triệu Thị 趙昰 8 tuổi tức Cảnh Viêm Hoàng đế hiệu Đoan Tông 宋端宗. Hai năm sau, Đoan Tông, 10 tuổi, chạy trốn đến Quảng đông, bệnh chết tại đây. Triệu Bính 趙昺 7 tuổi lên ngôi, vị Hoàng đế cuối cùng. Năm sau, Văn Thiên Tường ôm vua nhảy sông tự vẫn.

Trong những năm cuối cùng triều đại 313 năm nhà Tống, sau trận hỏa hoạn thiêu rụi chùa Tích sa Diên thánh, khoảng niên hiệu Hàm thuần (1265-1274) triều vua Tống Độ Tông; bấy giờ Duy Cát 惟吉, vị trụ trì đời thứ 6 chùa Tích sa Diên thánh, khởi công trùng tu tái thiết. Chùa mới kiến trúc nguy nga, có Thiên viên điện, Đại hùng bảo điện, Quan Âm điện. Trong thời kỳ binh loạn, điêu linh mà dồn công sức vào công trình kiến trúc như vậy thì cũng khó có thể đảm trách sự nghiệp khắc kinh. Tất nhiên là như vậy. Phải trải qua 30 năm gián đoạn, khắc bản Tích sa tạng mới được tái tục.

Người Mông cổ thống trị Trung hoa, đặt quốc hiệu là Nguyên. Nhà Nguyên tồn tại chỉ vỏn vẹn 100 năm (1260-1368. Nguyên Thế Tổ Hốt-tất-liệt là một Phật tử, quy y và thọ pháp quán đảnh với Bát-tư-ba 八思巴 (Tib. *gro-mgon-chos-rgyal-'phags-pa*: Thánh giả Tuệ Tràng, tổ thứ 5 phái Sa skya pa – Tát-ca phái, 1239-1280); tuy vậy, theo chính sách mà Nguyên Thái Tổ Thành-cát-tư Hãn đã quy định, đãi ngộ bình đẳng giữa các tôn giáo. Trong hai triều Đại hãn, Mông-kha và Hốt-tât-liệt, đã nhiều lần cố gắng hòa giải tranh chấp kịch liệt giữa Lão giáo và Phật giáo. Hốt-tất-liệt thành công trong chính sách hòa giải với sự chủ trì của hai vị sư Bát-tư-ba (Tây tạng, *Phags-pa*) và Lưu Bỉnh Trung 劉秉忠 (hiệu Tử Thông 子聰, Hán tộc, 1216-1274).

Dưới triều Nguyên Thành Tông 元成宗, khoảng niên hiệu Đại đức 1 (1298), dưới sự chủ trì của Quản-chủ-bát 管主八, vị Tăng lục phủ Tùng giang, Cục Đại tạng kinh được khôi phục, sự nghiệp khắc kinh Tích sa tạng được tiếp tục; cho đến niên hiệu Chí trị 2 (1322), triều Nguyên Anh Tông 元英宗, khắc bản Tích sa tạng được hoàn thành. Toàn tạng, tổng cộng có 591 hòm, 1532 bộ, 6362 quyển.

Tích sa tạng được khắc vào thời binh loạn, triều đại đổi thay, những thành tựu khó bảo tồn, dễ thất tán; do đó khi sự nghiệp khắc bản được khôi phục, để khắc phục những thất tán, cần phải căn cứ các khắc bản trước đó, như bản Tư phúc tạng, và cả sau đó, như Phổ ninh tạng.

IV. LIÊU: Khiết-đan tạng 契丹藏

Khiết-đan (Khitan), tên gọi chỉ ngữ tộc thuộc hệ Mông-cổ, cũng chỉ tên gọi bộ tộc. Ý nghĩa từ *khitan* chưa được xác định thống nhất giữa các nhà nghiên cứu. Phổ thông, trong tiếng slave (bao gồm Nga, Ukraina, Tiệp và Ba-lan), Китай *khitai* chỉ cho người Hoa. Mặt khác, từ thế kỷ 13-15, sự quật khởi của đế chế Kipchak Khanate (1242-1502), tiếng Anh cũng gọi là Golden Horde, Hoa ngữ hiện đại gọi là Kim trướng Hãn quốc 金帳汗國, một bộ phận tách rời của Đế chế Mông cổ; bấy giờ người Mông cổ gọi những dân tộc phương Bắc Trung hoa là Khiết-đan, do đó từ này cũng chỉ cho một bộ phận người Hoa.

Khitan nguyên là bộ tộc du mục thời cổ đại, thuộc một nhánh hậu duệ của người Mông cổ nguyên thủy (para-Mongolic nomadic people), cư dân vùng Nam Á, từ thế kỷ thư tư Tây lịch thuộc một phần lãnh thổ Mông cổ ngày nay, phía Bắc Trung quốc, khu vực Viễn Đông nước Nga.

Nguyên thủy, bộ tộc Khiết-đan chia làm tám bộ, họp thành một liên minh. Tám bộ liên minh bầu chọn người thủ lãnh, nhiệm kỳ ba năm. Sau ba năm, tuyển cử lại. Vị thủ lãnh được gọi là Khả-hãn. Khoảng đầu nhà Đường, tám bộ Khiết-đan hình thành liên minh bộ lạc. Buổi đầu, thủ lãnh liên minh bộ lạc thuộc về bộ lạc Đại hạ 大賀, một chi nhánh Khiết-đan. Đến thời Đường, niên hiệu Khai nguyên 18 (Tl. 730), liên minh Đại hạ nội loạn, bộ lạc Dao-liễn 遙輦 nổi lên thay thế. Năm Tl. 906, thủ lãnh bộ lạc Dao-liễn, Ngấn-đức-cận Khả hãn 痕德堇可汗 chết, bấy giờ thủ lãnh bộ lạc Điệt-lạt 迭剌 là Da-luật A-bảo-ki 耶律阿保機 được bầu làm thủ lãnh. Theo thể lệ liên minh, cứ mỗi ba năm bầu lại thủ lãnh. Da-luật A-bảo-ki, được nói là do ảnh hưởng chế đế quân chủ mãn đời của

Hoa Hạ (Trung quốc), do đó cố ý phế bỏ chế độ liên minh bầu cử, tự xưng Hoàng đế suốt đời như các Hoàng đế Trung hoa. Sau ba lần dẹp yên phản loạn nội bộ, năm 916, tức vị Hoàng đế, lấy quốc hiệu là Đại Khiết-đan quốc 大契丹國. Ngự trị 10 năm, năm 926, Da-luật A-bảo-ki mất, truyền ngôi cho con là Da-luật Đức Quang 耶律德光. Năm 946, Da-luật Đức Quang đổi quốc hiệu Khiết-đan thành Đại Liêu quốc 大遼國. Đến năm 983, quốc hiệu lại được đổi thành Khiết-đan. Năm 1066, đổi lại lần nữa, gọi là Đại Liêu, tồn tại cho đến 1125, với Khả-hãn cuối cùng là Thiên Tộ đế 天祚帝, Đại Liêu bị nhà Kim tiêu diệt.

Năm 1132, Da-luật Đại Thạch 耶律大石, chắt tám đời của Da-luật A-bảo-ki, trấn thủ thành Khả-đôn, một cổ thành của người Hồi-hột, lấy đó làm căn cứ địa, tự xưng đế, thành lập nước Tây Liêu 西遼. Năm 1211, Tây Liêu bị Khuất-xuất-luật 屈出律 (Kuchlug) soán vị. Khuất-xuất-luật người thuộc bộ tộc Nãi-man (Naiman) bị Thanh-cát Hãn tiêu diệt, trốn sang đầu quân Tây Liêu. Năm 1218, Khuất-xuất-luật bị người Mông-cổ giết. Tây Liêu bị diệt vong.

Người Khiết-đan nguyên thủy theo tín ngưỡng Vu giáo (Shamanism). Cho đến cuối thời nhà Đường, Da-luật A-bảo-ki chịu ảnh hưởng văn hóa Trung nguyên, các đạo giáo Phật, Nho, Lão lần hồi ảnh hưởng đến các sinh hoạt tín ngưỡng của người Khiết-đan.

Da-luật A-bảo-ki sau khi thống nhất tám bộ Khiết-đan, năm 916, tự lập xưng Đế, hiệu Thái tổ. Năm 927, Thái tông Da-luật Đức Quang, sau khi lên ngôi Hoàng đế, cất quân đánh chiếm Bột hải.

Bột hải 渤海 (Balhae/Parhae) nguyên ủy là vùng đất Đông Bắc Trung quốc, bao gồm Bắc bộ bán đảo Triều Tiên và một phần Viễn Đông nước Nga; cư dân của nó là bộ tộc Túc-mạt Mạt-hạt 粟末靺鞨, phụ thuộc Cao-cú-lệ. Công nguyên 668, Cao-cú-lệ bị liên quân Đường và Tân La diệt. Hơn 10 vạn di dân Cao-cú-lệ và bộ tộc Túc-mạt Mạt-hạt phụ thuộc Cao-cú-lệ bị di dời đến Liêu Tây Dinh châu (nay là thành phố Triều Dương, Liêu Ninh). 30 năm sau, thủ lãnh bộ tộc Túc-mật Mạt-hạt là Đại-tộ-vinh 大祚榮 suất lãnh bộ tộc trốn thoát về đất cũ. Công nguyên 698, tự lập xưng vương, đặt quốc hiệu "Chấn quốc" 震国, tự xưng "Chấn vương" 震王, thần phục triều Đường. Đường Huyền Tông niên hiệu Tiên thiên 2 (Tl. 713), phong Đại-tộ-vinh làm Tả kiêu vệ đại tướng quân, Bột hải quận vương. Năm 762, nhà Đường thăng quận Bột hải lên thành Bột hải quốc.

Trong thời kỳ Bột hải lập quốc, Phật giáo đã phát triển cực thịnh trong khu vực Đông Bắc Trung quốc. Ngày nay, nhiều di tích chùa chiền Phật tháp được phát hiện tại nhiều địa điểm trước kia thuộc Bột hải quốc, cho phép đánh giá trình độ phát triển của Phật giáo tại đây.

Liêu Thái Tông sau khi diệt Bột hải, tuyển chọn 50 tăng nhân tinh thông văn học từ Bột hải đưa về phủ Lâm hoàng Thượng kinh, dựng chùa Thiên hùng, an trí tăng lực Bột hải này ở đó hoằng truyền Phật pháp. Trải qua ba triều: Thánh Tông, Hưng Tông, Đạo Tông (983-1101), Phật giáo Đại Liêu phát triển cực thịnh.

7. Khiết-đan tạng 契丹藏

Liêu Hưng Tông Da-luật Tông Chân, vị Hoàng đế thứ bảy của người Khiết-đan, trong khoảng niên hiệu Cảnh phúc (1032-1054) lệnh sưu tập Kinh điển Phật giáo, khởi công khắc bản ở Nam kinh (Bắc bình ngày nay). Trải qua hơn 30 năm, đến thời Liêu Đạo Tông, niên hiệu Thanh ninh 9 (1063), hoặc có chỗ nói Hàm hưng 8 (1072), điêu khắc hoàn tất.

Đây là khắc bản thứ hai, sau Khai bảo tạng, trong lịch sử khắc bản Đại tạng kinh Trung hoa.

Phổ thông, gọi khắc bản này là Khiết-đan tạng 契丹藏, cũng gọi là Liêu Tạng 遼藏. Khiết-đan tạng khắc bản dựa trên bản tu đính Thiên hy của Khai bảo tạng đời Tống. Tuy lấy bản tu đính Thiên hy của Khai bảo tạng làm cơ sở, nhưng Khiết-đan tạng cũng thêm vào một số kinh điển đặc biệt được phiên dịch và trước tác, lưu truyền ở phương Bắc. Toàn ấn bản hiện đã thất lạc, nhưng theo văn bia "Dương đài sơn Thanh thủy sáng tạo tàng kinh ký" 陽臺山清水院創造藏經記, biên soạn bởi Sa-môn Chi Diên, chùa Thiên vương ở Yên kinh 燕京天王寺志延, vào năm Hàm ung 4 (1068), toàn bộ Khiết-đan tạng gồm 579 pho (hòm), nhiều hơn Khai bảo tạng 99 pho, trong đó, y cứ *Tục khai nguyên lục* có 25 pho; các chương sớ, kinh điển phiên dịch mới trong triều đại Tống có 74 pho. Khiết-đan tạng sau khi khắc bản hoàn tất và được ấn hành, ngay trong năm đó (1063), Liêu Đạo Tông Da-luật Hồng-cơ gởi tặng vua Cao-lệ Văn Tông 高麗文宗 (1046-1083) một bản, như là lễ phẩm ngoại giao sau một thời gian dài (993-1022) chiến tranh, cuối cùng cả hai đều mệt mỏi nên nghị hòa.

Khiết-đan tạng cũng được dùng làm cơ sở để khắc các kinh lên vách đá tại chùa Vân cư, Phòng sơn. Lai lịch khắc kinh vách đá chùa Vân cư Phòng sơn đã được nói đến ở trên. Ở đây, theo như tường thuật của Triệu Tốn Nhân 趙遵仁, trong "Tục huề thành tứ đại bộ kinh ký" 續鐫成四大部經記, vào niên hiệu Thái bình 7 (Tl. 1027), triều vua Liêu Thánh Tông, có Khu mật trực học sĩ Hàn Thiệu Phương 韓紹芳, bấy giờ đang là thứ sử Trác châu (Hà bắc ngày nay), nhân du lãm đến chùa Vân cư Phòng sơn, phát hiện động đá trên núi có vách đá khắc kinh, bèn cho mở cửa động, sau khi kiểm nghiệm, đối chiếu tên kinh và số quyển, nhận biết nguyên lai khắc kinh vách đá khởi sự từ Tăng Tĩnh Uyển từ đời Tùy, liên tục trải qua Đường, Tống. Hàn Thiệu Phương tâu lên Thánh Tông, đề nghị tiếp tục sự nghiệp khắc kinh vách đá này. Thánh Tông đáp ứng thỉnh cầu, tự xuất tiền và ủy nhiệm Du-già Đại sư Khả Huyền (Nguyên) 大師法諱可玄/元 chủ trì, bổ khuyết những kinh được phiên dịch trước và sau này mà chưa được khắc. Các đời vua tiếp theo, cho đến vua cuối cùng của Đại Liêu Thiên Tộ Đế thảy đều duy trì sự nghiệp khắc kinh vách đá này.

Một số nhà nghiên cứu suy đoán để bản cho kinh văn được khắc ở đây là khắc bản Khiết-đan tạng. Toàn bộ khắc bản Khiết-đan tạng đã thất truyền từ lâu, nhưng một số kinh tàn khuyết từ Khiết-đan tạng về sau được phát hiện, qua đối chiếu, các vị này đi đến kết luận Khiết-đan tạng chính là để bản cho kinh văn được khắc lên vách đá trong hai triều đại Liêu và Kim.

V. KIM: Triệu thành Kim tạng 趙城金藏

Kim, quốc hiệu của người Nữ-chân (Jurchen). Nữ-chân 女真 (về sau, do kỵ húy Liêu Chân Tông nên chữ Hán được viết lại 女直 *nữ trực*), nguyên là bộ tộc thuộc hệ ngôn ngữ Tungus Đông Á (East Asian Tungusic-speaking peoples). Các nhà nghiên cứu người Hoa gọi hệ ngôn ngữ này là ngữ hệ Mãn-Thông-cổ 滿-通古斯語系: hệ Manchu-Tungus. Từ *Manchus* hay *Mãn châu*, một số nhà nghiên cứu cho rằng nó là tên gọi do Hoàng Thái Cực 皇太极 (1592-1643), vị Hoàng đế đầu tiên thiết lập triều đại Mãn Thanh, phỏng theo danh hiệu Bồ-tát Mañjuśrī (Văn-thù-sư-lị), để chỉ hậu duệ của bộ tộc Nữ-chân.

Tổ tiên của người Nữ-chân, trong triều đại Tùy và Đường, được biết là bộ tộc 靺鞨 Mạt-hạt. Kim sử, thiên Bản kỷ 1 nói Mạt-hạt nguyên là một phân chi của Cao-cú-lệ (Cao-ly). Dưới thời Bắc Ngụy, Vật-cát có bảy bộ. Cho đến thời Đường chỉ còn hai bộ được biết đến: Hắc thủy Mạt-cát và Túc-mạt Mạt-cát. Trong đó, Túc-mạt mạt-cát chủ yếu là người Bột-hải. Trong thời kỳ Bột-hải còn cường thịnh, bộ này lệ thuộc Hắc thủy Mạt-hạt. Sau khi Bột hải diệt vong, nó lệ thuộc Khiết-đan. Nhánh phía nam nhập tịch Khiết-đan được gọi là Thục Nữ-chân; nhánh bắc không nhập tịch được gọi là Sanh Nữ-chân. Sanh Nữ-chân sống dưới chân núi Trường bạch dọc theo Hắc long giang, do đó cùng được gọi là Trường bạch Hắc thủy.

Hoàn-nhan A-cốt-đả sau khi thống nhất các bộ tộc Nữ chân, năm 1115, tại phủ Hội ninh, nay thuộc tỉnh Long giang, tự nổi dậy lập quốc, hiệu Đại Kim; liên minh với Bắc Tống tuyên chiến với triều Liêu. Năm 1125, diệt Liêu. Tiếp theo, 1127, diệt luôn Bắc Tống, thống trị toàn bộ Bắc Trung quốc.

Người Nữ-chân, trước thời lập quốc, cư trú tại các địa phương Cao-lệ và Bột-hải, đã hấp thụ tín ngưỡng Phật giáo tại những nơi này. Sau khi diệt Liêu và chiếm lĩnh Bắc Tống, các vua chúa triều Nguyên tiếp tục ủng hộ Phật đã có từ trước, với các chính sách phát triển Phật giáo trong các triều đại này, các chính sách về thuế khóa để hỗ trợ sinh hoạt và hoằng pháp, cũng với chế độ "thí kinh độ Tăng" để kiểm soát số lượng người xuất gia, không gây dẫn đến tình trạng mất quân bình giữa dân số tăng và tục; đồng thời thiết lập chế độ Tăng quan, tại thủ đô thì có Quốc sư, các tỉnh thành lập Tăng lục và Tăng chánh, các quận lập Đô cương, các huyện lập Duy-na. Các tông phái như Hoa nghiêm, Thiền, Tịnh, Mật, Giới luật, thảy đều phát triển tương đối thịnh.

8. Triệu thành tạng 趙城藏

Điểm đặc biệt ở đây là khắc bản Đại tạng kinh, được gọi là Triệu thành Kim tạng 趙城金藏. Khắc bản này trong một thời gian dài hầu như ít được, hay không được biết đến; cho đến năm 1932 (-34?), nó mới được Hòa-thượng Phạm Thành 范成 phát hiện tại chùa Quang thắng, trấn Triệu thành, tỉnh Sơn tây 山西趙 城廣勝寺. Toàn bộ Đại tạng này, theo ước định, nguyên bản gồm 682 pho, khoảng 7000 quyển, hiện tại chỉ còn 4957 quyển.

Khắc bản này do tư nhân, gọi là "tư khắc bản," khởi xướng vận động khắc bản được biết do Thôi Pháp Trân 崔法珍. Cô là con gái của Thôi Tiến, người huyện Trưởng tử, Lộ châu, triều đại

Kim. Theo lời kể Hỗ Thạch Tương, nguyên cố vấn tôn giáo chùa Quảng thắng, nguyên lai Thôi Pháp Trân bị bệnh câm, sau nhờ Hòa thương Phương trượng chùa Quảng thắng trị lành. Một thời gian sau, nhân cô nhận thấy Hòa-thượng Phượng thường có vẻ mặt ưu sầu, bèn hỏi duyên cớ. Hòa thương cho biết, gần đây chùa phát tâm muốn khắc in một bộ Đại tạng kinh nhưng không đủ kinh phí. Pháp Trân nghe xong, im lặng không nói; thối lui một lúc không bao lâu cô trở lại với một cánh tay đã được cắt bỏ, và bạch với Hoa thượng: "Thân này và sinh mạng này của con đều do Phật ban cho. Nay con chặt đứt một cánh tay để biểu lộ tấm lòng chân thật. Con nguyện trọn tâm ý mộ duyên, quyên góp cho đủ số tiền khắc in Kinh." Cảm động trước quyết tâm của Thôi Pháp Trân, nhóm Lưu Pháp Thiện, khoảng 50 người, cũng thực hiện các hành vi đốt tay, đốt ngón các thứ, để biểu lộ quyết tâm vì Pháp. Có người bỏ hết gia sản, ăn cháo thay cơm, dành tiền cho việc khắc in Kinh. Công tác khắc bản khởi sự vào năm Hoàng thống thứ 9 (1149) dưới thời Hy Tông, trải qua 25 năm, đến thời vua Thế Tông niên hiệu Đại định 13 (1173) mới hoàn tất.

Năm Đại định 18 (1178), Thôi Pháp Trân mang bản in về Yên kinh, thủ đô nước Kim bấy giờ. Kim Thế Tông sắc cho rước vào chùa Đại thánh an 大聖安寺. Năm Đại định 21 bản khắc được vận chuyển về Yên kinh, ấn loát lưu thông.

Nói là Triệu thành Kim tạng, vì nó được phát hiện tại Triệu thành, và là khắc bản dưới triều Kim, do đây nó cũng gọi là Kim tạng. Năm 1959, một ấn bản Kim tạng được phát hiện tại chùa Tát-ca-da (Sa skya dgon), Tây tạng. Một phần của ấn bản này được cho là được in ấn dưới thời Mông-kha (Mongke), năm Bính thìn (1256), được lưu trữ tại chùa Đại bảo tập, Yên kinh 燕京大寶集寺. Tát-ca-da là ngôi chùa chính của phái Tát-ca-da (Sa skya pa), do vậy có thể đoán định đây là bản Kim tạng được Đế sư Bát-tư-ba ('Phags pa) mang về nước. Có thể Kim tạng được mang theo lần này; và cũng có thể đây là bản Kinh được đưa vào lưu trữ tại chùa Bảo tập, năm 1256 dưới thời Mông-kha.

Niên hiệu Trung thống 1 (1260), Nguyên Thế Tổ Hốt-tất-liệt tôn phong Bát-tư-ba làm Quốc sư. Sau khi thọ phong, Bát-tư-ba về lại Tây tạng.

Do được phát hiện tại chùa Tát-ca nên ấn bản này cũng được gọi là Tát-ca Kim tạng 薩迦金藏. Các nhà nghiên cứu sau khi đối chiếu hai bản, đã nhận định cả hai, bản chùa Quảng thắng và bản chùa Tát-ca, đều một gốc, từ Kim tạng.

Bản Kim tạng được nói ở đây là bản hiệu đính, tu chỉnh bởi Da-luật-sở tài 耶律楚材 (1190-1244), thuộc tông thất triều Kim, cháu 9 đời của Da-luật A-bảo-ki, sau quy thuận Nguyên Mông.

Năm Tl. 1236, Da-luật Sở-tài tâu vua thỉnh lập Sở Biên tu, biên tập kinh sử. Trong một bài thơ Da-luật Sở-tài sáng tác, được tìm thấy trong *Trạm Nhiên Cư sĩ tập* 湛然居士集, phỏng đoán sáng tác trong khoảng Tl. 1233-1236, với tiêu đề "Bổ Đại tạng kinh bản sớ" 補大藏經板疏; thơ ý nói, qua 10 năm binh lửa, Kinh điển phân nửa thành tro tàn. Nay muốn lấy Kinh ra từ cát bụi, tùy duyên, cần động đến tài sản thế gian. Bài thơ được sáng tác trong khoảng thời gian Da-luật Sở tài tâu vua lập Sở Biên tu, có thể biết Đại tạng kinh cũng được biên tu trong khoảng thời gian này. Bấy giờ Đại hãn Mông-cổ đang là Oa-khoát-đài (Ögedei), tại vị Tl. 1229-1241. Ba năm sau, Da-luật Sở-tài mất.

Sau khi được hiệu đính, tu bổ, bản kinh được lưu trữ tại chùa Hoằng pháp, Đại đô Hoằng pháp tạng 大都弘法藏, nói gọn, Hoằng pháp tạng. Đại đô tức Kinh đô triều Nguyên (thuộc Bắc kinh ngày nay). *Kim sử kỷ sự bản kỷ* 金史紀事本末 quyển 30, *Vĩnh lạc đại điển* 永樂大典, cùng với nhiều sử liệu khác hầu như nhất trí được dẫn: Chùa Hoằng pháp, tại Cự thành 舊城, năm Đại định 18 (1178), con gái của Thôi Tiến ở Lộ châu là Thôi Pháp

Trân in Kinh một bộ tạng tiến triều đình... Cựu thành (thành cũ) nói đây chỉ thành cũ Bắc kinh.

Do Hoằng pháp tạng là bản tu bổ nên số kinh nhiều hơn bản chính Kim tạng trước khi được tu chỉnh. Hoằng pháp tạng cũng được kể trong số ba bộ Đại tạng kinh trong triều Nguyên. Thứ nhất, Hoằng pháp tạng được nhắc đến ở đây; thứ hai, Phổ ninh tạng đã được nói đến trong phần trên, và thứ ba, bản Diên hựu Đại tạng kinh 延祐版大藏經.

Về Thôi Pháp Trân, năm Đại định 18 (1178), tại chùa Đại thánh an, vua cho lập đàn truyền giới Tì-kheo-ni cho Thôi Pháp Trân. Năm Đại định 23 (1183), Thế Tông ban cho Thôi Pháp Trân tử y ca-sa, đặc phong danh hiệu Hoằng Giáo Đại Sư.

Trước khi Kim tạng được phát hiện, có nghi vấn về Thôi Pháp Trân, hoặc sự kiện chặt cánh tay để khuyến mộ khắc kinh. Có thuyết nói rằng Thôi Pháp Trân là nhân vật đã quyên mộ khắc bản Tích sa tạng. Có thuyết nói Cô là người thời nhà Minh, vận động khắc bản Gia hưng tạng.

VI. NGUYÊN

9. Phổ ninh tạng 普寧藏

Đây là khắc bản Đại tạng do tư nhân, tăng đồ Bạch vân tông khuyến hóa quyên góp tài chánh, do vậy khắc bản này được gọi là "tư khắc"; nói đủ, Hàng châu lộ Dư hàng huyện Bạch vân tông Nam sơn Đại Phổ ninh tự Đại tạng kinh 杭州路餘杭縣白雲宗南山大普寧寺大藏經, gọi tắt là Phổ ninh tạng 普宁藏, Hàng châu tạng 杭州藏, Nguyên tạng 元藏.

Bạch vân tông 白雲宗, một chi phái của Hoa nghiêm tông, chủ trương Thích, Đạo, Nho, Tam giáo quy nhất; được xướng thuyết bởi Khổng Thanh Giác 孔清覺, trụ trì Bạch vân am tại Hàng châu, hậu duệ của Khổng Tử, dưới triều Tống Huy Tông, Bắc Tống, trong khoảng Tl. 1107-1110.

Do kịch liệt chống đối Thiền tông, bị Thiền tông xem là tà giáo nên bị cấm đoán. Sau đó, Bạch vân tông lại phát triển mạnh dưới triều Nam Tống. Nhưng chỉ một thời, giới luật lỏng lẻo, lại hay cấu kết với quyền thế, lại một lần nữa bị cấm chỉ dưới triều Nam Tống Ninh Tông 寧宗 (1168-1224).

Năm Tl. 1276, quân Mông cổ đánh chiếm Lâm an, đô thành Nam Tống, bấy giờ Pháp sư Đạo An 道安, trụ trì chùa Diệu Nghiêm ở Hồ châu 湖州妙嚴寺, đoán biết vận mệnh nhà Tống đã dứt, sự hưng suy của tông phái tùy thuộc triều Nguyên, bèn thân hành lên Đại đô, kinh thành Mông cổ phương Bắc, cầu kiến Hốt-tất-liệt, thỉnh nguyện cho Bạch vân tông được hành đạo hợp pháp. Hốt-tất-liệt không chỉ chuẩn y thỉnh cầu, mà còn sắc phong Đạo An làm Tăng lục.

Trong triều đại Nguyên, cơ cấu tối cao quản lý chế độ Tăng-già, đặt Viện Tổng chế, sau đó đặt thêm ty Công đức sứ. Năm Chí nguyên 25 (1288), Viện Tổng chế đổi thành Viện Tuyên Giáo, quản hạt Tăng quan các địa phương với chức danh Tăng lục, Tăng chánh, Tăng cang.

Đạo An hai lần thượng tấu triều đình, được phê chuẩn, sách phong đảm nhiệm chức Tăng lục Bạch vân tông trong các vùng Triết tây và Hàng châu. Theo đây, có thể kết luận không mấy sai lầm, rằng ngay năm sau, niên hiệu Chí nguyên 14 (1277, hoặc trễ hơn 2 năm), Đạo An trở về chùa Phổ ninh, Hàng châu, lập lại Cục Đại tạng kinh, tiếp nối sự nghiệp khắc kinh bị gián đoạn 30 năm trước đó và khởi sự khắc bản; và đó là khắc bản Phổ ninh tạng.

Phổ ninh tạng khởi khắc không bao lâu, năm Chí nguyên 18 (1281), Đạo An thượng kinh lần thứ hai, dâng biểu tạ ân, sau đó thị tịch tại chùa Diên thọ ở Đại đô.

Công trình khắc in Phổ ninh tạng kéo dài trong 11 năm, hoàn thành năm Tl. 1289 (hoặc 1290). Toàn tạng, 558 hòm, 1430 bộ, 6004 quyển.

Năm sau, Chí nguyên 26 (1289), Nguyên Thế Tổ Hốt-tất-liệt chiếu lệnh các chùa trong thiên hạ, chiếu lệ hàng năm tháng chạp, tập hợp tăng chúng tụng đọc Đại tạng kinh, được ban cấp sở phí.

Niên hiệu Đại đức 10 (1306), Tăng lục phủ Tùng giang là Quản-chủ-bát đã cho bổ túc thêm các kinh Bí mật giáo phiên dịch ở phương Nam ước chừng 97 bộ, 315 quyển và một số kinh sách khác, như vậy toàn tạng bấy giờ kể có 559 hòm, 1437 bộ, 6010 quyển. Phổ ninh tạng, về mặt cơ bản, được xem như căn cứ khắc bản Tư khê tạng (Phúc châu tạng) làm bản đáy, và sau hết hiệu đối Tích sa tạng, với những hiệu chính và tăng bổ các kinh mà trước đó chưa được thực hiện.

10. Hoằng pháp tạng 弘法藏

Triều Nguyên, tuy Phật giáo được xem như quốc giáo, các đế vương trước khi tức vị đều có thọ giới trước Đế sư; tuy vậy, sự nghiệp khắc kinh không có gì đặc sắc so với các triều Tống, Liêu, Kim trước đó. Tương truyền ngoài khắc bản Phổ ninh tạng được thuật đoạn trên, một khắc bản Đại tạng kinh khác được tìm thấy tại chùa Hoằng pháp, Đại đô, và do đó, được gọi là Hoằng pháp tạng. Do bởi Hoằng pháp tạng được cho là khắc bản bổ sung và chỉnh sửa từ Triệu thành Kim tạng, cho nên một số vấn đề quan hệ có thể đọc trong đoạn trên.

Trong thời Liêu, Kim, chùa Hoằng pháp có vị trí tại thành nam Bắc kinh. Sách *Thuận thiên phủ chí* 光緒順天府志, được viết dưới triều Thanh, Quang tự 5-12 (Tl.1897-1866), gọi nó là chùa Hồng pháp 洪法寺. Chùa nổi danh do khắc bản Hoằng pháp tạng được khắc in tại đây, hoặc được lưu trữ trong chùa này.

Tưởng cũng cần nhắc lại ở đây về sự kiện Da-luật Sở-tài biểu tấu lập Sở Biên tu, biên tập kinh điển; trong số được biên tập có thể được biết có Kim tạng. Sau khi được biên tập, Kim tạng được ấn hành và lưu trữ tại chùa Đại bảo tập, Yên kinh. Chùa Bảo tập 寶集寺, ở Đại đô, vốn là chùa chính của tông Hoa nghiêm trong thời Nguyên, nhưng khởi đầu kiến thiết được nói là dưới thời Đường. Trú trì đầu tiên trong thời Nguyên được biết là Long an Thiện Tuyển 隆安善選, nhậm chức triều Nguyên Thái Tổ Thành-cát-tư Hãn, năm thứ 10 (1215).

Khắc bản Kim tạng chùa Đại bảo tập như đã biết, là khắc bản bổ chính, được khắc in dưới thời Mông-kha. Cho đến triều Nguyên Thế Tổ bản Kim tạng chùa Đại bảo tập được biết với tên gọi Hoằng pháp tạng. *Phật Tổ lịch đại thông tải*, soạn bởi Niệm Thường 念常 thời Nguyên, quyển 21 (T49n2036_p0724b14), ghi chép: Kinh tạng bản chùa Hoằng pháp trải qua nhiều đời, vua khiến Sơn đức các nơi hiệu chính bổ khuyết để lưu truyền lâu dài. Vua nhận thấy kinh truyền của Tăng Tây tạng âm vận không đồng nhất với kinh truyền bởi Tăng người Hán, do nghi ngờ, bèn khiến danh sĩ hai nước cùng biện luận, sau đó nhận thấy nhất nhất không có gì sai khác.

Ký tải bởi *Phật Tổ lịch đại thông tải* này đã gợi lên hai nhận định khác nhau. Thứ nhất, khi đối chiếu Kim tạng với *Chí nguyên lục*, số lượng kinh khắc nhiều ít không đồng nhất. *Chí nguyên lục*, tức *Chí Nguyên Pháp bảo kham đồng tổng lục* 至元法寶勘同總錄, soạn bởi Thích Khánh Cát Tường 釋慶吉祥, còn bản mục lục kinh khắc bản cũ của Hoằng pháp tạng được hiệu chính bổ túc dưới sự chủ trì của Nguyên Thế Tổ. Thứ nhất, học giả Nhất Tiểu Dã Huyền Diệu có ý kiến nói Hoằng pháp tạng là bản trùng khắc mới; khắc lại từ bản cũ chùa Hoằng pháp, tức hai khắc bản khác nhau. Ý kiến của Giáo sư Tú Bạch, Hoằng pháp tạng là bản tăng bố của triều Nguyên từ bản Kim tạng vốn được lưu trữ tại chùa Hoằng pháp; cả hai chỉ là một.

Triều Nguyên, ngoài hai khắc bản Đại tạng kinh vừa thuật trên, vào năm 1984, nhân viên bảo quản văn khố chùa Trí hóa tại Bắc kinh phát hiện 4 bộ kinh in trong 3 quyển. Căn cứ thông tin từ Hoằng pháp tạng, bốn bộ ba quyển kinh này được in ấn dưới thời Nhân Tông niên hựu 3 (1316), được gọi là bản Diên hựu 延祐本. Ấn bản này ít được biết đến, nhưng từ khi được phát hiện, nó đã giúp các nhà nghiên cứu trong việc thẩm định mối quan hệ giữa các khắc bản nói là Hoằng pháp tạng và Kim tạng. Bản Diên hựu được cho là một trong số 33 bộ kinh mà Nhân Tông sắc lệnh in ấn, căn cứ từ khắc bản đời Kim, niên hiệu Đại định 18 (1178), tức khắc bản Triệu thành Kim tạng do Thôi Pháp Trân vận động.

Ngoài ba bản khắc in vừa lược thuật, kể từ niên hiệu Đại đức 6 (1302), Quản-chủ-bát 管主八, vị Tăng lục phủ Tùng giang Giang châu, phụng mạng Thành Tông khắc in hơn 30 bộ Đại tạng bằng chữ Tây hạ 西夏文, tổng cộng 3620 quyển, ấn tống cho các địa phương.

Tương truyền văn tự Tây hạ khởi xướng bởi vua Tây Hạ Cảnh Tông Lý Nguyên Hiệu 景宗李元昊, vào niên hiệu Cảnh hựu 3 (1036) chiếu lệnh khiến Khai quốc trọng thần Dã-lị-nhân-vinh 野利仁荣 sáng chế văn tự, sau ba năm hoàn thành, 12 quyển, được kể là Quốc thư. Thứ chữ này được dùng phổ biến trong nhân gian, từ Kinh Phật cho đến thư tín giao thiệp hằng ngày. Năm 1227, Tây Hạ bị Mông-cổ diệt; chữ Tây Hạ cũng theo đó mà biến mất.

Bộ Đại tạng kinh bằng chữ Tây Hạ này được gọi là Hà Tây văn tự Đại tạng kinh 河西文字大藏經. Đây là bản dịch tiếng Tây Hạ từ Hán văn Đại tạng quan khắc bản Tống Khai bảo tạng theo lệnh của Cảnh Tông Lý Nguyên Hiệu trong năm Tl. 1038, tổ chức dịch trường phiên dịch. Dẫn đầu trong số dịch giả có 32 vị, trải qua 53 năm, dịch được 362 pho, 820 bộ, 3579 quyển, bao quát Thánh điển Hiển giáo và Mật giáo.

Nguyên Thế Tổ, niên hiệu Chí nguyên 30 (1293), sắc lệnh khắc in Tây Hạ văn Đại tạng kinh tại chùa Đại Vạn thọ, Hàng châu 杭洲大萬壽寺. Cho đến niên hiệu Đại đức 6 (1302), dưới triều vua Thành Tông, thì khắc xong, tổng cộng hơn 3620 quyển. Ngay sau đó in thành 10 bản ấn tống. Cho đến niên hiệu Đại đức 10 (1311), Tăng lục Quản-chủ-bát in thành 30 bộ ấn tống lưu thông đến các tự viện trong các địa phương Ninh hạ, Vĩnh xương, Sa châu, v.v... Trong số ấn bản này, có hơn 500 chủng loại, khoảng 1000 quyển, khác nhau hiện đang được phát hiện tại các địa phương Trung quốc.

VII. MINH

Minh Thái Tổ Chu Nguyên Chương vốn xuất thân từ nhà chùa, mặc dù được cho là do vấn đề y thực hơn là có chí mộ đạo; nhưng sau khi thống nhất, cũng như các triều đại trước, đã lưu tâm đến việc phát huy Phật và chỉnh đốn tổ chức, như thiết lập các chức vụ Thống lĩnh, Phó Thống lĩnh, v.v... Niên hiệu Hồng vũ 3 (1370), triệu tập tăng lữ từ các địa phương, ban hành quy định ba lãnh vực chuyên biệt Thiền tập, Giảng, Giáo. Ba lãnh vực này được giải thích rõ nhau sau, theo chiếu dụ ban hành trong niên hiệu Hồng vũ 15 (1382) như sau: "Sự thiết lập Phật tự, trải qua các triều đại, được phân làm ba cấp: Thiền, Giảng, Giáo. Thiền, tông chỉ là bất lập văn tự, mà chỉ thắng kiến tánh thành Phật. Giảng, có nhiệm vụ giảng rõ ý chỉ của các Kinh. Giáo, là quảng diễn pháp cứu tế lợi sanh của Phật."

Dưới triều Nguyên, do Nguyên Thế Tổ quy y theo Phật giáo truyền thừa Tây Tạng nên đã có chính sách thay thế Phật giáo Hán truyền bằng Tạng truyền, do thế thịnh hành Mật giáo. Cho đến khi Minh diệt Nguyên, Phật giáo Tạng truyền mất dần ưu thế, và các tông phái mang đặc tính truyền thống Hán như Thiền, Tịnh, Luật, Thiên Thai, Hoa nghiêm, dần dần khôi phục địa vị và phát triển.

Triều Minh có ba khắc bản Đại tạng kinh thuộc loại quan khắc bản: Hồng vũ Nam tạng, Vĩnh lạc Nam tạng và Vĩnh lạc Bắc tạng.

11. Hồng vũ Nam tạng 洪武南藏

Hồng vũ Nam tạng được biết là khắc bản đầu tiên, gọi là bản Sơ khắc Nam tạng 初刻南藏, trong số ba bản quan khắc Đại tạng triều Minh. Khắc bản này được khởi công tại chùa Tưởng sơn, phủ Ứng thiên, Kinh sư 京師應天府蔣山寺 (Nam kinh ngày nay), trong niên hiệu Hồng vũ, do đó được hiết với tên gọi Hồng vũ Nam tạng 洪武南藏.

Chùa Tưởng sơn là một trong ba ngôi chùa lớn ở Kim lăng (Nam kinh). Lai nguyên, chùa do Lương Vũ Đế (464-549), để tưởng niệm Bảo Chí Thiền sư 寶誌禪師 (418年-514) – thường được biết với danh hiệu Chí Công Thiền sư/Tổ sư 誌公禪師/祖師, đã cho dựng một ngôi tinh xá dưới gò Độc long, phía nam chân núi Tử sơn gọi là Khai thiên tinh xá 開善精舍; trong chùa lại cho dựng Bảo Công tháp寶公塔. Đời Đường, chùa được đổi tên thành Viện Bảo Công 寶公院. Bắc Tống, năm Thái bình hưng quốc 5, đổi tên thành chùa Thái bình hưng quốc 太平興國寺. Triều Minh lại đổi tên thành Tưởng sơn tự. Cho đến niên hiệu Hồng vũ 14 (1381) chùa được dời đến địa chỉ Linh cốc, mệnh danh Linh cốc Thiền tự 靈谷禪寺. Linh cốc tự hiện nay là ngôi chùa tọa lạc ở sườn nam núi Tử kim, cách lăng mộ Tôn Trung sơn khoảng 1.5 km. Tử kim sơn 紫金山 là một tên gọi khác của Tưởng sơn.

Niên hiệu Hồng vũ 5 (1372), chỉ sau 5 thống nhất thiên hạ, Minh Thái Tổ Chu Nguyên Chương 明太祖朱元璋 sắc lệnh các

Sa-môn danh đức thạc học vân tập về chùa Tưởng sơn tại phủ Ứng thiên, Kinh sư 京師應天府, khởi sự công trình điểm hiệu Kinh tạng. *Điểm hiệu* 點號, một cách nói của phương pháp xử lý văn bản cho một bản đáy, gọi là *để bản* 底本, cần được hiệu đính; so sánh với các bản khác để sửa chữa những sai sót do người chép Kinh hoặc do thợ khắc bản. Đây là việc hiệu đính nội dung văn bản. Một công việc đồng thời cũng cần được tiến hành, đó là công việc chấm câu hay ngắt câu bằng phù hiệu, thường là dấu khuyên tròn, gọi là công việc *tiêu điểm phù hiệu* 標點符號. Bởi vì Hán văn cổ được viết câu liên tục từ hàng này sang khác, cho đến trang khác, người đọc nếu không thông nghĩa lý thì rất khó tách biệt các câu để hiểu rõ nội dung. Trong bản Đại chánh tạng hiện hành cũng có tiêu điểm phù hiệu, nhưng thỉnh thoảng có nhầm lẫn trong việc đánh dấu tiêu điểm phù hiệp, khiến một số bản dịch Hán Việt theo đó mà hiểu và dịch sai nội dung đoạn văn.

Khắc bản được khởi công từ Hồng vũ 5 (1372) đến Hồng vũ 31 (1398), hoàn tất. Cũng năm đó, Minh Thái Tổ băng. Minh Huệ Tông 惠宗 kế vị tiếp tục sự nghiệp khắc kinh cho đến niên hiệu Kiến văn 3 (1401) thì hoàn tất. Số kinh bản khắc được gồm 1600 bộ, hơn 7000 quyển, trong 678 hòm.

Trong số đó, khắc bản thực hiện trong niên hiệu Hồng vũ được nhập tạng liệt vào Chánh tạng gồm 519 hòm, y cứ Tích sa tạng làm bản đáy. Khắc bản trong niên hiệu Kiến văn được nhập tạng liệt vào Tục tạng gồm 87 hòm, tập họp các kinh điển mới được nhập tạng.

Giáo sư Dã Trạch Giai Mỹ (Nozawa Yochimi) phân tách toàn tạng làm hai phần: Chánh tạng và Tục tạng, và phán đoán, sau khi Thái Tổ băng, Huệ Tông kế vị, tiếp tục sự nghiệp khắc kinh, khắc thêm các luận thư của các tông phái, tập thành Tục tạng.

Bản Sơ khắc Nam tạng, hay Hồng vũ Nam tạng, sau khi hoàn tất, được lưu trữ trong chùa Thiên hy 天禧寺, tồn tại không được bao lâu, chỉ trong 10 năm (1399-1408), bị thiêu hủy do một trận hỏa hoạn thiêu rụi chùa. Từ đó, Hồng vũ tạng xem như tuyệt tích. Chỉ còn duy nhất một ấn bản, nhưng mãi cho đến hơn 500 sau, năm Tl. 1943, ấn bản duy nhất này mới được phát hiện trong chùa Thượng cổ 上古寺, huyện Sùng khánh, tỉnh Tứ xuyên. Bấy giờ, hầu như chỉ một bản quan khắc đầu tiên trong triều Minh được biết đến, đó là khắc bản Vinh lạc Nam tạng.

Dù vậy, Hồng vũ Nam tạng cùng với vụ tai kiếp cũng được biết đến từ *Kim lăng Phạm sát chí* 金陵梵剎志, quyển 31. Sách ghi chép các ngôi chùa tại Kim lăng, tức Nam kinh, nói về vụ hỏa hoạn này như sau: Chùa Thiên hy, tên cũ là Trường can 長干寺, được dựng từ đời Ngô trong khoảng niên hiệu Xích ô (238-251). Trải qua nhiều triều đại, chùa đổ nát, Tống Chân Tông trong niên hiệu Thiên hy (1017-1021) cho trùng tu, đổi tên chùa Thiên hy. Triều Minh, niên hiệu Hồng vũ, chùa hư hại nhiều, Công bộ thị lang Hoàng Lập Cung tấu thỉnh quyên mộ tài chánh trùng tu. Minh Thành Tổ khi vừa tức vị liền sắc lệnh Bộ Công tu sửa thêm mới. Vài năm sau, có Tăng Bản Tánh 僧本性 (?), không rõ gốc tích, lòng ôm thù riêng giết người, lén lút trong thất của Tăng, rồi châm lửa đốt chùa. Đoạn dẫn trên đây ghi lại lời của Minh Thành Tổ, trong sắc lệnh trùng tu chùa Báo ân 重修報恩寺勅, năm Vĩnh lạc 11 (1413). Lời phán của Hoàng đế là sự thật, thần dân phải hiểu như vậy. Sáu trăm năm sau, sự thật ấy trở thành nghi án cho các nhà nghiên cứu.

Sự kiện là, vào năm 1943, người ta phát hiện trong chùa Thượng cổ 上古寺, núi Phụng thê, huyện Sùng khánh, trong vùng phụ cận Thành đô, tỉnh Tứ xuyên, một khắc bản Đại tạng kinh đời Minh còn được bảo tồn đầy đủ. Tin tức này hấp dẫn các nhà nghiên cứu. Nhà Phật học danh tiếng bấy giờ, ông Lữ

Trưng, sưu tập các nguồn sử liệu, cuối cùng kết luận đây là bản Sơ khắc Nam tạng.

Chùa Thượng cổ, nguyên tên là Thường lạc am, có từ thời Tấn Văn Đế (320-372); đời Minh, đổi tên thành Quang nghiêm Thiền viện 光嚴禪院.

Tương truyền, Quang nghiêm Thiền viện, cũng thường gọi là chùa Quang nghiêm, vốn là nơi tu hành ẩn dật của Ngộ Không Thiền sư 悟空禪師, chú út của Minh Thái Tổ Chu Nguyên Chương. Sư nguyên danh Chu Ngũ Lục, xuất gia hiệu Pháp Nhân. Do thời binh loạn cuối triều Nguyên, chú cháu thất lạc. Đến khi tức vị Hoàng đế, Chu Nguyên Chương nhớ đến chú út, cho tìm kiếm khắp nơi nhưng không dò ra tông tích.

Một thời gian sau, người con thứ 11 của Chu Nguyên Chương, Thục Hiến vương Chu Thung 蜀獻王朱椿, bấy giờ trấn nhậm Tây Thục, được bẩm báo có một vị cao tăng từ Tây tạng đến ẩn tu trong chùa Thường lạc, bèn đến bái phỏng. Điều bất ngờ, vị cao tăng này chính là sư Pháp Nhân. Chu Nguyên Chương hay được tin này, liền ban danh hiệu Ngộ Không cho Pháp Nhân. Ngôi cổ tự sau đó cũng được đổi tên thành Quang nghiêm Thiền viện.

Năm Vĩnh lạc 14 (1416), Thục Hiến Vương Chu Thung, bỏ tư tài in ấn một bộ Đại tạng kinh gồm 684 hòm hiến cúng cho chùa Quang nghiêm. Bản Đại tạng kinh này, khi được phát hiện, các nhà nghiên cứu (Lữ Trưng 呂澂, Hà Mai 何梅, Nozawa Yoshimi 野沢佳美 ...) xác nhận bản Đại tạng kinh được hiến cúng cho chùa này chính là bản Sơ khắc Nam tạng.

Một chi tiết quan trọng trong khắc bản này không chỉ thông tin cho phép phỏng đoán niên đại khởi khắc và hoàn thành, mà còn một chi tiết rất quan trọng, đó là nguyên nhân hỏa hoạn thiêu rụi chùa và kinh.

Một đoạn văn trong *Cổ Tôn túc ngữ lục* 古尊宿語錄, quyển 8, được phát hiện trong ấn bản Đại tạng kinh này, cho biết: "Đại Minh □□ cải nguyên, xuân Kỷ mão, Phật tâm Thiên tử trùng khắc Đại tạng kinh bản..." 大明□□改元己卯春，佛心天子重刻大藏經板. Trong đoạn dẫn này có 2 ô chữ đục trống. Năm Kỷ mão được nói ở đây chỉ có thể là năm Kiến văn thứ nhất (1399), vua Minh Huệ Tông, cháu nội của Minh Thái Tổ Chu Nguyên Chương. Do vậy, "Phật tâm Thiên tử" cũng chính là Minh Huệ Tông 明惠宗.

Sau khi Minh Thái Tổ băng, Huệ Tông kế vị, đổi niên hiệu Hồng vũ 31 thành Kiến văn thứ 1. Ba năm sau, Kiến văn 4 (1402), Huệ Tông bị chú ruột của mình, Chu Lệ, diệt và soán ngôi.

Nguyên do, sau khi diệt Nguyên, để củng cố quyền lực, Chu Nguyên Chương phong các con mình trấn thủ các phiên trấn. Huệ Tông sau khi lên ngôi, e sợ thế lực của các chú của mình, bèn thi hành chính sách tước giảm quyền lực các phiên trấn (*tước phiên chính sách* 削藩政策). Yên vương Chu Lệ 燕王朱棣, con thứ tư của Chu Nguyên Chương, tức thì phản ứng, dẫn quân công hãm kinh thành. Chiến tranh kéo dài ba năm, kinh thành thất thủ, Huệ Tông mất mạng, xác được tìm thấy trong đám cháy.

Chu Lệ tức vị Hoàng đế, xưng hiệu Minh Thành Tổ 明成祖, cải nguyên thành niên hiệu Vĩnh lạc (1403-1424), xóa bỏ niên hiệu Kiến văn của Huệ Tông, cho kéo dài niên hiệu Hồng vũ 32 (Kiến văn 1) cho đến Hồng vũ 35 (Kiến văn 4).

Từ hai ô trống bị đục trong *Cổ tôn túc ngữ lục*, ấn bản Đại tạng kinh được phát hiện tại chùa Quang nghiêm, dẫn đến ý kiến suy diễn cho rằng sự cố cháy chùa cháy kinh là do chính Minh Thành Tổ dàn dựng. Tuy nói "ý kiến suy diễn," nhưng cơ sở để suy diễn không phải là không có sự thật lịch sử. Ấn bản này *có thể* là bản được Thục Hiến Vương năm Vĩnh lạc 14 (1416) hiến cúng cho chùa như đã thuật, tức bản Sơ khắc Nam tạng hay Hồng vũ Nam tạng bị thiêu hủy. Giả định *có thể*, vì Hồng vũ Nam tạng được báo cáo bị thiêu hủy từ năm 1408; ấn bản mà 8 năm sau (1416) Thục Hiên vương phụng cúng chùa. GS. Nozawa cho rằng tấm bản khắc Hồng vũ Nam tạng được phát hiện tại chùa Quang nghiêm không phải là khắc bản Hồng vũ Nam tạng bị thiêu cùng với chùa Thiên hy. Cơ sở để Nozawa dẫn đến kết luận này, do GS. căn cứ một số tên các thợ khắc được thấy ghi trong các bản khắc Nguyên sử (1369) và bản in năm Hồng vũ 5 (1372) cũng tìm thấy trong khắc bản Vĩnh lạc Nam tạng năm Vĩnh lạc 10 (1412), tuổi nghề của những thợ khắc này kéo dài trên dưới 40 năm. Tuổi nghề như vậy không thể xảy ra đối với thợ khắc thời cổ. Như vậy, tên họ những thợ khắc này có liên quan đến phần Chánh tạng của khắc bản Hồng vũ Nam tạng.

12. Vĩnh lạc Nam tạng 永樂南藏

Khắc bản Hồng vũ Nam tạng, sau khi hoàn tất công khắc, chỉ tồn tại trong khoảng 10 năm (1399-1408) thì bị thiêu hủy cùng với chùa Thiên hy. Năm Vĩnh lạc 11 (1413), Minh Thành Tổ cho trùng tu lại chùa, đồng thời cho khắc lại Đại tạng kinh, y cứ trên khắc bản Hồng vũ nam tạng. Công trình khắc bản đến năm Vĩnh lạc 18 (1420) thì hoàn thành, gồm 57160 bản gỗ. Toàn tạng 636 hòm, 1610 bộ, 6331 quyển. Xưởng khắc được nói là tại chùa Thiên hy.

Sau khi công khắc hoàn tất, khắc bản được lưu tại chùa Thiên hy, Nam kinh. Do được khởi khắc và hoàn tất trong niên hiệu Vĩnh lạc 11-18 (1413-1420), được gọi là Vĩnh lạc Nam tạng.

13. Vĩnh lạc Bắc tạng 永樂北藏

Minh Thành Tổ, niên hiệu Vĩnh lạc 19 (1421), từ phủ Thuận thiên, kinh đô phía nam (Nam kinh), dời về phủ Thuận thiên, Bắc kinh. Do nhu cầu phổ biến tại phương bắc, ngay trong năm đó, Thành Tổ cho khắc lại Đại tạng kinh, được gọi là Vĩnh lạc Bắc tạng. Khởi khắc dưới thời Minh Thành Tổ, cho đến thời Minh Anh Tông, Hoàng đế thứ 6 triều Minh, niên hiệu Chánh thống 5 (1440) hoàn thành. Toàn tạng gồm 636 hòm, 1621 bộ, 6316 quyển. Đến đời Minh Thần Tông, Hoàng đế thứ 14, niên hiệu Vạn lịch 12 (1584), khắc bổ sung sáng tác của các tông, thêm 41 hòm, 36 bộ, 410 quyển. Như vậy, tổng chi, toàn tạng trước sau có 677 hòm, 1557 bộ, 6771 quyển.

Ngoài ba khắc bản được là quan khắc, do bởi Hoàng gia khắc ấn, còn một số khắc bản do bởi tư nhân, tự viện hay cá nhân tự quyên mộ tư tài để khắc ấn. Trong số đó, được kể đến như Dương gia kinh tràng tạng, Vạn lịch tạng, Gia hưng tạng.

14. Dương gia kinh tràng tạng 楊家經場藏, bản Đại tạng kinh được ấn hành và phát hành bởi Dương gia Kinh phường 楊家經坊, Hàng châu, trong khoảng niên hiệu Vĩnh lạc (1403-1424). Đây là bản *phục khắc*, hay *phiên khắc*, từ bản đáy Tích sa tạng; y cứ nguyên bản gốc khắc in trở lại; ngoại trừ cỡ chữ lớn nhỏ, tất cả số hàng số chữ các thứ đều khắc lại một cách nghiêm túc y theo bản đáy.

Trong thời Minh, các cửa hàng kinh doanh kinh sách rất thịnh hành. Những ngôi nổi tiếng đều có cửa hàng in và phát hành Kinh sách, do tăng nhân đứng ra quản lý. Cửa hàng nhà họ Dương nổi tiếng vào thời đó.

15. Vạn lịch tạng 萬曆藏

Bản tư khắc cuối đời Minh, đầu đời Thanh. Khởi công Minh Vạn lịch 17 (1587), hoàn thành vào thời Thanh Thuận Trị 14 (1657). Toàn tạng gồm 678 hòm, 1659 bộ, 6234 quyển. Đây là bản phục khắc, lấy bản Vĩnh lạc Nam tạng làm bản đáy. Bản in ấn tống do Vương thị, thị nữ Minh Huệ Vương Chu Thường Nhuận

惠王朱常潤 (1594-1645) phát tâm cúng dường. Các quan viên cao cấp, cùng các tín đồ, đồng trợ khắc.

16. Gia hưng tạng 嘉興藏

Khắc bản tư nhân, vào cuối thời Minh, đầu thời Thanh; cũng gọi là Kính sơn tạng 徑山藏. Khởi xướng khắc bản do Tử Bá Chân Khả, chùa Lăng-nghiêm, năm Vạn lịch 17 (1578) thời vua Minh Thần Tông 明神宗, tại am Diệu đức 妙德庵, núi Ngũ đài, nơi Bồ tát Văn-thù thường hiện thân. Một thời gian sau, Vạn lịch 21 (1593), do khí hậu nơi đây quá lạnh, xưởng khắc được dời về Kinh sơn, huyện Dư hàng, Triết giang, tiếp tục điêu khắc. Chùa được xây dựng từ đời Đường; cho đến Tống Hiếu Tông 宋孝宗 (1127-1194), chùa cải danh thành Kính sơn Hưng thánh Vạn thọ thiền tự 徑山興聖萬壽禪寺.

Năm Vạn lịch 31, do tranh chấp ngôi vị trưởng thứ kế thừa ngai vàng, xảy ra vụ án Yêu thư 2 第二次妖書案. Chân Khả bị giam ngục và tra khảo đến chết, do bởi một số bằng hữu và tục gia đệ tử có liên hệ đến vụ án.

Vụ án được gọi là Yêu thư, tức họa do văn tự, văn thư, nguyên do từ một bản văn với tiêu đề "Tục ưu nghi hoàng nghị" 續憂危竑議 (tiếp nối bàn rộng ưu tư về mối nguy), thự danh là Đỉnh Ứng Tương 項應祥 soạn. Do mâu thuẫn giữa phe đảng Triết giang và phe đảng Đông lâm, Thẩm Nhất Quán tiến cung dâng bản văn cho vua Thần Tông. Vua xem xong nổi giận, ra lệnh bắt hết bọn Yêu nhân. Tử Bá bị vạ lây nên chết trong ngục. Hám Sơn Đức Thanh 憨山德清 thì bị lưu đày đến Nam hải. Sự nghiệp khắc Kinh tiếp tục do Lục Quang Tổ 陸光祖, Phùng Mộng Trinh 馮梦槇, Viên Liễu Phàm 袁了凡. Đến thời Khang Hy 15 (1676), khắc công hoàn thành. Khắc bản này là bản phục khắc y cứ Vĩnh lạc Bắc tạng làm bản đáy. Toàn tạng phân làm hai bộ phận, Chánh tạng và Tục tạng, tổng kê tất cả có 352 hòm, 2090 bộ, hơn 12600 quyển.

VIII. THANH

17. Long tạng 龍藏

Thanh triều (1636-1912), trải qua trên 200 năm, chỉ có duy nhất một bản quan khắc Đại tạng kinh: Long tạng 龍藏, hay Càn long tạng 乾隆藏, Thanh tạng 清藏, và đây cũng là bản quan khắc cuối cùng, khắc theo lệnh Hoàng đế.

Thanh Thế Tông niên hiệu Ung chính 11 (1733) sắc lệnh thiết lập Tạng kinh quán 藏經館 tại chùa Hiền lương 賢良寺, Bắc kinh, dưới sự chủ trì của Hòa-thạc Trang Thân vương Doãn Lục 和碩莊親王允祿, Hòa-thạc Hòa Thân vương Hoằng Trú 和碩和親王弘晝, Trú trì chùa Hiền lương Siêu Thánh Pháp sư 超聖法師. Năm Ung chính 13 (1935), khởi công khắc bản. Thanh Cao Tông, năm Càn long 3 (1738) hoàn thành. Phụ trách giám sát khắc bản, in ấn, gồm các quan viên, học giả, cao tăng hơn 60 vị; thợ khắc, thợ in, kỹ thuật viên,... tập hợp hơn 860 người. Toàn tạng phân làm hai phần. Phần Chánh tạng trong 485 hòm, nội dung tương đồng Vĩnh lạc Bắc tạng, tập hợp các bản dịch Phạn-Hán Tam tạng Thánh giáo cùng các soạn thuật của các Hiền Thánh Ấn-độ. Tục tạng, 239 hòm, tập hợp trước thuật của các Hiền Thánh Đông độ. Tổng kết toàn bộ, 724 hòm, 1669 bộ, 7168 quyển. Sau khi khắc bản hoàn thành, in ấn thành 100 bộ, phân phối các tự viện lớn trong toàn quốc; cho đến 1935, dưới thời Dân quốc, trước sau có trên 150 bộ. Đây là khắc bản quy mô nhất, với kỹ thuật khắc in tinh xảo nhất, và cũng được phổ biến rộng rãi nhất trên quy mô toàn thế giới, xếp thứ hai sau bộ Đại chánh Đại tạng kinh về giá trị nghiên cứu, học thuật.

VIII. CAO-LI

18. Cao-lệ tạng 高麗藏

Dưới thời Nam Tống, niên hiệu Thái bình hưng quốc 8 (983), sau khi Khai bảo tạng được khắc bản hoàn tất, Tống Thái Tông cho lập Viện Ấn kinh tại chùa Thái bình hưng quốc; trong số các ấn bản từ khắc bản này, vào khoảng niên hiệu Đoan củng (988-989), một ấn bản được tặng cho nước Cao li.

Năm Hưng nguyên 1 (1022), một ấn bản hiệu đính Thiên hy (1017-1021) từ khắc bản Khai bảo tạng cũng được tặng đến Khiết-đan và Cao-li.

Vương triều Khiết-đan, niên hiệu Thanh ninh 9 (1063), một ấn bản từ khắc bản Khiết-đan tạng, được gởi tặng Cao-li. Đây là lần thứ nhất Khai bảo tạng được truyền vào Cao-lệ, dưới thời vua Thành Tông (Goryeo Seongjong) năm thứ 8. Năm đó, một phái đoàn được cử sang Tống triều cống. Đồng thời, cũng khiến Tăng Như Khả 如可 (Yeoga) dâng biểu thỉnh Đại tạng kinh, và được Tống Thái Tông ban tặng, và cũng ban tặng Như Khả tử y ca-sa.

Năm Nguyên phong 6 (1083), bản hiệu đính Hàm ninh (1071) từ Khai bảo tạng cũng được gởi tặng Cao-li.

Các bản Đại tạng vừa kể đều là những ấn bản từ khắc bản đầu tiên Khai bảo tạng cùng với những bản hiệu đính bổ sung về sau. Chính thức khắc bản, Đại tạng kinh Cao li 高麗大藏經 trước sau có hai bản: 1. *Sơ điêu tạng*, hay Sơ điêu Đại tạng kinh 初雕大藏經, khởi công điêu khắc dưới triều vua Cao-lệ Hiến Tông (Hyeonjong) năm 2 (1011), được tiếp tục bởi Văn Tông (Goryeo Munjong, 1019-1083), hoàn thành khắc bản năm Tuyên Tông 4 (1087). 2. *Tái điêu tạng*, hay Tái điêu Đại tạng kinh 再雕大藏經, bản tái khắc, khởi công khắc dưới triều Cao Tông năm 23 (1236), khắc thành năm 38 (1251).

Nguyên nhân cho khắc bản đầu tiên của Đại tạng kinh Cao-lệ, khởi công năm Hiển Tông thứ 2 (1011) như được tường thuật trong văn "Kỳ cáo của quần thần khắc bản Đại tạng" 大藏板刻君臣祈告文 được sao lục trong *Đông quốc Lý Tướng quốc tập* 東國李相國集 (*Donggukisanggukjip*), tuyển tập thi văn của Lý Khuê Báo 李奎報 (Yi Gyubo, 1168-1241), Tể tướng triều vua Cao Tông. Bài văn cầu nguyện này có ghi là được viết vào năm Đinh dậu (1237) dưới thời Cao-lệ Cao Tông (Goryeo Gojong): "Nỗi lo âu về mối họa của quân Thát-đát (*tatar*: người Khiết-đan) thật quá lớn.... Xưa, năm Hiển Tông thứ 2, Chúa Khiết-đan cử đại binh đến xâm lăng, Hiển tổ tị nạn chạy xuống phương nam; quân Khiết-đan vẫn đồn trú thành Tùng nhạc, không rút lui. Do vậy vua cũng quần thần phát đại nguyện vô thượng khắc thành một bản Đại tạng kinh. Thế rồi, quân Khiết-đan tự rút lui."

Sự xâm lăng của quân Khiết-đan được nói trong đây là chiến tranh lần thứ hai giữa Liêu và Cao-lệ được phát động bởi Liêu Thánh Tông Gia-luật-hồng-tự 遼聖宗耶律隆緒, năm Thống hòa 28 (1010), cử binh chinh phạt lấy cớ Tây diện đo tuần khiểm sứ Khang Triệu 西北面都巡检使康兆 thí sát Mục Tông 穆宗, phò biểu đệ của Mục Tông là Vương Tuân 王詢 tức vị, hiệu Hiển Tông.

Bản sơ khắc được khởi công năm Hiển Tông 2 (1011), trải qua triều Văn Tông, con trai thứ ba của Hiển Tông, cho đến năm Tuyên Tông (Goryeo Seonjong) 4 (1087), khắc công cáo thành.

Trước đó, Cao-lệ Thành Vương năm thứ 9 (993), sai Binh quan Thị Lang Hàn Ngạn Cung 韓彦恭 (Han Yeon Kong), tháng 12, sang Tống tạ ân ban tặng Đại tạng kinh. Tháng Tư năm sau, Hàn Ngạn Cung về nước dâng Đại tạng kinh. Sự kiện này cũng được ghi chép trong *Phật Tổ Thống ký* (T49n2035_p0400c12): "Đoan củng 2 (989, thời vua Tống Thái Tông), Quốc vương Cao-lệ sai sứ sang thỉnh Đại tạng kinh và Ngự chế Phật thừa văn tập." Truyện Hàn Ngạn Cung, *Cao lệ sử*, quyển 93, Liệt truyện 6 chép: "Hàn

Ngạn Cung sang Tống tạ ân... Ngạn Cung cầu thỉnh Đại tạng kinh, vua (Tống Thái Tông) ban cho Tạng kinh 481 hòm, 2500 quyển."

Sử Cao-lệ 高麗史, quyển 10, chép: Tuyên Tông, năm thứ tư (1087), Tháng Hai, vua ngự giá đến chùa Khai quốc 開國寺 khánh thành Đại tạng kinh. Tháng Ba, vua ngự đến chùa Hưng vương 興王寺, khánh thành điện Đại tạng 大藏殿. Tháng Tư, ngự giá đến chùa Quy pháp 歸法寺 khánh thành Đại tạng kinh. Tuần lễ sau, lập Đạo tràng kinh Kim cang tại điện Càn đức cầu mưa.

Hai nguồn sử liệu dẫn trên có thể xác minh niên đại khởi công khắc bản và hoàn thành khắc bản. Trong hai bản, bản khắc năm Hiến tông 2 (1011) được gọi là Tiền Quốc bản. Bản sau, khắc bởi Văn Tông và Tuyên Tông, được gọi là Hậu Quốc bản. Gọi Quốc bản, do khắc bản bởi Hoàng gia Cao-lệ (高丽大藏经》的历史与现状 - 柳富铉). Khắc bản sau này chưa thấy xác định rõ niên đại.

Theo Sớ trình của Tăng Thống Nghĩa Thiên (義天 - 代宣王诸宗教藏雕印疏): "Hiến Tổ thì điêu khắc Bí Tạng 5000 quyển. Văn Khảo cũng khắc Khế kinh 10 vạn tụng." (Dẫn bởi 千惠凤著 - 刘婧译). Tăng Thống Nghĩa Thiên (Uicheon Seungtong), con thứ tư của Cao Lệ Hiển Tông (Goryeo Hyeonjong), do đó gọi Hiển Tông là Hiển Tổ, và Văn Tông (Goryeo Munjong) là Văn Khảo. Văn Tông tại vị 37 năm (1047-1083). Khoảng giữa là hai triều Đức Tông 德宗 (Goryeo Deokjong, 1031-1034) và Tĩnh Tông 靖宗 (Goryeo Jeongjong, 1035-1046).

Bản sơ khắc Đại tạng kinh này được hầu hết các nhà nghiên cứu cho rằng được chọn làm để bản để khắc là các khắc bản Khai bảo tạng của Bắc Tống, cùng với khắc bản Khiết-đan tạng, các kinh luận được nhập tạng trong *Trinh nguyên lục*, cùng các kinh luận tân dịch thời Tống và khắc bản được tiếp nhận trong nước Cao-lệ. (高丽藏 的底本及雕造考 柳富铉). Nói rõ hơn, khắc bản bởi Hiến Tông 2 (1011) đã chọn Khai bảo tạng 5048 quyển được thâu lục trong *Khai nguyên Thích giáo lục* làm để bản. Văn Tông (1047-1083) hoàn thành khắc bản Sơ điêu Cao-lệ tạng với kinh điển được thâu lục trong *Trinh nguyên Thích giáo lục*, và các kinh luận tân dịch thời Tống, có khoảng 1000 quyển.

Bản Sơ khắc, hay Sơ điêu, Cao-lệ Đại tạng kinh này, sau khi khắc công hoàn mãn, nguyên bản được lưu trữ trong chùa Hưng vương, sau dời đến chùa Phù nhân. Khắc bản được bảo tồn tại chùa Phù ân sau đó, năm Tl. 1232, dưới triều Cao-lệ Cao Tông, quân Mông cổ trong đợt xâm lăng bán đảo Triều tiên lần thứ nhất bởi Đại hãn Mông cổ Oa-khoat-đài phát động, đã bị thiêu hủy cùng với chùa. Sự kiên này được Lý Khuê Báo 李奎報 ghi chép trong "Kỳ cáo của quần thần khắc bản Đại tạng" 大藏板刻 君臣祈告文 như sau:

"Bản tính tàn nhẫn hung bạo của nó không thể kể hết bằng lời. Cho đến si ám u muội còn hơn cả cầm thú. Vả chăng, há không biết rằng những gì mà cả thế gian này tôn kính chính là Phật pháp. Nhưng những nơi nào mà quân Mông cổ đi qua, nơi đó không còn tượng Phật kinh Phật, chúng thiêu hủy tất cả. Do vậy, bản khắc Đại tạng kinh được bảo tàng trong chùa Phù nhân cũng bị quét sạch không còn dấu vết... Vì vậy, năm Hiển tông 2 (1011) Chúa Khiết-đan cử đại binh đến đánh, Hiển Tổ chạy xuống phương nam tị nạn. Quân Khiết-đan vẫn đồn binh ở thành Tùng dương mà không rút lui. Do vậy, vua cùng quần thần phát vô thượng đại nguyện, quyết khắc một khắc bản Đại tạng kinh, sau đó quân Khiết-đan tự rút. Thế nhưng, do Đại tạng kinh, là một. Trước sau điêu khắc, là một. Vua tôi đồng phát nguyện, cũng là một. Sao khi ấy quân binh Khiết-đan tự rút lui, mà nay quân Thát-đát há không vậy?" (xem đã dẫn trên).

Theo đây, bản Sơ khắc dưới triều Hiển Tông (1010-1031) được khắc in để cầu nguyện quân Liêu rút lui. Bản tái khắc dưới triều Cao Tông năm thứ 24 (1237) cũng được khắc với mục đích cầu nguyện thối lui quân Mông cổ. Khắc bản này được gọi là Tái điêu bản, tức khắc bản Cao-lệ tạng thứ hai 再雕版高麗大藏經.

Sử Cao-lệ, quyển 24, Cao Tông tế gia 高麗史·高宗世家 chép: "Năm thứ 38 (Tl. 1251), tháng 9, ngày Giáp tí, Vua ngự giá đến chùa Hiền thánh 賢聖寺. Ngày Nhâm ngọ, ngự giá đến Đại tạng kinh bản đường 大藏經板堂, ngoài cửa Tây thành, suất lãnh bá quan hành hương. Khắc bản thời Hiển Tông bị thiêu hủy năm Nhâm thìn (1232) bởi quân binh Mông cổ. (Năm thứ 37 - Tl. 1237) Vua cùng quần thần lại phát nguyện lập Đô giám, trải qua 16 năm (năm thứ 38 – Tl. 1251) mới hoàn thành công khắc."

Đô giám tức Đại tạng đô giám 大藏都監, cơ quan có nhiệm vụ giám sát và chuyên trách đối chiếu khắc bản được chọn làm bản đáy với các khắc bản khác và hiệu đính những sai khác hay sai lầm được tìm thấy giữa bản đáy và khắc bản đối chiếu.

Năm Tl. 1231, quân Mông cổ xâm nhập Cao-lệ; năm sau, 1932, Cao Tông dời Tung đô, kinh đô Cao-lệ bấy giờ, đến đảo Hoa dương. Để cầu nguyện quân Mông cổ rút lui, vua lập Đại tạng ở Giang đô, tiến hành khắc bản Đại tạng kinh tại huyện Nam hải, Tấn châu, dưới sự chủ trì của Tăng Thống Thủ Kỳ 僧統守其, trải qua 16 năm, Cao Tông năm thứ 38 (Tl. 1251) mới hoàn thành khắc bản. Thủ Kỳ đối chiếu các bản quan khắc đời Tống, Kahi bảo tạng, cùng với Khiết-đan bản, các kinh luận được nhập tạng trong *Trinh nguyên lục*, các kinh luận tân dịch trong thời Tống, và bản Sơ khắc của Cao-lệ, hiệu đính những sai sót, tiến hành khắc bản.

Khắc bản Cao-lệ Đại tạng kinh này tổng kết có 1496 chương, 6568 quyển, 52.382.960 chữ Hán được khắc trên 81.258 khối gỗ, do vậy, nó cũng được gọi là "Bát vạn Đại tạng kinh" 八萬大藏經. Năm Tl. 1398, để tránh sự xâm nhập của người Nhật, bộ Đại tạng này được dời đến chùa Hải ấn 海印寺 (Haeinsa), một trong ba ngôi chùa lớn của Hàn quốc, được lưu truyền đến nay.

Đây được đánh giá là khắc bảo hoàn hảo nhất trong các khắc bản và bản Đại chánh Đại tạng kinh y trên khắc bản này mà bổ chú và ấn hành.

IX. NHẬT BẢN

Dưới triều Khâm Minh Thiên hoàng năm thứ 13 (Tl. 552), Phật giáo từ nước Bách tế chính thức truyền vào Nhật bản.

Bán đảo Triều tiên, từ Tl. 427-600, được chia thành ba nước: Bách tế hay Bá tế 百濟 (cũng viết 伯濟) ở tây nam bán đảo; Tân la 新羅, đông nam; Cao cú lệ 高句麗 ở phương bắc.

Bách tế lập quốc trước Tây lịch 18, đến năm 660 bị nhà Đường liên hiệp với Tân la tiêu diệt.

Phật giáo được truyền vào nước này dưới triều vua Thẩm Lưu Vương năm thứ nhất (384), do một vị Tăng nhân người Tây vực, Ma-la-nan-đà 摩羅難陀 (Mālānanda), từ Đông Tấn, dưới thời Hiếu Vũ niên hiệu Thái nguyên 9 (384) đến đây. Cho đến triều Thánh Vương năm thứ 13 (Tl. 552). Rồi từ Bách tế Phật giáo được truyền vào Nhật bản.

Dưới triều Khâm Minh Thiên hoàng 欽明天皇, vua nước Bách tế, Thánh Vương 聖王 năm thứ 30 (552) phái khiển một phái đoàn sang sứ Nhật bản, bấy giờ được gọi Oải quốc 矮國 (nước người lùn) là hiến tặng Khâm Minh Hiên hoàng một tượng Phật Thích-ca bằng đồng, một số tràng phan bảo cái và kinh điển Phật giáo. Sau đó nhiều năm, Bách tế phái khiển nhiều sư tăng sang Nhật hỗ trợ truyền giáo. Vào thời đại Tam quốc phân tranh tại bán đảo Triều, Bách tế là một nước đất hẹp, dân thưa, nên thường dựa vào thế lực Nhật bản để đối kháng với hai nước kia. Do bởi gần với Trung quốc, chịu ảnh hưởng văn minh Trung quốc rất sớm, cho nên về mặt thế lực quân sự Bách tế không bằng Nhật bản nhưng về mặt văn minh được kể có phần tiến bộ hơn. Mặc dù trong những ngày đầu, đã xảy ra tranh chấp giữa hai phe đối lập nhận hay không tiếp nhận Phật giáo. Phe Vật bộ thị 物部氏 chủ trương bảo thủ Thần đạo, chống lại Phật giáo được xem là ngoại nhập. Phe Tô nga thị 蘇我氏 do đã có nhiều tiếp xúc với người Hoa và Hàn, có tư tưởng tiến bộ, không bài ngoại, và chủ trương tiếp nhận Phật giáo. Cuối cùng phe Tô nga thắng thế và Phật giáo chính thức được triều đình tiếp nhận. Cho đến thời Suy Cổ Thiên hoàng 推古天皇, dưới sự nhiếp chánh của Thánh Đức Thái tử 聖德太子 (572-621), Phật giáo trở thành quốc giáo Nhật bản.

Sau khi biết đến gốc Phật giáo từ Trung quốc, kể từ thế kỷ 7 Tl. cho đến thế kỷ 9 Tl. đã có trên mười phái đoàn được triều đình phái khiển sang Trung quốc du học, không chỉ các Tăng lữ mà còn có tục gia; du học và mang về Nhật không chỉ kinh điển Phật giáo, mà còn có những thư tịch Nho gia, Bách gia chư tử. Khi khắc Đại tạng kinh đầu tiên, Khai bảo tạng được in dưới triều Tống Thái Tông, Nhật bản cũng là nước Phật giáo đầu tiên có được một ấn bản, như đã thuật ở đoạn trên.

Các bản Đại tạng kinh Hán văn được khắc in tại Nhật bản từ trước cho đến nay kể có 7 bộ, về hình thức phân làm ba loại: bản khắc gỗ, bản gỗ chữ nổi và bản in. Trong đó, 2 bản khắc gỗ: Hoằng an tạng 弘安藏, Thiết nhãn tạng 鐵眼藏; một bản gỗ chữ nổi: Đông sơn tạng 東山藏; 4 bản đúc chì: Hoằng giáo tạng 弘教藏, Vạn Chánh tạng 卍正藏, Vạn Tục tạng 卍續藏, Đại chánh tạng 大正藏.

18. Hoằng an tạng 弘安藏

Bản khắc gỗ Đại tạng kinh Hán văn được kể khởi khắc trong thời Liêm thương 鎌倉 (Kamakura), phỏng định vào niên niên hiệu Hoằng an thứ 10 (1287), triều Hậu Vũ Đa Thiên hoàng 後宇多天皇 (Gōdatenō), hoàn thành công khắc khoảng cuối niên hiệu Chánh an (1301). Có rất ít thông tin để biết về Tạng kinh này.

19. Đông sơn tạng 東山藏

Khắc bản được khởi công niên hiệu Khoan vĩnh 14 (1637), triều Hậu Thủy Vĩ Thiên hoàng 後水尾天皇 (Gōmizu no Tennō), thời đại Giang hộ (江戸時代 Edo jidai); hoàn thành khắc công trong niên hiệu Khánh an 1 (1648). Xưởng khắc được tổ chức tại chùa Khoan vĩnh, trong khu đông bộ, Kinh đô, do đó khắc bản này được gọi là Đông sơn tạng 東山藏, cũng gọi là tự tạng 寛永寺藏. Chùa Khoan vĩnh, đại bản sơn của Thiên thai tông, được kiến thiết từ thời đại Giang hộ, do Tướng quân Đức Xuyên Tú Trung 德川秀忠 (Tokugawa Hidetada) và Đại tăng chánh (Tăng thống) Thiên Hải 大僧正天海 (Daisōjō Tenkai), phát tâm kiến tạo. Do bởi Tăng thống Thiên Hải chủ trì nên nó còn được gọi là Thiên hải tạng 天海藏.

Bản đáy của Tạng này được chọn là bản Tư khê tạng đời Tống, và được bổ sung với Phổ ninh tạng đời Nguyên. Về kỹ thuật, đây là bản Đại tạng kinh sử dụng bản gỗ chữ nổi. Toàn tạng gồm 665 hòm, 1453 bộ, gồm 6323 quyển.

20. Hoàng bá tạng 檗檗藏

Khắc bản được quyên góp bởi Sa-môn Thiết Nhãn Đạo Quang 鐵眼道光 (Tetsugen Dōkō), do đó được gọi là Thiết nhãn tạng 鐵眼藏, và cũng gọi là Hoàng bá tạng 檗檗藏. Đây là một trong bốn bản đúc chì, chọn Gia hưng tạng (1577-1667) làm bản đáy có bổ sung.

Thiết Nhãn Đạo Quang (1630-1682), thiền tăng thuộc hệ phái thiền Hoàng bá, Nhật bản. Sư cảm thấy Phật giáo Nhật bản thiếu Đại tạng linh do đó Phật pháp không được phổ cập, nên phát tâm quyên góp, thác bát từng nhà, trải qua 10 năm mới tạm thấy đủ để khởi công khắc bản. Bấy giờ gặp nạn lụt lớn, nhân dân đói khổ, Sư bỏ hết số tiền quyên góp được để cứu trợ đồng bào. Sau đó lại tiếp tục thác bát quyên góp, nhưng lần này trong nhân gian lại phát sinh bệnh dịch truyền nhiễm, Sư lại dành hết số tiền quyên được để cứu tế. Lần thứ ba, quyên góp mới thành công để khởi công khắc in.

Khởi sự, Thiết Nhãn Thiền sư lập viện Bảo tạng tại chùa Vạn phúc, núi Hoàng bá, quận Vũ trị, châu Sơn thành, Nhật bản; núi Hoàng bá, lập phòng in kinh tại Kinh đô. Sự nghiệp khắc in được khởi công năm Khoan văn 9 (1669), Hậu Tây Thiên hoàng 後西天皇 (Gōsai Tennō); hoàn thành năm Diên bảo 6 (178), triều Linh Nguyên Thiên hoàng 靈元天皇 (Reigen Tennō). Toàn tạng gồm 734 hòm, 1618 bộ, 7334 quyển. Khuyết điểm trong bản khắc lại nhiều, về sau đối chiếu bản khắc Cao-lệ, trải qua hai lần hiệu đính, ấn bản sau đó được lưu truyền rộng rãi.

21. Hoằng giáo tạng 弘教藏

Hoằng giáo tạng, cũng được gọi là Đại Nhật bản Hiệu đính súc khắc Đại tạng kinh 大日本校訂縮刻大藏經; gọi tắt Súc loát tạng kinh 縮刷大藏經.

Bản in đúc chì, Đại tạng kinh Hán văn do Đảo Điền Phiên Căn 島田蕃根 (Shimada Bankon, 1827-1907), theo Tu nghiệm Đạo Thiên thai tông, và Phúc Điền Hành Giới 福田行誠 (Fukuden Gyōkai, 1809/1806-1888), chủ trì, thiết trí Thư viện Hoằng giáo tại Đông kinh, căn cứ bản Cao-lệ tạng làm bản đáy; các bản Tư phúc tạng, Phổ ninh tạng, và Gia hưng tạng, được dùng đối chiếu và hiệu đính; khởi công khắc in dưới triều Minh Trị năm thứ 13 (1880), đến năm 18 (1885) hoàn thành. Toàn tạng có 40 hòm, đóng thành 418 tập, gồm 1916 bộ, 8534 quyển.

22. Vạn Chánh tạng kinh 卍正藏經

Vạn tự Đại tạng kinh 卍字大藏經, Đại tạng kinh bản chữ Vạn, được gọi là Vạn Chánh tạng kinh bản chữ Vạn 卍正藏經 để phân biệt với Tục tạng kinh bản chữ Vạn. Cũng gọi là Đại Nhật bản hiệu đính huấn điểm Đại tạng kinh 大日本校訂訓點大藏經, Huấn điểm Đại tạng kinh 訓點大藏經. Gọi là *huấn điểm* 訓點 (konten), vì có phụ chú cách đọc chữ Hán theo âm người Nhật (*huấn độc* 訓読: kundoku). Và cũng gọi là Nhật bản Tạng kinh Thư viện Đại tạng kinh 日本藏經書院大藏經, vì được biên tập và ấn loát, lưu trữ tại Thư viện Đại tạng kinh Kinh đô.

Đại tạng kinh Hán văn, bản in đúc chì, cỡ chữ 13.75 pt., biên tập và ấn loát tại Tàng kinh Thư viện, Kinh đô, khởi sự dưới thời Minh Trị năm thứ 35 (1902), năm thứ 38 (1905) hoàn thành. Được chủ trì bởi Tân Điền Trúc Pha 濱田竹坡 (Hanabe Minami) và Mễ Điền Vô Tránh 米田無諍 (Yoneda Mujō), căn cứ Hoàng Bá tạng làm bản đối chiếu hiệu đính; nội dung phân làm bốn bộ phận chính, bao gồm Kinh, Luật, Luận, các soạn tập của Thánh Hiền Tây thiên và Đông độ. Toàn tập thâu lục 1625 bộ, 7082 quyển, phân làm 37 hòm, đóng thành 357 tập.

Bản in lưu hành chưa được bao lâu, Thư viện Tàng kinh Kinh đô bị hỏa hoạn, hầu hết thư tịch trong đó đều bị thiêu hủy, cho nên chỉ một số ít Vạn Chánh tạng còn được lưu hành.

23. Vạn Tục tạng kinh 卍續藏經

Tục tạng kinh bản chữ Vạn 卍, thâu lục các thư tịch Phật giáo được soạn tập bởi Trung hoa, Nhật bản qua các thời đại mà chưa được thâu nhập trong Chánh tạng kinh bản chữ Vạn. Đây cũng là bản in đúc chì, do Tiền Hiền Huệ Vân 前賢慧雲 và Trung Dã Đạt Huệ 中野達慧 phụ trách, Thư viện Tàng kinh Kinh đô ấn hành, khởi công năm Minh Trị thứ 38 (1905), hoàn thành năm Đại Chánh 1 (1912). Toàn tạng thâu lục 1660 bộ, 6957 quyển, đóng thành 751 tập, phân làm 151 hòm. Nội dung phân thành 10 bộ loại: Các bản dịch Phạn Hán gồm bốn bộ loại: Kinh, Luật, Luận, Kinh và nghi quỹ Mật giáo. Trung hoa soạn thuật gồm sáu bộ loại: sớ giải Đại Tiểu thừa Kinh, Luật, Luận; trước thuật của các tông, lễ sám, và sử truyện. Ấn bản của Tục tạng này được lưu trữ tại Thư viện Tàng kinh Kinh đô chưa được bao lâu thì cùng bị hỏa thiêu; nhưng do Thương vụ ấn quán có sao chụp lại từ nguyên bản nên nay còn được lưu hành.

24. Đại chánh tạng 大正藏.

Bản Đại tạng kinh Hán văn được lưu hành phổ biến nhất trên thế giới hiện nay, và có giá trị cho những nghiên cứu học thuật hàn lâm, là ấn bản dưới triều Đại Chánh, Nhật bản: Đại chánh Tân tu Đại tạng kinh 大正新修大藏經, thường gọi tắt là bản Đại chánh tạng. Năm Đại Chánh thứ 13 (1924), Văn học Bác sĩ Cao Nam Thuận Thứ Lang 高楠順次郎 (Takakusu Junjirō, 1866-1945) cùng với Độ Biên Hải Húc 渡邊海旭 (Watanabe Kaikyoku, 1872-1933) phát khởi và giám tu biên tập Đại tạng kinh đồng thời tổ chức Hội Ấn hành Đại tạng kinh 大正一切經刊行會, cùng với sự cộng tác của Tiểu Dã Huyền Diệu 小野玄妙 (Ono Gen myō, 1883-1939), phụ trách biên tập. Cả ba vị đều là tăng thuộc Tịnh độ tông Nhật bản. Trải qua 13 năm biên tập, năm Đại Chánh 1934 mới khởi sự ấn hành. Bản Tái khắc Cao-lệ tạng làm bản đáy. Các bản được dùng tham khảo và hiệu đính gồm Khai bảo tạng, Khiết-đan tạng, cùng các khắc bản và ấn bản được lưu trữ tại các tự viện Nhật bản. Tổng quát, Đại Chánh được phân làm Chánh tạng gồm 55 tập, Tục tạng 30 tập, biệt quyển 35 tập, và 12 tập đồ tượng; 3 tập cuối: Tổng mục lục. Thâu lục 3493 bộ, 13.520 quyển. Tổng cộng số trang toàn tạng có đến 80.634 trang. Số chữ lên đến một trăm triệu (100.000.000).

*

GIỚI THIỆU
ĐẠI TẠNG KINH
大藏經

Lược trích:

Mochiyuki Shinkō

望月信亨　佛教大辭典

THANH TRÌ *dịch*

Có ý nghĩa là Thánh điển bao hàm các tạng như Tam tạng.

Cũng gọi là Nhất Thiết Kinh 一切經, hay là Nhất Đại Tạng Kinh 一大藏經, Tạng Kinh 藏經, Đại Tạng 大藏 三藏聖教, hay Tam Tạng Thánh Giáo, tức là nói đến tổng tập những điển tịch Phật giáo lấy tam tạng Kinh Luật Luận làm trung tâm. Có những ví dụ như trong *Tịnh Trụ Tử Kính Trọng Chánh Pháp môn* 淨住子敬重正法門 của Nam Tề Tiêu Tử Lương 蕭子良 (được trích dẫn trong Cổ Kim Đồ Thư Tập Thành Thần Dị Điển 古今图書集成神異典　quyển 66) có nói "kính lễ nhất thiết chúng kinh điển của Thần Châu Đại Quốc". Trong *Chu Kinh Tạng Nguyện Văn* 周経蔵願文của Vương Bao王褒 (được trích dẫn trong *Quảng*

Hoằng Minh Tập quyển 22) có nói "phụng tạo tất cả kinh tạng, hết thảy từ những giáo lý về sanh diệt cho đến những giáo thuyết về Nê-hoàn"; trong *Thiên Thai Trí Giả Đại Sư Biệt truyện* thời Tuỳ có nói "Đại tạng kinh 15 tạng"; trong hiệp chú của *Tam Chủng Tất Địa Phá Địa Ngục Chuyển Nghiệp Chướng Xuất Tam Giới Bí Mật Đà La Ni Pháp* do Thiện Vô Uý 善無畏 dịch đời Đường có nói "Tạng kinh là Nhất Thiết Kinh".

Vốn dĩ gọi là Pháp tạng (*dharma-kośa*), Pháp uẩn (*dharma-skandha*), Đại pháp tạng, Pháp bảo tạng, Đại pháp bảo tạng, Đại pháp khố tạng v.v..., trong thời đại ban đầu phân loại thành 9 bộ loại kinh (*navāṅga-sāsana*) hay 12 bộ loại kinh (*dvādaśāṅga-buddha-vacana*), và sau đó, những pháp được Phật nói được biên thành bốn A-hàm, hay năm bộ loại v.v..., đặt tên là kinh tạng (*sūtra-piṭaka*), biên tập những thứ liên quan đến giới nghi của chư đệ tử lại và đặt tên là luật tạng (*vinaya-piṭaka*), những luận thư liên quan đến những soạn thuật của các luận sư thì gọi là luận tạng (*abhidharma-piṭaka*), gộp chung gọi đó là tam tạng (*tri-piṭaka*).

Trong *Thiện Kiến Luật Tỳ Bà Sa* quyển 1 có nói

"**Hỏi**: Tam tạng là gì? **Đáp**: Tỳ-ni tạng (*Vinaya-piṭaka*), Tu-đa-la tạng (*Suttanta-piṭaka*), A-tỳ-đàm tạng (*Abhidhamma-piṭaka*). Đây gọi là tam tạng (*ti-piṭaka*).

"**Hỏi**: Tỳ-ni tạng là gì? **Đáp**: 2 Ba-la-đề mộc-xoa (*pātimokkha*), 23 (22) kiền-đà (kiền-độ) (*khandhaka*), ba-lợi-bà-la (*parivāra*); đây gọi là Tỳ-ni tạng.

"**Hỏi**. Tu-đa-la la tạng à gì? **Đáp**: Đầu tiên là kinh *Phạm Võng kinh* (*Brahmajāla-sutta*), và tất cả 34 tu-đa-la đều được đưa vào trong Trường A-hàm/Trường Bộ Kinh (*Dīgha-nikāya*).

"Đầu tiên là Mâu-la-ba-lị-da/*Căn bổn pháp môn kinh* (*Mūlapariyāyasutta*), và tất cả 252 (152) tu-đa-la đều được đưa vào trong Trung Bộ Kinh (*Majjhima-nikāya*).

"Đầu tiên là Ô-già-đa-la-a-bà-đà-na/*Độ bộc lưu kinh* (*Oghataraṇasuttaṃ*), và tất cả 7762 tu-đa-la đều được đưa vào trong Tăng-thuật-đa/Tương Ưng Bộ Kinh (*Saṃyutta-nikāya*).

"Đầu là Chiết-đa-ba-lị-da-đà-na tu-đa-la (*Cittapariyādāna*), và tất cả 9557 tu-đa-la đều được đưa vào trong Ương-quật-đa-la/ Tương Ưng Bộ Kinh (*Aṅguttara-nikāya*).

"[Tiểu tụng/*Khaddaka-pātha*], Pháp cú (*Dhamma-pada*), Dụ (*Apadāna*), U-đà-na (*Udāna*), Y-đế-phật-đa-già/Như thị thuyết (*Itivuttaka*), Ni-ba-đa (*Sutta-nipāta*), Tỳ-ma-na/Thiên cung sự (*Vimāna-vatthu*), Tỷ-đa/Ngạ quỷ sự (*Peta-vatthu*), Thế-la & Thế-thế-lị-già-đa/Trưởng lão kệ & Trưởng lão ni kệ (*There-Therī-gāthā*), Bổn sanh (*Jātaka*), Ni-thế-bà/Nghĩa thích (*Niddesa*), Ba-trí-tham-tỳ-đà/Vô ngại giải (*Patisambhidā*), Phật chủng tánh kinh/Phật sử (*Buddha-vaṃsa*).

"Nhã dụng tạng/Sở hành tạng (*Cariyā-piṭaka*), chia thành 14 phần (bản Pāli thêm tiểu tụng vào thành 15 phần, và Dụ được xếp ở sau Ba-trí-tham-tỳ-đà), tất cả đều được đưa vào trong Khuất-đà-ca/Tiểu Bộ Kinh (*Khuddaka-nikāya*).

«Đây được gọi là Tu-đa-la tạng.»

"**Hỏi**: A-tỳ-đàm tạng là gì? Đáp: là Pháp tăng già/Pháp tụ luận (*Dhamma-saṅgani*), Tỳ-băng-già/Phân biệt luận (*Vibhaṅga*), Đà-suất-ca-tha/Giới thuyết luận (*Dhātu-kathā*), Da-ma-ca/Song luận (*Yamaka*), Bát-xoa/Phát thú luận (*Paṭṭhāna*), Bức-già-la-bân-na-để? Nhân thi thiết luận (*Puggala-paññatti*), Ca-tha-bạt-thâu? Luận sự (*Kathā-vatthu*). Đây là A-tỳ-đàm tạng".

Trên đây là Tam tạng Thánh giáo được lưu truyền ở Nam phương Tích Lan v.v...

Mặt khác, *Đại Trí Độ Luận* quyển 100 nói:

"Tam tạng chính thức có 30 vạn kệ, tổng cộng 960 vạn lời. Ma-ha-diễn (*Mahāyāna*) thì rất nhiều, vô lượng vô hạn. Trong đó, như phẩm *Bát-nhã-ba-la-mật* có hai vạn hai ngàn kệ, phẩm *Đại Bát-nhã* có 10 vạn kệ.

"Nơi các Long Vương, A-tu-la, chư thiên cung có nghìn ức vạn kệ v.v... (lược giữa)"

"Lại có *Bất Khả Tư Nghì Giải Thoát Kinh* 10 vạn kệ, *Chư Phật Bổn Khởi Kinh, Bảo Vân Kinh, Đại Vân Kinh, Pháp Vân Kinh*, mỗi kinh 10 vạn kệ. Có những kinh lớn như *Pháp Hoa Kinh, Hoa Thủ Kinh, Đại Bi Kinh, Phương Tiện kinh, Long Vương Vấn Kinh, A-tu-la Vương Vấn kinh* v.v... Các kinh lớn này nhiều vô lượng vô biên, như châu báu trong biển cả.

"Vì sao phải đưa vào trong Tam tạng? Vật nhỏ thì có thể ở trong vật lớn, nhưng vật lớn thì không thể ở trong vật nhỏ. (Lược giữa)"

"Những điều được đức Phật nói bằng văn tự ngôn ngữ chia thành hai loại. Tam tạng là pháp Thanh văn; Ma-ha-diễn (*Mahāyāna*) là pháp Đại thừa. Và hơn nữa, khi Phật còn tại thế thì không có tên gọi là Tam tạng, chỉ có Tỳ-kheo trì tu-đa-la (*Sūtrāntadhara-bhikṣu*), Tỳ-kheo trì tỳ-ni (*Vinayadhara-bhikṣu*), tỳ-kheo trì ma-đa-la-ca (*Matadhara-bhikṣu*).

"Tu-đa-la là tên kinh trong bốn A-hàm. Kinh trong Ma-ha-diễn cũng gọi là Tu-đa-la.

"Tu-đa-la có hai phần: thứ nhất, tu-đa-la trong bốn A-hàm; thứ hai là kinh Ma-ha-diễn được gọi là Đại tu-đa-la. Và đưa vào trong hai phần, cũng là Đại thừa và Tiểu thừa.

"Hai trăm năm mươi giới, gọi những phần như thế là tu-đa-la.

"Tỳ-ni là từ dùng trong trường hợp như khi tỳ-kheo phạm tội, Phật kết giới, tuỳ theo đó mà nên hành thế này, không nên hành thế này, nếu làm điều này thì sẽ bị tội. Lược thuyết thì có 80 bộ loại. Cũng có 2 phần, một là tỳ-ni của nước Ma-thâu-la (Mathura), có chứa cả Bổn sanh A-ba-đà-na, có 80 bộ loại, hai là tỳ-ni của nước Kế-tân (Kaśmira), đã loại trừ Bổn sanh A-ba-đà-na, chỉ giữ cái cần dùng làm thành 10 bộ loại. Có 80 bộ loại Tỳ-bà-sa giải thích."

"Do đó biết rằng những kinh như *Ma-ha Bát-nhã-ba-la-mật-đa* v.v... dù có trong kinh tu-đa-la nhưng vì kinh thì lớn và có những sự việc khác nhau nên nói riêng. Vì vậy không có trong tập tam tạng". Ở đây có ý nghĩa rõ ràng là các kinh điển đại thừa như kinh Bát-nhã v.v... cũng là kinh do Phật nói nhưng vì là kinh lớn nên không được tập thành trong tam tạng."

Việc các kinh điển A-hàm và các luật vốn đều được truyền trì nhờ khẩu tụng, thì như trong *Phân Biệt Công Đức Luận* quyển hai nói "Học trò các Pháp sư nước ngoài cùng truyền trì cho nhau, nhận lãnh nhờ khẩu truyền, cùng giữ gìn, không nghe việc chuyển tải thành văn." Cao Tăng Pháp Hiển Truyện nói: "Các nước Bắc thiên trúc đều sư sư khẩu truyền, không viết thành bổn"; cứ như thế mà biết.

Tuy nhiên ngược lại, kinh điển Đại thừa thì khuyến khích thư tả (biên chép) lưu thông kinh văn, và trong kinh có rất nhiều chỗ nói đến công đức đó. Thư tả đại khái là viết vào lá bối, nhưng đôi khi cũng dùng vải thô, như trong *Phật Bổn Hành Tập Kinh* quyển 51 nói *bút mặc đà la diệp* 筆墨陀羅葉; trong Vô Tận Ý

Bồ Tát Kinh (*Đại Phương Đẳng Đại Tập Kinh* quyển 30) nói, *chỉ mặc* 紙墨; trong *Thiện Tý* 善臂 *Bồ Tát kinh* (*Đại Bảo Tích Kinh* quyển 93) nói là *chỉ bút mặc* 紙筆墨; trong *Trì Tâm Phạm Thiên Sở Vấn Kinh* quyển 4, *Bảo Nữ Sở Vấn Kinh* quyển 4, *Phổ Diệu Kinh* quyển 8, *Tán Phật phẩm*, cùng với *Thiện Cung Kính Kinh* v.v... nói là *trúc bạch* 竹帛; *Bán-chu Tam Muội Kinh Tứ Sự phẩm* nói là *hảo tố* 好素; *Tiểu Phẩm Bát Nhã Kinh* quyển 10, *Tát-đà-bà-luân phẩm* nói "dùng lá vàng thật 眞金鍱 mà viết Bát-nhã-ba-la-mật"; *Du-già Sư Địa Luận* quyển 75 nói là *diệp chỉ* 葉紙; trong *Nhất Tự Kỳ Đặc Phật Đảnh Kinh* quyển thượng *Tiên Hành Phẩm*, *Bồ-đề Tràng Trang Nghiêm Đà-la-ni kinh*, *Thánh Ca Ni Phẫn Nộ Kim Cang Đồng Tử Thành Tựu Nghi Quy* quyển trung, v.v... thì nói là *hoa bì* 樺皮 hay *quyên tố* 絹素; *Đại Phật Đảnh Thủ Lăng Nghiêm Kinh* quyển 7 nêu ra những từ như *hoa bì* 樺皮, *bối diệp* 貝葉, *chỉ nhí*, *tố bạch điệp* 素白疊, và còn có nói việc viết kinh văn lên vách tường..., hay vẽ tượng Như Lai vào trong kinh v.v...; kinh *Chánh Pháp Niệm Xứ* quyển 46 nói, "Trên bảo bích trong tháp Phật ấy có chữ về kinh pháp", cùng kinh này quyển 40 có nói "Khi quán sát châu 珠 ấy, bên trong có văn tự của kim thư"; trong *Tín Lực Nhập Ấn Pháp Môn Kinh* quyển 5 nói "Vẽ tượng Như Lai vào trong hộp kinh"; trong *Đại Bát Niết Bản Kinh* quyển 14, *Phạm Võng Kinh* quyển thượng v.v... có ghi về *huyết thư*.

Liên quan đến dụng ngữ cho Thánh điển, trong *Tứ Phần Luật* quyển thứ 52 có nói, "Lúc bấy giờ có tỳ-kheo tên là Dũng Mãnh 勇猛 xuất gia. (lược giữa) bạch Thế Tôn rằng, "Bạch Đại Đức, những tỳ-kheo này thuộc nhiều dòng họ xuất gia, tên gọi cũng khác, phá hoại nghĩa của kinh Phật; nguyện xin đức Thế Tôn cho phép chúng con dùng hảo ngôn luận của thế gian *chandaso āropetabbaṃ* để tu chỉnh kinh Phật." Phật nói, các ông là người si. Đó là sự huỷ hoại bằng cách đem ngôn luận của ngoại đạo vào lai tạp trong kinh Phật."

Phật dạy: "Cho phép tùy theo ngôn ngữ, phong tục của từng nước (*saka-nirutti*, phương ngữ) mà giải thích đọc tụng kinh Phật."

Đại Tỳ-bà-sa Luận quyển 79 ghi rằng: Phật thuyết bốn Thánh đế bằng Thánh ngữ, thông tục ngữ của biên quốc Nam Ấn Độ, và Miệt-lê-xa (*mleccha*) ngữ v.v... Theo đó thì có vẻ như vốn dĩ ngôn ngữ sử dụng không nhất thiết là cố định mà tuỳ theo ngôn âm quốc tục ở mỗi nơi mà tụng tập. Tuy nhiên, nếu xét cái hiện còn hiện nay thì, cái mang tính nguyên bản nhất ấy là hai chủng loại tiếng Phạn và tiếng Pāli. Trong đó, như được biết thì phần lớn Hán dịch và Tây Tạng dịch là từ Phạn ngữ mà phiên dịch ra. Lại nữa, hiện tại ở Ni-ba-la (尼波羅 Nepal) và Tây Tạng có cất giữ nhiều bản Phạn, bên cạnh đó, còn có nhiều phát hiện Phạn bản ở các vùng Trung Á. Trong đó, con số đã được mang về Ấn Độ, các nước Châu Âu cùng với Nhật bản đã lên đến mấy ngàn bộ loại. Nhìn vào đó thì có thể đoán biết con số Phật điển được ghi bằng tiếng Phạn là rất nhiều.

Thời đại gần đây, một phần trong đó được san hành bởi các nước bằng chữ tân thể Devanāgarī hay chữ la-mã. Còn tiếng Pāli thì được xưng là gần giống với tiếng māgadhī của thời Phật. Tương truyền Phật điển đã được ghi chép bằng ngôn ngữ ấy vào khoảng cuối thế kỷ thứ 1 Tây lịch. Hiện cùng với Tam tạng Kinh Luật Luận còn có Tạng ngoại là chú giải của Tam tạng (*Aṭṭhakathā*), sử truyện và tạp thư. Về sau những kinh sách này được lưu truyền ở Miến-điện, Xiêm-la (Thái), Cam-pu-chia, v.v... và được ghi chép bằng văn tự của các nước ấy. Những gì đã được xuất bản hiện tại thì có 4 chủng loại là chữ Tích Lan, chữ Miến Điện, chữ Xiêm-la và chữ La-mã.

Những nguyên bản Phạn ngữ và Pāli ngữ này đã được phiên dịch ra quốc ngữ của các nước Tây vực, hiện nay hiện còn là Hán ngữ, Túc-đặc ngữ (*Sogdian*/ Khang cư), Vu-điền ngữ (*Khotan*),

Khương tư ngữ, Tây tạng ngữ, Tây Hạ ngữ, Mông Cổ ngữ, Thổ-nhĩ-cổ ngữ (Thổ Nhĩ Kỳ, Turkish) cổ đại, Mãn Châu ngữ, Triều Tiên Ngạn văn ngữ v.v...

Thời đại gần đây, các dịch bản cùng với những nguyên văn này được dịch ra nhiều thứ tiếng như tiếng Anh, Pháp, Đức v.v..., và đến gần đây Nhật cũng tiến hành Quốc dịch Phật điển.

Nói chung, các bản Hán dịch, Tây Tạng dịch, Tây Hạ dịch, Mông Cổ dịch, Mãn Châu dịch đều có đầy đủ Kinh Luật Luận Đại Tiểu thừa v.v..., so với những gì được truyền ở Nam phương Tích Lan thì cả nội dung và phần lượng đều không đồng. Trong đó, Hán dịch Đại tạng kinh có nguồn gốc phiên dịch cổ nhất, và bộ loại số cũng khổng lồ, bắt đầu từ thời Hậu Hán cho đến đời nhà Nguyên (sau đó cũng có phiên dịch ra một số), với các Tam tạng của các nước Ấn Độ, Tây Vực cùng với Trung Hoa v.v.... đều có liên quan với những gì đã được phiên dịch ra từ tiếng Phạn, tiếng Pāli và Hồ ngữ.

Ban đầu thì các nơi chỉ tự mình biên chép và truyền trì, nhưng đến Đạo An 道安 (Tl. 338-385 Phù Tần 苻秦) thì các kinh dịch từ trước đã được sưu tập, chỉnh lý và phân loại chúng, trước tiên biên soạn Kinh lục cho chúng. Không bao lâu sau các sư như Tăng Hựu 僧祐 (445—518), Bảo Xướng 寶唱 cũng soạn Kinh lục, tăng bổ thêm, và đến một lúc, ghi chép toàn bộ loại kinh đã được dịch, an trí vào trong cung thất hay các chùa lớn, thời Bắc Tề (550-577) ở Từ Châu 磁州 Hưởng Đường sơn 響堂山 đã khắc Nhất thiết kinh lên đá, làm tăng dần ý niệm tôn trọng Pháp bảo.

Đến thời Tuỳ Đường thì sự nghiệp dịch kinh đã hưng thạnh, cùng với đó Kinh lục cũng lần lượt được biên tập chế tác, không chỉ là phân loại chỉnh lý các kinh luật luận đại tiểu thừa v.v... mà còn sắp xếp những thứ đơn dịch, trùng dịch, biệt sinh, nghi ngờ, nguy vọng v.v... cho đến những sao tập, truyền ký, trước thuật được soạn thuật ở Trung Hoa cũng được nhập tạng.

Từ Tề Lương trở về sau, có phong trào sao tập những yếu chỉ của các kinh, nhóm Lương Bảo Xướng có *Kinh Luật Dị Tướng* 50 quyển, Lương Giản Văn Đế 梁簡文帝(503-551) lệnh cho học sĩ soạn *Pháp Bảo Tập* 200 quyển (cũng gọi là *Pháp Bảo Liên Bích*), nhóm Đàm Hiển 曇顯 Hậu Nguy 後魏 có Chúng *Kinh Yếu Tập* 20 quyển (còn gọi là *Chu Chúng Kinh Yếu Tập*), Lương 梁 Ngu Hiếu Kính 虞孝敬 có *Nội Điển Bác Yếu* 30 quyển , Lương Hiền Minh 賢明 có *Chân Ngôn Yếu Tập* 10 quyển (những thông tin trên đây có ghi trong *Tứ Thư Pháp Kinh Lục* quyển thứ 6, *Ngạn Tông Lục* 彥琮録 quyển thứ 3 v.v...), nhóm Lương Tăng Mân 僧旻 có *Chúng Kinh Yếu Sao* 88 quyển, *Nghĩa Lâm* 80 quyển, Lương Tịnh Ái 淨藹 có *Tam Bảo Tập* 11 quyển (3 sách trên đây có ghi trong *Lịch Đại Tam Bảo Ký* quyển thứ 11), có *Pháp Uyển Kinh* 189 quyển không rõ tác giả (được ghi trong *Xuất Tam Tạng Ký Tập* quyển 5), cùng với đó, Đường Đạo Thế 道世 có *Chư Kinh Yếu Tập* 20 quyển, cùng tác giả còn có *Pháp Uyển Châu Lâm* 100 quyển, nhóm Đường Huyền Tắc 玄則 có *Thiền Lâm Sao Ký* 30 quyển (được ghi trong *Pháp Uyển Châu Lâm* thứ 100), Minh Trần Thật 陳實 có *Đại Tạng Nhất Lãm Tập* 10 quyển, v.v... Ngoài ra, nhóm Ngạn Tông còn có *Nội Điển Văn Hội Tập* vài quyển (được ghi trong *Tục Cao Tăng Truyện* quyển thứ 2), Lạc Tử Nghĩa 駱子義 có *Kinh Luận Toản Yếu* 10 quyển (được ghi trong *Cựu Đường Thư Kinh Tịch Chí* quyển 27), Mộng Trừng 夢徵 có *Nội Điển Biên Yếu* 10 quyển, *Chư Kinh Đề Yếu* không rõ tác giả (hai sách trên đây được ghi trong *Tống Sử Nghệ Văn Chí* 宋史藝文志 quyển thứ 158), Cảnh Long 景隆 có *Đại Tạng Yếu Lược* 5 quyển (được ghi trong *Minh Sử Nghệ Văn Chí* quyển thứ 74), v.v... nhìn vào những tiêu đề ấy cũng thấy, có lẽ đó là những biên trước cùng loại với trên.

Và từ Tuỳ Đường trở đi, có phong trào phụ thêm âm nghĩa vào những câu chữ nan giải cùng với Phạn ngữ trong tạng kinh, Tùy Trí Khiên 智騫 có *Chúng Kinh Âm* vài quyển (được ghi trong *Tục Cao Tăng Truyện* quyển thứ 30), Đường Huyền Ứng 玄応 có *Nhất Thiết Kinh Âm Nghĩa* 25 quyển, Đường Huệ Lâm 慧琳 có *Nhất Thiết Kinh Âm Nghĩa* 100 quyển, Liêu 遼 Hy Lân 希麟 có *Tục Nhất Thiết Kinh Âm Nghĩa* 10 quyển, Hậu Tấn Khả Hồng có *Tân Tập Tạng Kinh Âm Nghĩa Tuỳ Hàm Lục* 新集蔵経音義随函録 30 quyển, Tống Xứ Quan 宋 處觀 có *Thiệu Hưng Trùng Điêu Đại Tạng Âm* 紹興重雕大蔵音 3 quyển v.v...

Ngoài ra, trong *Tân Tập Tạng Kinh Âm Nghĩa Tuỳ Hàm Lục* có dẫn *Tây Xuyên Hậu Đại Sư Kinh Âm* 西川厚大師経音, *Giang Tây Khiêm Đại Đức Kinh Âm* 江西謙大徳経音, *Quách Di Kinh Âm* 郭迻経音, *Nam Nhạc Kinh Âm* 南岳経音, *Nga Mi Kinh Âm* v.v... trong *Phật Tổ Thống Ký* quyển thứ 45 ghi rằng, vào năm thứ 3 Thiên Thánh nhà Tống, Hạ Tủng 夏竦 và Duy Tịnh 惟浄 có cung tiến *Tân Dịch Kinh Âm Nghĩa* 70 quyển, trong *Tống Sử Nghệ Văn Chí* quyển thứ 158 có nêu ra *Đại Tạng Kinh Âm Nghĩa* 4 quyển của Mộng Trừng. Và những sách giải đề cho các Kinh của đại tạng cũng không ít, cụ thể Đường Huyền Dật 玄逸 có *Đại Đường Khai Nguyên Thích Giáo Quảng Phẩm Lịch Chương* 大唐開元釈教廣品歴章 30 quyển (có trong Kim Tạng), Tống Duy Bạch 惟白 có *Đại Tạng Kinh Võng Mục Chỉ Yếu Lục* 13 quyển, Tống Vương Cổ 王古 soạn và Nguyên Quản Chủ Bát 管主八 tiếp tục tập thành *Đại Tạng Thánh Giáo Pháp Bảo Tiêu Mục* 10 quyển, Minh Tịch Hiểu Tịch Hiểu có *Đại Minh Thích Giáo Vị Mục Nghĩa Môn* 大明釈教彙目義門 41 quyển (còn gọi là *Pháp Tạng Tư Nam* 法蔵司南), và cùng tác giả còn có Tiêu Mục 4 quyển, cùng với Minh Trí Húc 智旭 có *Duyệt Tạng Tri Tân* 閲蔵知津 44 quyển, Kha Nhiên 珂然 nước Nhật có *Tiểu Duyệt Tạng Tri Tân* 閲蔵知津 v.v... Có thể nói *Duyên Sơn Tam Đại Tạng Mục Lục* 縁山三大蔵目録 của Tuỳ Thiên 随天 cũng thuộc chủng loại này.

Và từ đời Tống trở đi Đại Tạng Kinh đã nhiều lần được khắc in ở Trung Hoa, Triều Tiên, Nhật Bản v.v... thời gian gần đây san hành *Đại Chính Tân Tu Đại Tạng Kinh*, tổng cộng gồm có 3053 bộ loại 11970 quyển. Phải nói rằng thật sự khởi sắc. Và năm Showa thứ 2 (1927) ông Kawakami Kozan 川上弧山 đã sao lục yếu văn của Đại tạng kinh, san hành ra *Đại Tạng Kinh Sách Dẫn* 3 quyển.

Và Tây Tạng dịch Đại Tạng kinh thì từ thế kỷ thứ 7 đến thế kỷ thứ 17 Tây lịch, chủ yếu được phiên dịch ra từ Phạn bổn bởi chư Tăng người Ấn Độ và người Tây Tạng, sau đó còn trùng dịch những kinh điển, chú thích thư từ các dịch bổn Trung Hoa, Vu Điền, cùng với đó còn có thêm những soạn thuật của Tây Tạng. Chia thành hai nhóm lớn là Phật bộ loại (*,kaḥ ,gyur*) và Tổ bộ loại (*bstan ,gyur*). Trong Phật bộ loại gồm có Luật và Kinh cùng với bộ loại Bí mật, trong Tổ bộ loại gồm có Thích kinh luận, các luận Trung Quán, Du-Già, v.v..., các truyền ký và các luận thư do Tây Tạng soạn thuật.

Đến cuối thế kỷ thứ 8, nhóm Ka-ba-dpal-brtseg đã lần đầu tiên soạn mục lục ‹Phang-thang›, ngoài ra còn có khoảng mười mấy bộ loại Kinh lục. Việc khắc in là từ đầu thế kỷ thứ 13 Tây lịch, dharma-seng-ge lần đầu tiên khắc Luật tạng, toàn tạng thì có bản *Snal-thang* có liên quan với việc khai khắc của nhóm *mchom-ldan-ral-khri*, bản *Sde-dge* được khắc bởi mệnh lệnh của vua Sde-dge, và bản Bắc Kinh v.v...

Tây Hạ dịch thì vào năm thứ nhất Tống Cảnh Hựu 景祐 (1034), vị vua đầu tiên của nước Tây Hạ là Nguyên Hạo 元昊 được Đại Tạng kinh từ nhà Tống, sau đó thiết lập Phồn Hán Nhị Tự Viện 蕃漢二字院, chế ra văn tự của Tây Hạ, thỉnh tăng nước Hồi Hột phiên dịch, và cuối cùng đã có đầy đủ toàn tạng. Cụ thể là trong san ký của quyển thứ 3 *Thích Sa Diên Thánh Viện Bổn Đại Tông Địa Huyền Văn Bổn Luận* 磧砂延聖院本大宗地玄文本論 được cất giữ ở Thiện Phước Tự Zenpukuji 善福寺 có ghi rằng "Quản

Chủ Bát thệ nguyện báo tứ ân và lưu thông chánh giáo, nhiều năm phát tâm ấn thí hơn 50 tạng Hán bổn Đại Tạng Kinh. (lược giữa) khâm theo Thánh chỉ, san khắc bằng chữ Hà Tây bản đại tạng kinh gồm hơn 3620 quyển, bản *Hoa Nghiêm chư Kinh Hối* ở Giang Nam Triết Tây đạo Hàng Châu lộ Đại Vạn Thọ Tự 江南浙西道杭州路大萬壽寺, đến năm Đại Đức thứ 6 thì hoàn bị. Quản Chủ Bát khâm theo thắng duyên này, ấn tạo ba mươi mấy tạng, và bố thí cho các tự viện ở các lộ như Ninh Hạ 寧夏, Vĩnh Xương 永昌 những kinh điển như *Hoa Nghiêm Đại kinh, Lương Hoàng Bảo Sám, Hoa Nghiêm Đạo Tràng Hối Nghi* mỗi thứ hơn trăm bộ loại, *Diệm Khẩu Thí Thực Nghi Quy* hơn ngàn bộ loại, làm cho [kinh điển] lưu thông mãi mãi", nhờ đoạn văn này mà biết được, hiện nay có đến mấy trăm bộ loại được phát hiện là khắc bản bằng chữ Tây Hạ. Những bản này chủ yếu là lấy Hán dịch hay Tây Tạng dịch làm nguyên bản.

Mông Cổ dịch là từ đầu thế kỷ thứ 14 Tây lịch, Lạt-ma Chos-kyi ,od-zer thuộc phái Tát-ca (sa-skya-pa) Tây Tạng cùng với các học giả Tây Tạng, Mông Cổ, Trung Hoa và Hồi Hột đã phiên dịch từ bản Tây Tạng ra, sau đó không lâu, Jam dbyangs người Tây Tạng đến và khai bản, từ thế kỷ thứ 17 còn có dịch bổ sung.

Mãn Châu dịch là đầu thế thứ 18 Tây lịch, blo-bzang chos-kyi nyi-ma lần đầu tiên phiên dịch ra phần Phật bộ loại của bản dịch Tạng Mông, sau đó phiên dịch dần dần đến đời Thanh Cao Tông thì khai bản, ngoài ra Cao Tông còn lên kế hoạch cho bản dịch Mãn Châu trong Hán Dịch Tạng Kinh, đến năm Càn Long thứ 55 thì hoàn thành. Nay bảo tồn chúng ở Nhiệt Hà 熱河 v.v... Trong đây, Mông Cổ dịch Tả bản Đại tạng kinh thuộc Phụng Thiên Hoàng Tự cựu tạng, và Mãn Châu dịch San bổn Đại tạng kinh được mang về Nhật vào năm Minh Trị thứ 38, được cất giữ ở Đông Kinh Đế Quốc đại học, nhưng hơn phần nửa đã bị mất do hoả hoạn năm Taisho thứ 12.

Thông tin trên đây là từ *Phật Tổ Thống Ký* quyển thứ 47, Anh dịch *Đại Minh Tam Tạng Thánh Giáo Mục lục, Phật giáo Thánh Điển Khái Luận* 仏教聖典概論, *Nghiên cứu Phật giáo Sử* 仏教史 の研究, *Tân Phật Giáo* 新佛教12/15 (*Về Đại Tạng kinh*, bài viết của Tokiwa Daijō 常盤大定), Ōsaki Học Báo 大崎学報 42 (*Về Đại Tạng Kinh*, bài viết của Takakusu Junjiro 高楠順次郎), Ryukoku Đại học luận Tùng 龍谷大学論叢 287 (Sự Thành lập và truyền bá Đại tạng kinh 大蔵経の成立と伝播, bài viết của Tokushi Yūshō 禿氏祐祥) v.v...

GIỚI THIỆU
ĐẠI CHÁNH TÂN TU
ĐẠI TẠNG KINH

trích:

Mochiyuki Shinkō

望月信亨 佛教大辭典

THANH TRÌ *dịch*

Từ năm Taisho thứ 13, Đại tạng kinh được san hành dưới sự đô giám của hai nhân vật là Takakusu Junjiro 高楠 順次郎 và Watanabe Kaigyoku 渡辺海旭. Đại khái chia ra thành 31 bộ môn, gồm Kinh Luật Luận cùng với những chương sớ chủ yếu thuộc soạn thuật của Trung Quốc và Nhật Bản. Cụ thể,

(1) A-hàm bộ loại gồm 155 bộ (kinh) 390 quyển.

(2) Bổn Duyên bộ loại, 72 bộ 334 quyển.

(3) Bát-nhã bộ loại, 43 bộ 777 quyển.

(4) Pháp Hoa bộ loại, 17 bộ 60 quyển.

(5) Nghiêm bộ loại, 32 bộ 254 quyển.

(6) Bảo Tích bộ loại, 66 bọ 128 quyển.

(8) Đại Tập bộ loại, 28 bộ 184 quyển.

(9) Kinh Tập bộ loại, 451 bộ, 855 quyển.

(10) Mật giáo bộ loại, 618 bộ, 965 quyển.

(11) Luật bộ loại, 87 bộ, 516 quyển.

(12) bộ loại Thích Kinh Luận, 32 bộ, 208 quyển.

(13) Tỳ Đàm bộ loại, 28 bộ, 659 quyển.

(14) Trung Quán bộ loại, 15 bộ, 53 quyển.

(15) Du-già bộ loại, 49 bộ, 288 quyển.

(16) Luận Tập bộ loại, 66 bộ, 201 quyển.

(17) Kinh Sớ bộ loại, 101 bộ, 806 quyển.

(18) Luật Sớ bộ loại, 12 bộ, 58 quyển.

(19) Luận Sớ bộ loại, 35 bộ, 309 quyển.

(20) Chư Tông bộ loại, 189 bộ, 647 quyển.

(21) Sử Truyện bộ loại, 96 bộ, 565 quyển.

(22) Sự Vựng bộ loại, 18 bộ, 315 quyển.

(23) Ngoại Giáo bộ loại, 9 bộ, 12 quyển.

(24) Mục Lục bộ loại, 42 bộ, 155 quyển.

(25) Tục Kinh Sớ Bộ loại bộ, 83 bộ, 541 quyển.

(26) Tục Luật Sớ bộ loại, 3 bộ, 79 quyển.

(27) Tục Luận Sớ bộ loại, 48 bộ, 506 quyển.

(28) Tục Chư Tông bộ loại, 420 bộ, 1520 quyển.

(29) Tất Đàm bộ loại, 31 bộ, 62 quyển.

(30) Cổ Dật bộ loại, 135 bộ, 158 quyển.

(31) Nghi Tợ bộ loại, 57 bộ, 63 quyển.

Tổng cộng tất cả là 3053 bộ (kinh-luật-luận...), 11970 quyển.

Trong đó, từ bộ loại A-hàm thứ nhất đến bộ loại Luận Tập, 16 bộ loại, chủ yếu thu thập ba tạng Kinh Luật Luận.

Từ bộ loại Kinh Số thứ 17 đến bộ loại Mục Lục thứ 24 có 8 bộ loại, chủ yếu thu thập những tác phẩm được soạn thuật ở Trung Hoa.

Từ bộ loại Tục Kinh Số thứ 25 đến bộ loại Tất Đàm thứ 29, có 5 bộ loại, chủ yếu thu thập những tác phẩm được soạn thuật ở Nhật Bản.

Bộ loại Cổ Dật thứ 30 và bộ loại Nghi Tợ thứ 31 chủ yếu thu thập những kinh sách xuất thổ ở Đôn Hoàng mà trước nay chưa được lưu truyền.

Về hình thức, mỗi trang có 3 ô, chữ in số 5 kích cỡ 46, mỗi ô có 29 hàng, mỗi hàng có 17 chữ. Ở cuối mỗi trang có cước chú về những câu hay từ khác nhau trong các dị bản, cùng với những từ Sanskrit, Pāli của các từ tương đương Hán dịch v.v...

Theo thể thức Tây Âu thì có tất cả 85 tập; theo thể thức sách Nhật thì có 85 pho, mỗi pho 4 quyển, mỗi tập hay mỗi pho gồm khoảng chín trăm mấy mươi trang. Vào tháng 9 Taisho năm thứ 11 (1922), hội san hành Taisho Nhất Thiết Kinh được thành lập ở Tokyo, từ tháng 5 Taisho năm thứ 13 (1924) là san hành quyển thứ nhất, đến tháng 2 năm Chiêu hòa (Showa) thứ 7 (1932) là hoàn thành.

Trong đó, Tam Tạng kinh luật luận và một phần các soạn thuật của Trung Hoa là dựa vào bản Cao-lệ Tạng vốn được cất giữ ở chùa Zōjō (増上寺 Tăng Thượng tự) ở Tokyo, ngoài ra còn đối chiếu xem xét từ các bản như ba bản Tống Nguyên Minh cùng được cất giữ ở đó, hay Nhất Thiết Kinh bản Bắc Tống ngự vật của Cung Nội Sảnh Đồ Thư Liêu (宮内省図書寮 Kunaishō Zushoryō), Thiên Bình Cổ Tả Kinh ngự vật 天平古寫經御物 của Chánh Thương Viện Thánh Ngữ Tạng 正倉院聖語藏本, các kinh được khai quật ở Đôn Hoàng, cùng với các kinh chép tay cổ được lưu trữ bởi các chùa và các cá nhân của ta Nhật Bản.

Các bộ loại khác thuộc soạn thuật của Trung Hoa và soạn thuật của Nhật Bản chủ yếu là dựa vào các bản được viết bởi chính tác giả, hay cổ tả bản, hay cổ san bản v.v... bên cạnh đó còn đối chiếu xem xét từ các tả bản san bản khác. Và phần chủ yếu còn phụ kèm cả cách đọc, nỗ lực mong muốn cái hoàn bích. Và về phương pháp biên tập, cũng không sử dụng cách phân loại Kinh Luật Luận Đại Tiểu thừa vốn dựa vào Khai Nguyên Thích Giáo Lục Lược Xuất 開元釋教録畧出 như trước nay, hay cách biên thành theo Ngũ thời Phán giáo vốn dựa vào Duyệt Tạng Tri Tân (閲蔵知津 Etsuzōchishin) v.v... mà đưa ra một quan điểm riêng, bên cạnh đó, đã thêm vào nhiều những dật thư mà trước nay chưa được lưu truyền, ngoài ra còn đối chiếu giao thiệp với các bản Phạn hay bản Pāli hiện còn, nơi cước chú cho danh từ riêng, thuật ngữ, đà-la-ni v.v... mỗi mỗi đều có phụ ký nguyên ngữ tương đương, cho thấy dụng ý chu đáo và nhiều công lao ở đó.

Nếu so sánh nó với Súc Loát Đại Tạng Kinh (縮刷大蔵経) thì có gia tăng 1037 bộ loại 3436 quyển về số lượng đăng tải. Tuy nhiên, trong Súc Tạng thì có tỉnh lược không gom vào những kinh sách như: - *Đại Minh Nhân Hiếu Thiên Hậu Mộng Cảm Phật Thuyết Đệ Nhất Hy Hữu Đại Công Đức Kinh* 2 quyển, v.v. tất cả là 45 bộ loại, 675 quyển.

Do đó, cái mới biên vào trong tạng này là khoảng 1082 bộ loại, 4011 quyển. Ngoài ra còn có Chiêu Hoà Pháp Bảo Tổng Mục Lục 2 quyển, được san hành vào tháng 4 và tháng 8 Showa năm thứ 4 (1929), nơi quyển thứ nhất đó gồm có: Đại Chánh Tân Tu Đại Tạng Kinh Tổng Mục Lục, và Nhất Lãm, Khám, Mục Lục, v.v., tổng cộng là 18 bộ loại.

LUẬN VỀ
NGỮ PHÁP PHẠN-HÁN

TUỆ SỸ

I. LÝ LUẬN PHIÊN DỊCH

1. Khái quát về phiên dịch

Nói một cách chung chung, do một sự tình cờ lịch sử nào đó mà một số người, cùng một hay nhiều huyết thống khác nhau, cùng tụ hội trong một phạm vi không gian, dần dần phát sinh những quan hệ gắn bó, hoặc vật chất hoặc tình cảm, để hình thành một cộng đồng xã hội. Mối dây ràng buộc các thành viên của cộng đồng tất nhiên phải là ngôn ngữ. Đó là tín hiệu truyền thông, trao đổi những biến cố, những hiện tượng thường nhật, phát sinh trong nội bộ cộng đồng, giữa các thành viên, hay từ thiên nhiên, môi trường trong đó họ hoạt động để sinh tồn. Mối quan hệ càng ngày càng phức tạp, do sự phát triển số lượng thành viên, do những phát hiện mới trong thiên nhiên, những phát minh mới về công cụ, kỹ thuật, để hỗ trợ, tăng hiệu quả lao động. Môi trường thiên nhiên có những ảnh hưởng nhất định lên tình cảm và tư duy của từng cá nhân. Thêm vào đó, những mâu thuẫn quyền lợi giữa các cá nhân trong sự chiếm hữu tài nguyên thiên nhiên để sinh tồn, rồi những xung đột tình cảm, và nhiều sự kiện, nhiều biến cố thường nhật khác nữa; tất cả tập hợp thành kho dữ liệu càng lúc càng phức tạp, để từ đó, một cách tự nhiên, cộng đồng nguyên thủy hay bán nguyên thủy ấy xử lý sao cho tiện lợi và hữu hiệu trong quan hệ hằng ngày. Nghĩa là xử lý thành một hệ thống tín hiệu nhạy bén để chuyển tải ý tưởng, thông tin những biến cố cho các thành viên. Hệ thống tín hiệu ấy là những quy định về ngữ vựng, ngữ pháp, sao cho khi phát biểu mà không gây hiểu lầm giữa người này với người khác.

Có lẽ trong chúng ta nhiều người đã chứng kiến, và cũng có người đã từng tham gia, khi bọn trẻ nít họp nhau thành một nhóm với những sinh hoạt cá biệt, chúng thường đặt ra một hệ ngôn ngữ riêng biệt, để khi cần thiết, thông tin cho nhau mà người lớn trong gia đình không hay biết. Chúng bảo vệ "cộng đồng nhí" của mình bằng một hệ thống tín hiệu đặc biệt. Tất nhiên, khi quan hệ với bên ngoài "cộng đồng nhí" của mình, chúng cũng phải dùng ngôn ngữ chung của gia đình, và của xã hội trong đó gia đình chúng đang tồn tại.

Cũng vậy, trong quá trình phát triển cộng đồng, ngôn ngữ với những quy định cá biệt trong nội bộ cộng đồng dần dần trở thành biểu hiệu cá tính hay ý thức cộng đồng, mà ở mức độ bình thường ta gọi là tinh thần cộng đồng, hay tinh thần xã hội. Khi cộng đồng ấy phát triển lớn mạnh thành một nước, thành một dân tộc, tinh thần ấy trở thành điều mà chúng ta gọi là tinh thần dân tộc. Ngôn ngữ bấy giờ không chỉ là công cụ chuyển tải, thông tin, mà đích thực là tín hiệu hay biểu hiện bản sắc của một cộng đồng, hay lớn hơn, của một dân tộc.

Do điều kiện lịch sử, mỗi dân tộc có tiếng nói riêng biệt của mình, mang bản sắc cá biệt của dân tộc mình. Khi có sự tiếp xúc giữa hai dân tộc, bên này muốn tìm hiểu bên kia, hiểu để sống chung hòa hiệp, phân phối đồng đều tài nguyên thiên nhiên, và trao đổi hữu ích các thành quả lao động, điều trước tiên cần làm là học ngôn ngữ.

Cho nên, người ta nói chắc chắn không sai lầm rằng, muốn hiểu được một dân tộc, với tất cả tình cảm, tư duy, cho đến mọi thứ phong tục, tập quán, của một dân tộc, thì điều kiện kiện tất yếu là phải hiểu được ngôn ngữ của dân tộc ấy. Nói cho chính xác, hiểu cho được bản chất hay yếu tính của ngôn ngữ ấy. Về điều này, chúng ta có thể nói gọn rằng, người ngoại quốc nào muốn hiểu rõ con người Việt nam thì được khuyên là nên đọc và hiểu truyện Kiều của Nguyễn Du. Muốn hiểu được truyện Kiều của Nguyễn Du thì nhất định phải nắm vững tiếng Việt, phải thâm nhập thể tính của ngôn ngữ ấy.

Để hiểu được như vậy thì chưa chắc gì chính người Việt đã làm được. Tất nhiên, không phải ai cũng có thể nói đúng rằng "tôi hiểu rõ tôi là ai." Cho nên, nếu không thể trực tiếp, người có thể đi qua trung gian. Đó là thông qua thông ngôn, hay thông dịch.

Theo định nghĩa chung ngày nay, phiên dịch là sự chuyển dịch một ngôn ngữ này sang một ngôn ngữ khác. Tất nhiên trong Hán văn hai từ "dịch" trong đây cơ bản không đồng nghĩa. Chúng ta nói là chuyên dịch, vì quen với từ Anh *translation*, mà gốc La-tinh của nó, *translatio* là từ phái sinh từ phân từ thụ động quá khứ – *translatus*, của động từ *transfere* mà chúng ta tạm cho là tương đương với từ *chuyển dịch*. Nội hàm của từ ngữ như vậy cũng cho ta thấy rõ mục đích của công việc này và cách thức thực hiện. Về cơ bản, và có lẽ kể từ nguyên thủy, dịch là chuyển một vật từ ngôn ngữ này sang ngôn ngữ khác để người nghe đồng nhất nội hàm của hai từ khác nhau. Như khi một Phạn tăng muốn chuyển từ *āmra-vana* sang Hán, vì lúc bấy giờ đức Phật đang ở tại chỗ đó. Theo chứng kiến hiện trường, hay do mô tả chính xác, họ chuyển được từ *vana* sang từ *viên* 園 là cái vườn, mặc dù nhiều khi họ phân vân giữa *viên* và *lâm* 林. Nhưng hiện trường không có vật gì tương đương với từ *āmra*, và cũng không thể mô tả để người Hán hiểu, đành phải phiên âm là *yêm-ma-la viên* 菴摩羅園. Hoặc giả khi họ phiên dịch những điều Phật quy định về thức ăn cho tỷ-kheo. Họ đưa ra từ *khādanīya*. Sự kiện được đề cập này có thể mô tả xác thực, mà cũng có thể chứng kiến hiện trường. Nhưng trong Hán văn không hề có từ tương đương, vì người Hán không bao giờ nghĩ đến thực phẩm theo cách đó. Vậy lại phải phiên âm: *khư-đà-ni* 佉陀尼, hay *khư-xà-ni* 佉闍尼, hay tương tự, tất nhiên phát âm lơ lớ với nguyên ngữ.

Đó là trường hợp phiên chuyển những từ cụ thể, thấy được, sờ nắn được, mà vẫn vấp phải những điều bất khả. Trong trường hợp liên hệ đến ý tưởng, sự việc tất phải khó hơn. Nhưng cũng có thể dễ hơn. Vì người ta nói vẽ quỷ dễ hơn vẽ người.

Người Hán tự hào nền văn minh của mình, trình độ tư tưởng học thuật cao siêu, nhưng khi giao tiếp với hệ tư duy nhiều tưởng tượng siêu hình như Ấn-độ, họ vấp phải rất nhiều khó khăn. Ngay cả những từ thông thường, chỉ vào sự việc mà hầu như dân tộc nào cũng có khái niệm đến, trong một trình độ văn minh nhất định. Như những từ liên hệ đến đạo đức: *thí* 施 hay cho, *nhẫn* 忍 hay nhịn, và *giới* 戒 hay răn cấm. Nhiều dịch giả, kể cả những dịch giả lớn như Cưu-ma-la-thập, Huyền Trang, trong nhiều trường hợp đã không đồng ý dùng những từ này để dịch các từ Phạn mà trong giới hạn nào đó có thể tương đương như: *dāna*, phiên âm là *đàn-na* 檀那 thay vì dịch là *thí* hay *bố thí*; *śīla*, phiên âm là *thi-la* 尸羅 thay vì dịch là *giới*. *kṣānti*, âm là *sẵn-đề* 羼提 thay vì dịch là *nhẫn*. Đó là trong những ngữ cảnh mà các vị này cho là không thể có tương đương trong Hán; mặc dù trong nhiều nơi khác, trong ngữ cảnh khác, các vị cũng dịch sang các từ Hán tương đương.

Hoặc khi phiên âm, hoặc khi dịch nghĩa cùng một từ, các vị dịch giả này quả thật rất cẩn thận trong việc di chuyển ý tưởng từ một truyền thống tư duy này sang một truyền thống tư duy khác, cũng y như thể cây quýt phương Nam được trồng sang đất Bắc, tất vị chua ngọt phải có thay đổi. Một nhà triết học Tây-ban-nha đã cảnh giác điều này. Ông nói: Một ý tưởng không thể không thay đổi khi đi từ ngôn ngữ này sang ngôn ngữ khác.[1] Nói cách khác, như người ta thường nói: *dịch là phản*. Đó là cách nói của người Ý: *Traduttore traditore*. Một dịch giả là một kẻ phản bội.

Ý tưởng này vô tình mà lại trùng hợp với cách nghĩ của người Hán cách đây có lẽ cũng gần ba nghìn năm. Sách *Đại Đái Lễ ký*, thiên Tiểu biện chép: "Ai Công nói: Quả nhân muốn học tiểu biện…. Khổng Tử đáp: … Truyền lời bằng tượng, mà (những kẻ) "lật lưỡi" đều đến, có thể nói đã là giản rồi…"[2] "Những kẻ lật lưỡi" trong chữ Hán là 反舌 "phản thiệt"; từ ngữ có vẻ xem nhẹ các dân tộc mà tiếng nói không giống người Hán. Tất nhiên là vì thời đại quá xa nên chúng ta không chắc chắn trong ý nghĩ những người Đại Hán khi gọi các thứ tiếng không giống tiếng mình là loại "lật lưỡi" có mang ý khinh thị hay không. Trong đoạn văn khác của *Lữ Thị Xuân thu* thì hình như có ý này vậy. Thiên "Công danh" chép: "Người câu giỏi, cá dưới sâu mười *nhận* cũng ngoi lên; ấy là nhờ mồi thơm. Người săn giỏi, chim bay trên cao một trăm *nhận* cũng rơi xuống; ấy là nhờ cung tốt. Người làm vua giỏi, bọn

---

[1] Miguel de Unamuno y Jugo (1864 - 1936), *Tragic sense of life*, transl. J.E. Crawford Flitch, Autor's Preface: *Whereby they emerge other than they originally were, for an idea does not pass from one language to another without change.*

[2] 大戴礼记 . 小辨第七十四: 公曰："寡人欲學小辨，以觀 於政，其可乎？" 子曰："否，不可。。。傳言以象，反 舌皆至，可謂簡矣"。

Man Di, *lật lưỡi*, phong tục khác, tập quán khác, cũng đến thần phục; đó là nhờ đức dày."³

Trong cách nói ấy, để chuyển ngôn ngữ của một chủng tộc bán khai sang một dân tộc được xem là văn minh hơn, người ta phải "lật lưỡi" để nói. Bởi vì cái gì mà được lật mặt trái lên, thì mặt trái ấy tất xấu hơn rồi. Và đây cũng là ý tưởng bi quan đối với sự nghiệp phiên dịch, nói như nhà văn Anh J. Howell: "Một bản dịch là mặt trái của tấm thảm."⁴ Theo cách nói này thì đẹp và trung thành là hai mặt không thể đi chung.

2. Tán Ninh luận về Phiên dịch Phạn-Hán

Vậy, bi quan mà nói, dịch là phiên dịch; phiên là phản. Nhưng cũng với ý tưởng "phiên phản" này, nhà sử học Phật giáo Trung Hoa đời Tống, Tán Ninh, khi luận về sự nghiệp phiên dịch Phạn-Hán, lại có nhận xét khá lạc quan: Cổ đại, người Hán chỉ có từ đơn là "dịch." Kể từ khi kinh *Tứ thập nhị chương* được dịch từ Phạn sang Hán, bản dịch Phạn-Hán được coi là đầu tiên, bấy giờ thêm vào từ "phiên" để gọi đủ là "phiên dịch." Sư nói: "Phiên 翻, như phiên (lật ngược) tấm lụa gấm, mặt lưng cũng là bông hoa. Duy có điều, xuôi ngược không giống nhau."⁵

Sư cũng đặt vấn đề về sự thông hành của từ "dịch." Vì, từ thượng cổ, đời nhà Châu trong khi giao tiếp với các dân tộc bốn phương, đã đặt ra bộ thông ngôn với bốn phòng chủ sự: phòng Tượng 象 tư thông tiếng nói sáu Man; Đề 鞮 chủ sự bảy Nhung; Ký 寄 ty thông chín Di; và Dịch 譯 tri sự tám Địch.⁶ Sách lược ngoại giao của người Hán cổ đại, để thu phục các dân tộc thiểu

---

6   禮記菁華錄　卷二侯官吳曾祺評註 王制第五: 五方之民。言語不通。嗜欲不同。達其志。通其欲。東方曰寄。南方曰象。西方曰狄鞮。北方曰譯。

số Man Di, đã đặt vấn đề thông dịch lên hàng đầu, cho thấy họ đã ý thức tầm quan trọng của chức năng ngôn ngữ trong mọi giao tiếp. Muốn chinh phục người, cần phải hiểu người. Muốn hiểu được người, cần phải nắm vững ngôn ngữ mà người sử dụng. Người Hán khá tự hào về chính sách này. *Thượng thư đại truyện* chép: "Về phía nam Giao chỉ, có nước Việt Thường. Chu Công nhiếp chính được sáu năm. Chế lễ, làm nhạc; thiên hạ thái bình. Việt Thường mang theo ba người thông dịch, dịch qua nhiều lớp, mà đến hiến chim trĩ trắng."[7]

Các trích dẫn trên cho thấy "dịch" là một trong bốn chức quan thông dịch, đối tượng chính là các dân tộc Địch ở phương bắc. Khổng Dĩnh Đạt 孔穎達 giải thích[8]: "Quan chức truyền thông truyền ngôn ngữ phương đông gọi là Ký, tức truyền ký (truyền đạt và gởi đi) ngôn ngữ trong và ngoài nước. Thông truyền ngôn ngữ phương nam gọi là Tượng, mô phỏng tượng trưng ngôn ngữ của trong nước và ngoài nước. Thông truyền ngôn ngữ phương tây gọi là Địch Đề. Đề nghĩa là *biết*; thông truyền ngôn ngữ của Di Địch cho người Trung quốc hiểu biết nhau. Thông truyền ngôn ngữ phương bắc gọi là Dịch. *Dịch* nghĩa là *trần* (trình bày), là trần thuyết lời nói của trong và ngoài nước."

Tán Ninh 贊寧 nói, trong bốn chức quan thông ngôn này, về sau chỉ có chức quan Dịch là thông dụng. Vì sao? Nghi là từ đời Hán về sau, nhiều sự biến xảy ra ở phương bắc, cho nên từ *dịch* trở thành quen thuộc. Sư cho rằng, dù quan Tượng tư 象胥 giúp

---

7   尚書大傳 卷四: "交阯之南有越裳國。周公 居攝六年, 制禮作
樂, 天下和平。 越裳 以三象重譯而獻白雉。"

8   禮記·王制 孔穎達 疏: "其通傳東方之語官謂之曰寄, 言傳寄外
內言語。通傳南方語官謂之曰象者, 言放象外內之言。其通傳西
方語官謂之狄鞮者, 鞮, 知也; 謂通傳夷狄之語與中國相知。
其通傳北方語官謂之曰譯者, 譯, 陳也; 謂陳說外內之言。"

vua hiểu biết những việc xảy ra ở phương xứ, hay bằng phương ngôn – địa phương ngữ, để biết chuyện gần, đấy chẳng qua là tìm hiểu những phong tục khác lạ để thấu rõ tình phương mà thôi. Nói cách khác, đấy cũng chỉ là những giao tiếp thường nhật. Điều đáng nói là, "trong biển Vô lậu mà nổi dậy âm vang sóng triều, thật là đáng kinh dị."[9] Nói cách khác, Giáo Pháp của Phật là pháp vô ngôn. Được phô diễn thành lời đã là sự lạ rồi, mà nay lại được dịch từ lời đó sang lời khác, thì thật đáng lạ hơn nữa. Đây là điểm mà các nhà phiên dịch Kinh Phật cũng như các nhà nghiên cứu Phật học Trung hoa đều luôn luôn cảnh giác. Bởi vì, tình trạng tam sao thất bản, nhầm lẫn từ này với từ kia, ý nghĩa này với ý nghĩa khác, xảy ra không phải hiếm.

Như nhận xét của Tăng Hựu 僧祐,[10] ngay trong sự lưu truyền chính thống của *Thi Thư* tại Trung quốc, được thầy truyền trò giữa các lễ sư, mà còn có sự nhầm lẫn giữa các từ 莬斯 *thố tư* với 莬鮮 *thố tiên*,[11] 孔子蚤作 *Khổng Tử tảo tác* với 作早 *tác tảo*.[12] Xem thế, sự sai sót, nhầm lẫn trong các bản dịch Phạn-Hán là điều tất nhiên. Thế nhưng, đại bộ phận những vị đọc các bản dịch này không phải chỉ cốt tìm hiểu hay thưởng thức những gì hay đẹp, cao siêu từ một nguồn văn hóa văn minh khác lạ, mà mục đích là đọc và hiểu lời Phật, nhắm đến cứu cánh là giải thoát sinh tử cho chính mình, và có thể cho nhiều người nữa. Hiểu đúng hay hiểu sai từ các bản dịch không phải là chuyện trà dư

---

9   宋高僧傳 譯經篇 論曰。無漏海中震潮音而可怪。

10   釋僧祐 出三藏記集卷第一胡漢譯經音義同異記第四。

11   詩 小雅：有莬斯首，炰之燔之。君子有酒，酌言獻之。
     Thi kinh Tập truyện II, Tiểu nhã; Bộ Quốc gia giáo dục, Saigon 1969, tr. 130-11.

12   禮記檀弓上孔子蚤作，負手曳杖，消搖於門，歌曰：「泰山其頹乎！梁木其壞乎！哲人其萎乎！」

tửu hậu của các văn sĩ, mà sinh tử đại sự của những người học Phật. Do đó, yêu cầu chính xác trong sự phiên dịch phải là tuyệt đối, mặc ai cũng biết rằng rất khó, và có thể là không bao giờ đạt đến mức hoàn hảo tuyệt đối.

3. Tam bất dị và Ngũ thất bản của Đạo An

Đạo An 道安, người tham dự rất nhiều trong những công trình phiên dịch Phạn-Hán đầu tiên, qua kinh nghiệm bản thân, đã nêu lên năm điều mất gốc và ba điều không dễ trong các bản dịch.[13] Trong đó, ba điều không dễ – *tam bất dị* – đề cập đến nội dung chuyển tải. Điều khó thứ nhất: Tâm của bậc Đại trí Tam minh, lời của đấng Giác ngộ đã khuất; những gì Thánh nói tất tùy thời. Thời gian, phong tục, tất có đổi khác; mà nay muốn chuyển dịch những điều cao nhã cổ xưa sao cho phù hợp với thời nay; đây là điều không dễ. Ngu và trí cách nhau trời vực. Thánh nhân há có thềm bậc, mà muốn đem lời ẩn áo trên nghìn năm trước truyền cho phù hợp với lịch đại đế vương xuống đến hạng mạt tục; đây là điều không dễ thứ hai. A-nan đọc lại Kinh, cách Phật không xa, thế mà Đại Ca-diếp còn yêu cầu năm trăm A-la-hán lục thông thay nhau thẩm định lại. Huống hồ cách nay hơn cả nghìn năm rồi; lấy ý gần của mình mà đắn đo, các vị A-la-hán còn thận trọng dè dặt như thế, thì những con người trong vòng sinh tử bình phàm như thế này, há lại không biết rằng sự thấu hiểu pháp là quan trọng hay sao? Đó là điều không dễ thứ ba.

Đó là ba điều không dễ. Về mặt hình thức, do vấn đề ngữ pháp, người dịch thường gặp phải năm trường hợp gọi là "mất gốc" – *ngũ thất bản*. Bản dịch có nhiều khi phản bội bản gốc. Năm

---

13   出三藏記集序卷第八 摩訶鉢羅若波羅蜜經抄序. T55n2145, tr. 52b24, dẫn bởi 釋道宣 續高僧傳卷第二. 彌天釋道安每稱。譯胡為秦。有五失本三不易也。 T50n2060, tr. 438a19

trường hợp này sẽ được phân tích sau, khi dẫn chứng những điển hình về cú pháp Phạn-Hán.

Bản thân Đạo An không phải là nhà Phạn ngữ học, tinh thông Phạn ngữ. Ngài chỉ là người nghiên cứu Phật học và tu Phật. Thuyết "ngũ thất bản" và "tam bất dị" tuy có thể nói là nhận xét rất tinh tế về mối quan hệ Phạn-Hán, nhưng đấy không phải do hiểu biết trực tiếp từ kinh nghiệm bản thân, mà là gián tiếp qua sự tham dự các công trình phiên dịch Phật Kinh đương thời. Sách sử chép Đạo An thông minh dị thường, kiến thức bác lãm. Nhưng không thấy đâu nói ngài học tiếng Phạn.

Điều có thể nói là "bức xúc" nhất của Đạo An trong việc phiên dịch Phạn-Hán, là cho rằng ngôn ngữ Phạn trọng chất, mà Hoa thì trọng văn. Để cho người Hán nghe mà thấy ưa thích, phi văn bất khả. Nhưng như thế thì phải bỏ mất cái trọng chất của Phạn. Như khi đọc bản dịch *Tỳ-kheo đại giới* của Đạo Hiền 道賢 do Huệ Thường 慧常 bút thọ, thấy văn dịch hoặc quá chất phác, hoặc trùng lặp dài dòng, đề nghị Huệ Thường cắt xén những chỗ xem ra nặng nề hay rườm rà. Huệ Thường kính cẩn đáp: "Rất không nên. Giới là lễ. Lễ thì chỉ có chấp hành chứ không có thắc mắc. Ở nước này, sách Thượng thư, Hà lạc, văn chất phác nhưng có dám đặt tay vào sửa đâu."[14]

Trong bài tựa cho bản dịch *Bệ-bà-sa luận*, Đạo An cũng nhắc đến phát biểu của Triệu Chính 趙正: "Từ trước, những người dịch kinh hiềm rằng tiếng Hồ chất phác, nên sửa đổi cho phù hợp thói quen ở đây. Nhưng điều ấy không nên. Truyền dịch Hồ thành Hán, vì không rành phương ngôn nên muốn tìm hiểu nơi lời hay mà thôi. Hiềm gì văn hay chất. Văn hay chất tùy theo thời. Không

---

14   出三藏記集序卷第十一 比丘大戒序第十一 釋道安作 T55n2145, tr. 80b12.

nên thay đổi. Nơi chất vốn đã có cái hay của kinh rồi, chỉ có điều truyền thông sự thể không hết, đó là do lỗi của người dịch."[15]

Thật sự, chúng ta biết rằng cái gọi là chất hay văn trong ngôn ngữ không có tiêu chuẩn cố định cho tất cả mọi thứ tiếng. Tiếng nước này mà dịch sát từng chữ một qua tiếng nước khác, chắc chắn phần lớn sẽ lộ rõ nhiều điểm chất phác, "quê mùa". Bản thân Đạo An mặc dù tham dự nhiều công trình phiên dịch, nhưng không phải là người tinh thông Phạn ngữ, tất không thể thưởng thức được những nét duyên dáng trong tiếng Phạn, trái lại chỉ thấy nó quê mùa.

Nhận xét của La-thập về tiếng Phạn: "Nước Thiên trúc rất trọng văn chế (ngữ pháp). Âm vận phải phù hợp nhạc lý khả dĩ có thể tấu đàn được mới cho là hay. Phàm tham kiến quốc vương tất có ca tụng công đức. Nghi thức khi lễ kiến Phật, trọng ở chỗ tán ca, mà ta thấy rất nhiều kệ tụng trong kinh. Nếu sửa đổi Phạn theo Hán, tất mất hẳn vẻ đẹp của nó. Tuy có thể nắm được đại ý, nhưng văn thể quá cách biệt. Chẳng khác nào nhai thức ăn cho người khác. Không những nhạt nhẽo, mà có khi còn muốn ói nữa."[16]

Cho đến thời của Đạo An, Phật giáo truyền vào Trung quốc khoảng hơn 400 trăm. Số lượng kinh được dịch, theo mục lục do Đạo An ghi và sau này Tăng Hựu sưu tập lại, trong đó được xếp vào loại "cổ điển" có 92 kinh,[17] gồm 92 quyển, và số kinh không rõ dịch giả có 134 kinh, gồm 147 quyển;[18] mục lục của những kinh được gọi là dị kinh ở Lương thổ gồm 59 bộ;[19] dị kinh ở Quan trung gồm 24 bộ;[20] và một số kinh được xếp vào loại nghi ngờ, gồm 26 kinh.[21] Riêng bản thân Đạo An cũng tham dự và viết tựa cho nhiều bản dịch. Nói chung, các vị dịch giả này là những người tiên phong trong lịch sử phiên dịch Phạn-Hán trải dài trên một nghìn năm. Nói như Tán Ninh, *Tống Cao tăng truyện*, họ là "những Phạn khách Hoa tăng, nghe lời mà đoán ý, vuông tròn cùng nhau đẽo gọt, vàng đá khó phân... trong gang tấc mà cách xa nghìn dặm, nhìn mặt nhau không hiểu hết nhau." Đó là sự miêu tả những giai đoạn đầu tiên của lịch sử phiên dịch Phạn-Hán. Phạn khách đến Trung quốc, thời gian ngắn, tiếng Hoa chưa rành, cần Hoa tăng hỗ trợ. Hoa tăng học Phật, nhiều vị đương thời rất có uy tín, nổi danh Phật học uyên bác, nhưng không thông tiếng Phạn. Cho nên khó tránh trường hợp "trong gang tấc mà cách xa nghìn dặm."

Đại bộ phận trong số các Phạn tăng, trong hai triều đại Hậu Hán và Đông Tấn, khoảng 60 vị, không phải trực tiếp xuất phát hay xuất từ Ấn-độ, mà tại các nước thuộc Tây vực, như An-tức, Đại Nguyệt chi, Khang cư, với những tên tuổi như An Thế Cao 安世高, Chi Lâu-ca-sấm 支婁迦讖, Chi Khiêm 支謙, Khang Tăng Hội 康僧會. Trong truyền bản mà họ có để phiên dịch, âm nghĩa không thể tránh khỏi sự tam sao thất bản. Thêm vào đó, về phần tinh thông Phạn ngữ, chúng ta không có cơ sở để nhận định, nhưng về Hán văn Hoa ngữ thì chắc chắn là họ chưa thể tinh thông. Vì vậy yêu cầu phẩm chất cao về văn cũng như nghĩa trong các bản dịch này thật khó mà như ý. Đấy thực sự là điều "bức xúc" của Đạo An.

Mối quan tâm này của Đạo An có thể được thấy khá cụ thể trong bài bài tựa mà ngài viết cho *Đạo hành Bát-nhã*, Hán dịch bởi Chi Lâu-ca-sấm.[22] Chỗ thâm diệu của Bát-nhã, như lời của Đạo An: Nương Chân như, dạo trong Pháp tính, mờ mịt mà vô danh, đó là căn nhà hun hút của Trí độ. "Bằng danh giáo mà đưa ý tưởng đến chỗ cao xa, đó là quán trọ của Trí độ..." [23] Bát-nhã Chân như vốn vô ngôn, vô tướng, nhưng ở đây Đạo An đã phải

---

[22] 道行般若經卷 後漢月支國三藏支婁迦讖譯 T 8 No. 224.

[23] 據真如、遊法性、冥然無名者，智度之奧室也。名教遠想者，智度之蓮廬也。T8n224, tr. 425a14

mượn cách nói của Lão Trang để phô diễn lời Phật, đó cũng là điều bất đắc dĩ nếu xét theo thuyết "tam bất dị" của chính ngài: hạ lời Phật xuống cho ngang tầm thời đại, để người đời có thể hiểu.

Trước *Đạo hành Bát-nhã* dịch bởi Chi Lâu-ca-sấm, đã xuất hiện *Đạo hành kinh*, hoặc gọi là *Đạo hành phẩm*, vì, như Đạo An nói, đây là bản toát lược của *Đạo hành*, chỉ gồm có một quyển. Đạo An đã dùng bản kinh toát lược để học Bát-nhã. Nguyên trong khoảng thời đại Hoàn Linh (Hán Hoàn đế, Linh đế, TL. 147-189), Trúc Phật Sóc 竺佛朔 mang Phạn bản đến Kinh sư, rồi dịch ra Hán. Thuận bản gốc mà dịch, không trau chuốt văn từ. Bản kinh đã là tóm lược rồi, chữ nghĩa và phong tục Phạn-Hán khác nhau, mà người dịch nếu không phải là bậc Tam Đạt (Tam minh A-la-hán), làm sao có thể nhất nhất theo sát nguyên bản? Hóa cho nên, trong bản dịch có nhiều chỗ khiến người đọc không hiểu đầu đuôi là thế nào. [24] Đạo An hâm mộ giáo nghĩa Bát-nhã, cảm nhận được ý chỉ vi diệu trong đó, nhưng rất ân hận là bản dịch không đủ sức chuyển tải nội dung để người đọc có thể hiểu sâu hơn nữa.

Sau đó, Chi Lâu-ca-sấm cho ra bản dịch gọi là *Đạo hành phẩm kinh* gồm 10 quyển, được xem là toàn bản, nhưng Đạo An cũng than phiền là bị cắt xén nhiều chỗ. Về sau, nếu không nhờ có *Phóng quang Bát-nhã* để đối chiếu, thật khó mà hiểu nổi *Đạo hành*.

Đồng thời với Đạo An, Chu Sỹ Hành 朱士行 cũng hâm mộ giáo nghĩa Bát-nhã. Sư ở tại Lạc dương thường dùng bản dịch của Sóc Phật để giảng. Nhưng cũng ân hận như Đạo An, ý nghĩa của Kinh

---

24 因本順旨，轉音如已，敬順聖言，了不加飾也。然經既抄撮，合成章指，音殊俗異，譯人口傳，自非三達，胡能一一得本緣故乎？由是道行頗有首尾隱者，古賢論之，往往有滯。T8n224, tr. 425b9.

bị ngưng trệ, đầu đuôi không phù hợp nhau. Do đó, Sư quyết chí đi tìm cho được nguyên bản. Vào khoảng TL. 260 Sư khởi hành từ Ung châu, nay là huyện Cam túc tỉnh Thiểm tây, lên đường đi Tây vực. Đến nước Vu-điền, gặp được bản Phạn, gọi là bản Hồ, gồm 90 chương, hơn 60 vạn lời, bèn sao chép, rồi mang về. Bấy giờ vào khoảng niên hiệu Thái khang thứ 3 đời Ngụy (TL. 282). Sư khiến đệ tử là Phất Như Đàn 弗如檀 mang kinh đến Lạc dương. Mãi cho đến Thái khang thứ 9 (TL. 291), Kinh mới được Vô-la-xoa 無羅叉 cùng Trúc Thúc-lan 竺叔蘭 phiên dịch, gọi là *Phóng quang Bát-nhã.*[25]

Từ đó về sau, trong vòng 15 năm, Đạo An chuyên giảng *Phóng quang*, mỗi năm có đến mấy lần.[26] Nhưng vẫn có nhiều chỗ tối nghĩa, chẳng hiểu đầu đuôi ra làm sao cả. Mỗi lần như vậy, Đạo An nói, "Buông quyển mà suy nghĩ, hận không gặp được Vô-la-xoa và Phật Hộ." Cho đến niên hiệu Kiến nguyên 18 (TL. 382?), Tiền bộ vương nước Xa sư khiến Quốc sư đến chầu, dâng tặng vua Tần Phù Kiên bộ *Đại phẩm* bằng Hồ bản. Tức thì, công tác phiên dịch được tiến hành. Sa-môn người Thiên-trúc Đàm-ma-tì đọc bản Phạn và Phật Hộ (Phật Niệm?)[27] dịch Hán thành *Ma-ha Bát-nhã sao kinh.*[28] Đọc bản dịch này, và đối chiếu với các bản

---

[25]   放光般若經 西晉于闐國三藏無羅叉奉　　詔譯. T 8 No. 221.

[26]   出三藏記集序卷第八 摩訶鉢羅若波羅蜜經抄序 T55n2145, tr. 52b10.

[27]   Nguyên trong bài tựa nói là Phật Hộ 佛護. Các bản Kinh lục đều nói là Phật Niệm 佛念. Phật Hộ, tức Phật-đồ-la-sát, đồng thời với Đạo An; theo đề nghị của Đạo An và Triệu Chính dịch *Tạp A-tì-đàm tì-bà-sa luận, Tăng-già-la-sát sở tập kinh*, do Tăng-già-bạt-trừng mang đến.

[28]   摩訶般若鈔經 秦天竺沙門曇摩蜱共竺佛念譯 T 8 No 226.

dịch trước đây, Đạo An viết tựa trong đó nêu ra năm điểm mất gốc và ba điều không dễ, như đã đề cập trên.

Đương thời với Đạo An có Trúc Phật Niệm 竺佛念, người gốc Lương châu, gia thế ở Hà tây, biết rất nhiều phương ngữ do đó giao dịch được cả Hoa và Nhung tức các dân tộc thiểu số phía Tây Trung quốc. Nhờ khả năng biết nhiều phương ngữ nên đảm trách khá nhiều công tác phiên dịch Phật kinh.[29] Trong khoảng Kiến nguyên thứ 20 (TL. 384), có Tăng-già-bạt-trừng 僧伽跋澄, người nước Kế-tân, mang đến các Phạn bản *Tạp A-tì-đàm tì-bà-sa, Tăng-già-la-sát sở tập kinh*, và *Bà-tu-mật*. Theo yêu cầu của Đạo An và Triệu Chính, bấy giờ đang là Bí thư lang của Phù Kiên, Tăng-già-bạt-trừng miệng đọc Phạn văn, Phật-đồ-la-sát dịch Hán. Nhưng tiếng Hán của ngài chưa thông thạo, nên Đạo An và Triệu Chính phải mất rất nhiều thời gian để nhuận văn, gần một năm sau mới hoàn tất. Riêng bản văn *Bà-tu-mật* được yêu cầu Phật Niệm dịch. Phật Niệm cho rằng tiếng Hồ quá chất phác, mà người Hoa thì ưa văn hoa, do đó cắt xén, trau chuốt văn cú hoa lệ. Đạo An và Triệu Chính rất không hài lòng về chủ trương này của Phật Niệm.[30]

Xem qua trên đây đủ thấy việc phiên dịch Phạn-Hán cho đến thời Đạo An tuy được nói là có cơ sở khá vững do kinh nghiệm của nhiều lớp đi trước, nhưng vẫn còn nhiều khó khăn chưa thể vượt qua. Trong hai trích dẫn vừa rồi, một liên hệ đến bản dịch *Bát-nhã*, và một liên hệ đến Phật Hộ và Phật Niệm, cho thấy không phải người dịch nắm văn bản trong tay rồi dịch thẳng, mà phải qua trung gian. Phật Hộ là người ngoại quốc, tiếng Hán

---

29   出三藏記集傳下卷第十五 佛念法師傳第五 T55n2145, tr. 111b8.

30   出三藏記集序卷第十 僧伽羅剎集經後記 未詳作者: 念迺學通內外 才辯多奇。常疑西域言繁質謂此土好華。每存瑩飾文句滅其繁 長安公趙郎之所深疾。T55n2145, tr. 71c2.

không rành nên phải có người nhuận văn. Những người nhuận văn lại không rành tiếng Phạn, làm sao tin tưởng là nhuận sắc mà không làm lạc ý nguyên tác trong một vài chỗ? Trong khi đó, Phật Niệm là người Hán, học tiếng Phạn do giao tiếp rộng, nhưng không phải được đào tạo tại các trường Phật học chính thống như Cưu-ma-la-thập, Huyền Trang, hay Nghĩa Tịnh. Tiếng Phạn của Sư cũng không mấy bảo đảm. Trong trường hợp mà nói dịch sát nguyên văn như Huyền Trang làm sau này thật là bất khả. Kinh nghiệm phiên dịch hiện tại cũng cho ta biết rằng, nếu không nắm vững ngôn ngữ gốc thì không thể dịch sát văn mà không mất nghĩa; do đó điều tốt nhất là đọc rồi cố gắng hiểu nghĩa đoạn văn, sau đó viết lại theo ý mình hiểu. Nói là dịch, nhưng phần lớn là diễn lại theo sự hiểu biết của mình. Duy có điều viết theo mạch lạc của bản gốc. Đọc các bản dịch *A-hàm* trong thời kỳ này tất sẽ có cảm giác này.

Cho nên, yêu cầu của Đạo An là trực dịch. Đó là yêu cầu của tất cả độc giả. Độc giả như chúng ta ngày nay cũng vậy, không phải chỉ với kinh điển, mà với nhiều loại tác phẩm. Nhất là những tác phẩm về văn học và tư tưởng. Bản dịch càng thoát, càng xa bản gốc, dù văn chương hay thế nào – giả thiết hay hơn bản gốc – cũng không hẳn được ưa chuộng. Vì người đọc muốn đi thẳng đến tác giả, nhưng vì khả năng ngôn ngữ của mình không đủ nên phải đọc qua bản dịch. Cho nên, yêu cầu của Đạo An không phải là dễ dàng cho dịch giả.

4. Cưu-ma-la-thập và Huyền Trang - Ý dịch đối lập với Trực dịch

Chủ trương ý dịch và trực dịch có từ thời Đạo An và Phật Niệm, vẫn tiếp tục trong suốt lịch sử phiên dịch Phật điển tại Trung hoa. Mà đỉnh cao đối lập của hai chủ trương này là Cưu-ma-la-thập 鳩摩羅什 (*Kumārajīva*) và Huyền Trang 玄奘.

Hai dịch giả lớn này chủ trương ý dịch và trực dịch đối lập nhau rõ rệt, cả hai đều thông thạo cả Phạn và Hán. Huyền Trang người Hán, nhưng mười mấy năm trực tiếp học với các bậc thầy đệ nhất tại Ấn-độ, khả năng biện luận bằng tiếng Phạn cho đến các triết gia, các đại học giả Ấn-độ đương thời cũng phải chịu khuất phục. Huyền Trang chủ trương trực dịch. La-thập, dòng dõi quý tộc Ấn-độ, cha từng là Tướng quốc, nhưng tiếng Hán cũng rất thành thạo, làm thơ Hán cũng tuyệt vời như người Hán. La-thập chủ trương ý dịch.

Với La-thập, không thể dịch thẳng được vẻ đẹp, thâm thúy trong tiếng Phạn sang tiếng Hán mà không khỏi thành ngây ngô, có khi khiến người đọc phải "lợm giọng" vì người đọc bản dịch trong nhiều trường hợp chẳng khác nào ăn thức ăn do người khác nhai giùm cho. Đó chính là lời của La-thập đã dẫn trên.

Câu chuyện sau đây thường được viện dẫn mỗi khi đề cập đến phong cách phiên dịch của La-thập. Trong khi dịch kinh *Pháp hoa*, phẩm "Ngũ bách đệ tử thọ ký", đến đoạn văn mà trong bản dịch trước đó, *Chánh pháp hoa*, Trúc Pháp Hộ 竺法護 dịch như sau: 天上視世間，世間得見天上，天人世人往來交接,[31] "Trên trời nhìn thấy thế gian, thế gian được thấy trên trời. Người trên trời và người dưới thế qua lại giao tiếp." La-thập cho rằng dịch như thế thì sát tiếng Phạn thật, nhưng nghe quê mùa. Nguyên đoạn này, theo bản Phạn mà chúng ta có ngày nay như sau: [*devavimānāni cākāśasthitāni bhaviṣyanti*] *devā api manuṣyān drakṣyanti manuṣyā api devān drakṣyanti/*[32] Chúng ta cần dẫn thêm một đoạn trước mới có thể nói đến ngữ khí trong tiếng Phạn của toàn đoạn. Đoạn văn này mà dịch sát sang tiếng Việt

---

31   正法華經卷第五, T9n263, tr.95c28.

32   *Saddharmapuṇḍarīka-sūtram*, romanized and revised text of the Bibliotheca Buddhica Publication, Tokyo 1958; p. 178.

cũng có thể nghe khá ngây ngô. Có thể ví dụ như lời của một bản nhạc, hát lên nghe hay, nhưng lấy tiêu chuẩn văn viết mà thưởng thức, thì lời nhạc cũng rất ngây ngô. Cho nên, người không thưởng thức được "nhạc lý" trong tiếng Phạn thì cũng khó mà thưởng thức cái hay của những đoạn văn tương tợ. Thật sự Hán không sao có thể dịch sát đoạn Phạn này được. Vì trong đó có vấn đề số và biến cách các của từ, và thì thái của động từ. Nhưng nếu người mà cảm nhận trọn vẹn văn khí Phạn ở đây, và cũng hiểu được văn khí ngây ngô trong đoạn Hán dịch, thì đó phải là người thông thạo cả hai thứ tiếng.

Trong khi La-thập chưa biết nên dịch thế nào cho đúng ý nguyên bản mà cũng không nghe quê mùa trong tiếng Hán, bấy giờ Tăng Duệ 僧叡 đề nghị, "há không phải muốn nói rằng 天人 交接，兩得相見: trời người giao tiếp, hai bên thấy nhau." La-thập khen hay.[33] Trong trường hợp như vậy thì cần ý dịch. Nhưng trường hợp như vậy không phải là ít.

Mặt khác, La-thập truyền Phật giáo vào Trung hoa, muốn người Trung hoa hiểu Phật giáo theo truyền thống của chính người Hán, qua phong cách ngôn ngữ Hán, do đó chủ trương ý dịch. Quýt phương bắc mang trồng phương nam, ngọt có thể thành chua. Nhưng phân bón thế nào để giữ được vị ngọt. Tất nhiên không còn vị ngọt như phương bắc nữa. Ngọt nhiều hơn hay ít hơn đều có thể xảy ra.

Trong khi đó, Huyền Trang là người Hán, muốn hiểu Phật pháp mà nguồn gốc từ Ấn-độ, hiểu Phật pháp từ Ấn-độ như chính người Ấn, do đó chủ trương trực dịch. Cả hai đều thành công, nhưng không cùng một hướng. Huyền Trang chỉ thành công trong việc truyền bá Du-già tông mà Phật giáo Trung hoa gọi là

---

[33]	高僧傳卷第六 T50n2059, tr. 364b02.

Pháp tướng tông. La-thập thành công trong việc xây dựng điều mà Phật giáo Trung hoa gọi là Pháp tính tông. Tính và Tướng, tuy một mà hai, tuy hai mà một. Trong điều gọi là Pháp tính tông gầy dựng cơ sở bởi La-thập, dấu vết Ấn-độ của Long Thọ hay Đề-bà mờ nhạt. Những ai nghiên cứu *Trung luận*, qua các bản tiếng Phạn, và bản dịch Tây tạng, với các luận của Long Thọ, Đề-bà, Phật Hộ, Thanh Biện, và cả Nguyệt Xứng sau này, tất thấy rõ điều này. Về phía kia, trong Duy thức truyền bởi Huyền Trang, bóng dáng của Vô Trước, Thế Thân còn có thể thấy rõ.

Nhưng trực dịch hay ý dịch thảy đều không phải là giải pháp lý tưởng để hiểu một hệ tư tưởng khác với truyền thống của mình. Cho nên, Ngạn Tông chủ trương, để có thể thấu hiểu Phật pháp, giải pháp tốt nhất là học tiếng Phạn.

5. Bát bị và Thập điều của Ngạn Tông

Ngạn Tông 彥琮 sinh trước Huyền Trang khoảng gần nửa thế kỷ. Dưới thời Tùy, niên hiệu Đại nghiệp thứ 2 (TL. 606), Dạng Đế lập Phiên dịch quán trong Thượng lâm viên tại Lạc dương để phiên dịch kinh điển. Ngạn Tông tham dự công tác phiên dịch, và cũng nhân đó học thông tiếng Phạn.

Năm đó Huyền Trang khoảng 6 tuổi. Chừng 25 năm sau, quyết chí liều mình Tây du cầu pháp. Lý do đi Tây vực cầu pháp, như truyện nói, "Pháp sư sau khi đi tham khảo khắp tất cả bậc Thầy đương thời, thâu hóa đầy đủ thuyết của họ, suy khảo tường tận lý của họ, nhưng mỗi người đi theo con đường riêng của tông phái mày. Nghiệm Thánh điển, cũng có chỗ ẩn chỗ hiển, không biết theo vào đâu. Do đó, quyết chí Tây du để giải quyết những điều nghi hoặc."[34] Điều đó có nghĩa là qua các bản dịch Phật kinh hiện hữu đương thời, Pháp sư đã phát hiện nhiều điều không ổn, và không thể tham vấn bất cứ ai về điều nghi hoặc.

Về Ngạn Tông, sau khi học tiếng Phật, đồng thời với kinh nghiệm có được trong khi tham dự phiên dịch dưới sự bảo trợ của Tùy Dạng đế, tổng kết kinh nghiệm của mình trong quá trình học và dịch Phạn-Hán, Sư đề nghị tám tiêu chuẩn và mười trọng điểm, gọi là "bát bị, thập điều", để có thể có một bản dịch tương đối chấp nhận được.

Ngạn Tông cảm thấy tính bất khả của sự phiên dịch Phật kinh, viết *Biện chính luận*, trong đó chủ trương, đại ý: sau khi thuật lại thuyết của Đạo An về tam bất dị và ngũ thất bản, và nêu một số trường hợp sai lầm trong phiên dịch và giải thích, Ngạn Tông nói, "Tiếng Phạn có cái lý là có thể học, có gì lại không học? Vả lại, để khai cơ chỉ dạy cho người mới học mà chỉ bằng lòng với các bản dịch, chẳng khác nào dạy vẹt học nói; phải mất quá nhiều công sức để có thể hiểu được một từ, rồi trải qua rất nhiều năm mới mong đạo được rộng, mới hy vọng bao quát cổ kim, bao la thiên địa. Sự nghiệp như núi cao, văn loại như biển sâu, tiếng Phạn kia là quy mô của Đại Thánh. Nắm sơ lược chương bản thì có thể biết được thể thức. Lúc đó nếu có công phu nghiên cứu, thì sự giải thích không bị vướng mắc."[35]

Về tám tiêu chuẩn hay bát bị 八備: 1. Thành tâm thọ pháp, chí nguyện giúp ích cho người. 2. Trước khi bước vào giới trường, đôi chân phải vững vàng trên giới luật. 3. Văn, chuyển tải được Tam

---

[34] 大唐大慈恩寺三藏法師傳 法師既遍謁眾師。備餐其說。詳考其理。各擅宗途。驗之聖典。亦隱顯有異莫知適從。乃誓遊西方以問所惑。T50n2053, tr. 222c2.

[35] 續高僧傳卷第二 T50n2060, tr. 438b26

tạng; nghĩa, bao trùm cả năm thừa. 4. Cần phải tham bác thêm kinh sử (ngoại điển), trau dồi điển từ, không để cho quá vụng về, thô lậu. 5. Độ lượng khoan hòa, khí lượng bao dung, không câu nệ. 6. Hâm mộ đạo thuật, coi nhẹ lợi danh, không quáng mắt vì cao danh. 7. Tinh thông Phạn ngữ, nắm vững phương thức diễn đạt, không làm sai lạc ý nghĩa trong nguyên bản. 8. Bác lãm văn tự Trung hoa, các loại triện lệ.[36]

Tám tiêu chuẩn cho dịch giả như Ngạn Tông đề trên, quả thật rất lý thú. Trước hết, vấn đề đạo đức của người dịch. Người thông dịch trung gian giữa người nói và người nghe, nếu không được hai bên chấp nhận, cơ bản là tin tưởng về tác phong đạo đức, để người ấy không xuyên tạc những lời được nói. Đây là điều rất thông thường, không cần thiết phải luận giải dài dòng. Nhưng, đối với người phiên dịch Thánh Điển mà thiếu nhiệt tình, không hâm mộ, không kính phục những điều mình dịch, bị quáng mắt bởi danh vọng, người ấy không thể trung thực với điều mình thông dịch. Hiểu được một người, tất yếu phải chí thành với người đó. Một bản dịch hay, người ta nói, vì dịch giả say mê nó, "ăn ngủ với nó." Người thế gian với nhau, cao thấp có giới hạn, dù cao cho bằng Hy-mã-lạp sơn, vẫn có người leo lên đỉnh được. Vậy mà trong sự phiên dịch còn đòi hỏi tâm tình chí thành nơi người dịch. Huống hồ, dịch giả kinh Phật, tự đứng trung gian giữa Thánh và phàm, nếu không chí thành với lý tưởng, là sao hiểu được bằng tất cả tâm trí của mình những lời mình muốn dịch?

---

36   翻譯名義 T54n2131, tr. 1067c5: (一) 誠心受法，志在益人。(二) 將踐勝場，先牢戒足。(三) 文詮三藏，義貫五乘。(四) 傍涉文史，工綴典詞，不過魯拙。(五) 抱平恕，器量虛融，不好專執。(六) 沈於道術，淡於名利，不欲高炫。(七) 要識梵言，不墜彼學。(八) 傳閱蒼雅，粗諳篆隸，不昧此文。

Thế nhưng, chí thành với lý tưởng chưa đủ, nhóm yêu cầu thứ hai của Ngạn Tông là trình độ kiến thức của người dịch. Không phải chỉ thuộc kinh Phật là đủ, mà đòi hỏi "bác thông kinh sử." Trình độ kiến thức thấp kém, tất nhiên không đủ để lãnh hội một bản văn. Không hiểu, làm sao dịch?

Một vấn đề nữa, trong các yêu cầu của Ngạn Tông, là khả năng văn học. Đây hẳn là điều mà Ngạn Tông kinh nghiệm trong quá trình tham dự phiên dịch. Người dịch, trung gian giữa hai ngôn ngữ, yêu cầu phải nắm vững cả hai thứ ngôn ngữ đó.

Tám tiêu chuẩn theo Ngạn Tông cũng là điều áp dụng cho mọi dịch giả, không riêng gì người dịch kinh Phật, chỉ có điều thay đổi cách nói cho phù hợp.

Về mười trọng điểm, hay thập điều 十條, đó là những điểm quan trọng cần phải lưu ý trong khi dịch: 1. cú vận, 2. vấn đáp, 3. danh nghĩa, 4. kinh luận, 5. ca tụng, 6. chú công, 7. phẩm đề, 8. chuyên nghiệp, 9. tự bộ, 10. tự thanh.[37] Đây là nhưng điểm đặc biệt trong ngôn ngữ văn học Phật giáo, hay nói chung là Phạn ngữ. Trong đó, những yếu tố cần nắm vững trước hết tất nhiên là ngữ pháp, bao gồm ngữ vựng và cú pháp. Những vấn đề này sẽ được phân tích trong phần sau.

Tóm lại, tuy Ngạn Tông, qua kinh nghiệm bản thân, cũng như tổng kết kinh nghiệm của các tiền bối, nêu lên thành khoa mục "bát bị thập điều" nhưng ở đây chúng ta có thể nói, theo quan điểm của Ngạn Tông, dù cho người có hội đủ cả các điểm nêu trong bát bị thập điều, nhưng vị tất đã có thể hiểu hết kinh Phật, để có thể tin rằng mình dịch đúng. Như Đạo 如道 đã nhận xét:

---

37   (一) 句韻，(二) 問答，(三) 名義，(四) 經論，(五) 歌頌，(六) 咒功，(七) 品題，(八) 專業，(九) 字部，(十) 字聲。(翻譯名義集卷一、義楚六帖卷九).

Trí và ngu cách nhau trời với vực, mà cảnh giới của Thánh nhân thì không có thềm bậc cho ta leo. Đem vi ngôn của bậc Đại Giác đã trên nghìn năm mà hạ xuống cho ngang tầm thời đại, điều đó thật quả không dễ. Tiếp đến nhận xét của La-thập: đọc bản dịch, chẳng khác nào ăn thức do người khác nhai giùm cho. Vì vậy, Ngạn Tông chủ trương, người muốn nghiên cứu kinh Phật thì nên học tiếng Phạn để đọc thẳng tiếng Phạn. Chủ trương của Ngạn Tông được hưởng ứng như thế nào, không có sử mô tả. Nhưng phong trào học tiếng Phạn đời nhà Đường là điều dễ thấy. Đọc các luận sớ của Khuy Cơ 窺基, Phổ Quang 普光, v.v., chúng ta thấy nếu không hiểu biết ngữ pháp không thể phân tích được cú pháp phiên dịch Phạn-Hán như vậy, với ý nghĩa các biến cách, giải thích cấu tạo hợp từ, vai trò của giới từ biến đổi ý nghĩa của động từ căn. Những điểm ngữ pháp này hoàn toàn xa lạ với Hán văn.

Tuy nhiên, cũng có thể nói chắc rằng phong trào học tiếng Phạn không được phổ biến, vì nó quá khó đối với một người Hán. Dù vậy, nhu cầu học tiếng Phạn vẫn thỉnh thoảng được nhắc đến. Trên ba trăm năm sau Ngạn Tông, có Thiên Tức Tai 天息灾, nhân được Tống Thái Tông cử làm dịch chủ cho dịch trường Truyền pháp viện mà Hoàng để kiến lập và bảo trợ (niên hiệu Thái bình hưng quốc thứ 8, TL. 983), đã dâng sớ nêu rõ sự cần thiết học tiếng Phạn, và xin vua cho tuyển 50 đồng tử để huấn luyện cho Phạn ngữ. Vua y tấu, ra lệnh tập họp 500 đồng tử để sát hạch.[38] Trong số 50 đồng tử được huấn luyện Phạn văn có Duy Tịnh 惟淨, về sau đã có những cống hiến quan trọng trong sự nghiệp phiên dịch Phạn-Hán.

---

[38] 大中祥符法寶錄卷三, dẫn bởi 曹仕邦 中國佛教譯經史研究餘瀋.

II. CẤU TẠO TỪ PHẠN NGỮ

1. Ngữ Âm

Từ ngữ Phạn thuộc loại đa âm tiết, khác với Hán ngữ thuộc loại đơn âm. Trong tiếng Hán, một âm có thể cấu thành một từ, và một từ mang đầy đủ nội hàm để trỏ vào một vật, hay chuyển tải một ý tưởng. Trong tiếng Phạn, đại bộ phận từ cần phải có nhiều âm tiết liên tiếp nhau được phát lên mới thành một từ.[39] Một từ như vậy, gọi là một danh (*nāman*) theo *Đại Tì-bà-sa*,[40] có thể được cấu tạo bởi một âm tiết, hoặc hai âm tiết, hoặc nhiều âm tiết. Một âm tiết có thể do bởi một âm tố, hoặc hai, hoặc nhiều hơn. Từ âm tiết (*syllable*) ở đây, tiếng Phạn nói là *akṣara*, Hán dịch là tự, cũng có khi được xem đồng nghĩa với âm tố (*phoneme*),[41] tiếng Phạn nói là *vyañjana*, Hán dịch là văn. Khi nói tự *akṣara* đồng nghĩa với văn hay *vyañjana*, khi ấy *vyañjana* được hiểu là một *varṇa* (âm tố), chỉ cho các nguyên âm (*svāra*) như *a, ā, i, ī...*, định nghĩa bởi *Câu-xá*.[42]

Một âm tố (*varṇa*), nếu là một nguyên âm (*svāra*), tự nó đủ để có thể được phát âm. Khi đó văn tức là tự như được giải thích bởi *Đại-tì-bà-sa*, đã dẫn. Nhưng nếu là một phụ âm (*vyañjana*), bấy giờ tự nó chưa đủ để có thể phát âm. Đây là trường hợp mà kinh *Đại Niết-bàn* gọi là "phân nửa chữ" (bán tự).

---

[39] 大毘婆沙論卷第十四, T27 No 1545, tr. 659c07: 佛教名何
      法。答謂名身句身文身。次第行列。次第安布。次第連合。
      此則總顯。佛教作用.

[40] op.cit. tr. 71b29.

[41] ibid. 文即是字者。巧便顯了故名為文。此即是字無轉盡故。

[42] *Kośabhāṣya*, k.ii. 47a-b: *vyañjanam akṣaram – tadyathā a, ā, ity evam ādi.* Sớ giải của Yaśomitra: *vyañjanam akṣaram iti, varṇa ity arthaḥ.*

Theo ý nghĩa này, kinh *Đại Niết-bàn* phân giáo lý của Phật thành hai loại là "bán tự giáo", giáo lý chỉ được nói bởi một nửa chữ, chưa đủ nghĩa; và "mãn tự giáo" chỉ giáo nghĩa đã được nói đầy đủ. Kinh định nghĩa: "Nói rằng tự, là chỉ cho Niết-bàn. Vì là thường hằng, nên không lưu chuyển. Không lưu chuyển, tức vô tận.[43] Vô tận chính là thân kim cang của Như lai."[44] Như một người cha dạy cho con trẻ mới một nửa chữ (bán tự); cậu bé tất nhiên bằng chừng ấy nửa chữ chưa đủ để hiểu ngữ pháp cấu tạo từ (Tì-già-la luận: *vyākaraṇa*).[45]

Phẩm "Văn tự" trong kinh *Đại niết-bàn*,[46] luận giải về hệ thống ngữ âm học của tiếng Phạn, cùng nội hàm triết lý của các âm tố, bao gồm các nguyên âm và phụ âm, là cơ sở để các nhà Phật học Trung quốc tìm hiểu tiếng Phạn.

So sánh hệ thống ngữ âm Phạn và Hán, Huệ Hạo nói, "Ngữ âm tiếng Phạn có bán tự và mãn tự. Gọi là bán tự, vì ý nghĩa chưa đủ; do đó thể của tự thiếu một nửa, như chữ nguyệt 月 mà thiếu mất một nét biên. Gọi là mãn tự, vì lý đã được trọn vẹn."[47] Điều này

---

[43] Vô tận, là Hán dịch từ *akṣara*, do động từ căn √ *kṣar*: *kṣarati*, trôi chảy, tan biến, tiêu diệt.

[44] 大般涅槃經卷第八, T12 No 374, tr. 413a06. Cf. 涅槃義記卷第四, T37n1764, tr. 707c09: 字者外國名阿察羅此方義翻名為無盡。 與彼涅槃常義相同故名涅槃。" Tự, (chữ), tiếng nước ngoài gọi là ác-sát-la (Skt. *akṣara*); tiếng phương này dịch là vô tận. Vì đồng với nghĩa thường hằng của Niết-bàn nên được nói là Niết-bàn."

[45] 大般涅槃經卷第五, T12n374, tr. 390c17; T12n375, tr. 630c26.

[46] 大般涅槃經卷第八, 北涼天竺三藏曇無讖譯, T 12 No 374, tr. 413a2.

[47] 出三藏記集卷第一, T55n2145, tr. 4b19: 又梵書製文有半字滿字。 所以名半字者。義未具足。故字體半偏。猶漢文月字虧其傍也。所以名滿字者。理既究竟。

chỉ thấy được trong cách viết chứ không chỉ rõ thứ tự âm tiết để cấu tạo thành từ trong cách phát âm tiếng Phạn. Huệ Hạo còn cho thêm thí dụ, như chữ *chư* 諸 là mãn tự, trong đó gồm hai từ *ngôn* 言 và *giả* 者 là những bán tự. Thí dụ này không chính xác, vì *ngôn* và *giả* tự chúng đã có nghĩa. Khi ghép lại để thành chữ *chư*, chỉ là do nguyên tắc hài thanh.

Không hoàn toàn thỏa mãn với giải thuyết của Huệ Hạo, Huệ Lâm 慧琳 chỉ dẫn điển hình, như trong từ *tát-phạ* 薩嚩 (*sarva*), âm *ra* 囉 (*-r*) ở giữa hai âm *sa* 娑 và *phạ* 嚩 chính là bán tự. Trong cách viết chữ tất-đàm (*siddham*) hay *Devanāgarī*, bán âm *r(a)* này được viết chồng lên âm *phạ* (*va*) như một móc câu hay hình trăng thượng huyền. Hoặc như trong từ *một-đà* 沒馱 (*buddha*), cuối từ có thể được thêm âm *na* 娜 (*m*, tị âm), nó là bán tự được viết thành một chấm đặt trên đầu chữ *đà*.[48] Theo giải thuyết này, một âm mà chưa được phát biểu trọn vẹn, gọi là bán tự.

Ngữ âm học được đề cập trong phẩm "Văn tự" của kinh *Đại niết-bàn* có thể được xem như có chịu ảnh hưởng từ truyền thống Vệ-đà, đặc biệt là các tập *prātiśākhya*, như *Taittirīya-prātiśākhya*,[49] thuộc bộ phận ngữ âm học của Yajurveda. Tập này bắt đầu bằng bảng liệt kê các âm tố (*atha varṇasamāmnāyaḥ*). Các âm tố này lại được phân loại thành 16 nguyên âm (*soḍaśāditaḥ svāraḥ*) và còn lại là các phụ âm (*śeṣo vyañjanāni*). Đó cũng là nội dung thuyết minh về văn tự trong kinh *Niết-bàn*. Trước hết, giải thuyết 14 nguyên âm. Điều đáng lưu ý là trong *Taittirīya-prāśakhya* có

---

48   一切經音義卷第二十五, T54n2128, tr. 470c20.

49   Cf. *Taittirīya-prātiśākhya*. Original text with translation by W. D. Whitney (*Journal of the American Oriental Society*, 9, 1871). Pro-ofread on the basis of Whitney's edition by Ramesh Srinivasan, August 2005.

16 âm. Tăng Lượng, *Niết-bàn tập giải*,[50] cố gắng giải thích sự thiếu mất hai nguyên âm, điều mà *Thụy ứng bản khởi* có đề cập.[51] Tăng Lượng giả thiết hai âm này là hai chữ (tự) Niết-bàn, và cho rằng giả thiết này không chắc chắn, nhưng không rõ lý do. Điều này cho thấy các nhà chú giải Trung Hoa khó mà phân biệt âm tố âm tiết. Thế nhưng Tuần Luân, *Du-già luận ký*,[52] lại giải thích rất chính xác: hai âm thiếu đó là hai tổ hợp *aṃ* và *aḥ*. Tiếp theo là 33 phụ âm, điều mà *Taittirīya* nói là các phụ âm còn lại.

Văn học Ấn kể từ thời Vệ-đà thuộc loại truyền khẩu cho nên ngữ âm học (*phonetics*) chiếm vị trí rất quan trọng. Các tập *prātiśākhya* là những tài liệu tối cổ về ngữ âm học, đề cập các vấn đề phát âm thế nào cho chuẩn xác đối với các bản văn Vệ-đà. Kết luận của tập *Taittirrīya-prātiśākhya* nói: "Ai hiểu rõ đặc điểm của thứ tự cú pháp; ai thông thạo thứ tự các âm tố, ai hiểu rõ âm lượng và phối trí các nguyên âm, người ấy luôn luôn được ngồi gần Thầy."[53]

Về cơ bản, kinh *Đại bát-niết-bàn* ở đây định nghĩa tự là hệ thống phát âm bao gồm 14 âm căn bản, tức 14 nguyên âm. Đó là những âm tố (*phoneme*, Skt. *varṇa*) mà kinh gọi là "bán tự" (phân nửa chữ). Tiếp theo, kinh giải thuyết nội hàm triết lý của các nguyên âm này, cũng như các phụ âm gồm các phạm trù phát âm: hàng *ca* 迦 (*k-*, âm yết hầu, *guttural*), hàng *giá* 遮 (*c-*, âm khẩu cái, *palatal*), hàng *tra* 吒 (*ṭ-*, âm lưỡi, *lingual*), hàng *đa* 多 (*t-*, âm răng, *dental*), hàng *ba* 波 (*p-*, âm môi, *labial*).[54]

---

50 大般涅槃經集解卷第二十一, T37 No 1763, tr. 464c02. Vấn đề cũng được nêu bởi Huệ Viễn, 涅槃義記卷第四, T37 No 1764.

51 太子瑞應本起經卷上, T3 No 185, tr. 474b11.

52 瑜伽論記卷第一, T42 No1828, tr. 331a05.

53 ibid. 24.6.

54 大般涅槃經集解卷第二十一, T 37 No 1763, tr. 464c7.

Trong các hàng hay các phạm trù phát âm này, mỗi hàng có 5 âm. Tiếp theo các bán mẫu âm; các sát âm: *ś-, ṣ-, s-*; âm hắt hơi: *-ḥ* (*visarga*) và giọng mũi (*anusvāra*). Các âm tố này khi được liên kết với nhau trong một từ, tùy theo vị trí trước sau, tùy theo hàng hay phạm trù phát âm, đều chịu những biến đổi sao cho nghe thuận tai (*euphonic*).

Sự nghe thuận tai hay thuận âm (*euphony*) này tất nhiên không mấy ảnh hưởng đến dịch nghĩa Hán, nhưng nó bị chi phối bởi ảnh hưởng của khẩu âm địa phương, nên thường tạo ra những dị biệt trong các truyền bản Phạn. Chính Tán Ninh đời Tống cũng đã nhận ra điều này, về sự khác biệt trong hệ thống ngữ âm của nước Kiết-sương-na (Kuśana), và Thổ-hóa-la (Tokharistan, quốc gia Trung Á), cũng như khu vực phía Bắc và Nam Thông lĩnh. Tuy Tán Ninh chỉ ghi lại những điều đã được ghi chép trong *Tây vực ký* bởi Huyền Trang,[55] nhưng cũng từ đó mà Sư phân biệt các hệ ngôn ngữ Hồ và Phạn bất đồng để chỉ trích nhiều vị nghiên cứu Phật học đã đồng nhất một cách sai lầm Hồ với Phạn.[56]

Do tính chất bất đồng khẩu âm trong các địa phương khác nhau, ngay tại bản địa Ấn, và dọc theo dải Trung Á, nhiều từ bị biến đổi khiến cho cùng một từ Phạn mà nội hàm Hán dịch khác nhau đến mức xa lạ giữa các dịch giả. Cụ thể như từ Phạn *damyasārathi* (Pāli: *dammasārathi*) thường được dịch là "Điều ngự" nhưng nhiều dịch giả, nhất là các dịch giả thời Đông Tấn, dịch là "Đạo pháp ngự." Rõ ràng các vị này phát âm là *dhammasārathi*, gần với Pāli, tức là thuộc một trong các loại Phạn văn hỗn chủng.[57]

---

55   大唐西域記 T51n2087, tr. 871a11, 872a6.

56   宋高僧傳 T50n2061, tr. 723c7.

57   Cf. Edgerton, *BHS Grammar*, 2.12: *my* to *mm: sammā* = Pali id., Skt. *samyak*.

Những nhầm lẫn do phát âm này không phải là hiếm thấy trong các bản dịch Phạn-Hán. Nhất là các kinh thuộc A-hàm. Nổi bật nhất là dịch nghĩa kinh "Phạm động" bởi Phật-đà-da-xá (Buddhayaśas).[58] Phật-đà-thập (Buddhajīva), luật *Ngũ phần*,[59] tên kinh cũng dịch là "Phạm động." Trong khi các dịch giả khác đều dịch là "Phạm võng"; như Chi Khiêm, *Phạm võng lục thập nhị kiến kinh*,[60] Tăng-già-bạt-đà-la (Saṃghabhadra), *Thiện kiến luật Tì-bà-sa*,[61] Cưu-ma-la-thập, luận *Đại trí độ*,[62] Huyền Trang, *Đại Tì-bà-sa*,[63] v.v. Các từ Hán dịch này đều tương đương Pāli *Brahmajāla*, cái lưới của Brahma. Hán dịch của Phật-đà-da-xá tương đương với Pāli hoặc Sanskrit *Brahmacāla*, sự dao động bởi Phạm thiên, do phát âm sai biệt giữa *c-* và *j-*, cả hai đều thuộc phạm trù ngạc âm (*palatal*) nhưng một điếc (*surd*) và một vang (*sonant*) khác nhau.

Luật *Tứ phần*,[64] bởi cùng một dịch giả, nên kinh vẫn được gọi tên là Phạm động. Phật-đà-da-xá nguyên người Kế-tân, tức Kaśmir, thuộc dòng Bà-la-môn. Tuy sau này Sư dời sang nước Quy-tư, Trung Á, nhưng thiếu thời sống tại Ấn, và kinh điển mà Sư học tất nhiên đều bằng Phạn lưu truyền tại bản địa Ấn. Truyện cũng chép là Sư chuyên trì luật Đàm-vô-đức (*Dharmaguptavinaya*) mà sau đó dịch thành luật *Tứ phần*.[65] Nhưng người cộng tác của Phật-đà-da-xá là Trúc Phật Niệm, người Lương Châu, Trung

---

58 長阿含經卷第十四 第三分梵動經第二 T1 No 1 tr. 88b12 tt.

59 T22 No 1421.

60 T1 No 21.

61 T24 No 1462.

62 T25 No 1509.

63 T27 No 1545.

64 T22 No 1428, tr. 833b25, 968b15.

65 高僧傳卷第二 T50 No 2059, tr. 333c16 tt.

quốc; thiếu thời ưa du dịch nên biết nhiều ngôn ngữ trong vùng Trung Á.[66] Tiếng Phạn mà Trúc Phật Niệm học để sau này cộng tác với Phật-đà-da-xá không phải trực tiếp từ Ấn, mà qua trung gian các nước Tây vực, tất có chịu ảnh hưởng khẩu âm các vùng này. Vậy, sự nhầm lẫn, nếu xem đó là nhầm lẫn, do bởi truyền qua khẩu âm Tây vực, hay nó đã xuất hiện ngay trong truyền khẩu từ Ấn-độ trong hệ truyền thừa Đàm-vô-đức?

Phật-đà-thập cũng người Kế-tân, đồng hương với Phật-đà-da-xá, chuyên trì luật *Ngũ phần* của Hóa địa bộ (Mahīśāsaka). Bản dịch luật *Ngũ phần* mà Sư dịch do Pháp Hiển 法顯 mang về từ Sư tử quốc (Tích lan ngày nay).[67] Trong bản dịch này cũng nói là Phạm động, thay vì Phạm võng.

Ở đây có thể dẫn một số điển hình về các trường hợp sai biệt khẩu âm này:

— *Trường A-hàm*, tr. 33b, Hán: vô si xuất gia 無癡出家. Tương đương Pāli: *amoghā pabbajjā avañjhā*, xuất gia không phải luống không, vô ích. Bản Hán đọc là *amohā*: vô si.

tr. 34c: Hán: vương chủng 王種. Có lẽ tương đương Pāli *rattaññu*: (Phật tử) kỳ cựu; nhưng bản Hán đọc là *rājañña*: vương tộc.

tr. 121c: Tưởng 想 (địa ngục); *Câu-xá*: Đẳng hoạt 等活; Skt., Pl.: *saṃjīva*. Bản Hán đọc Skt. là *saṃjñī(va)*, hoặc Pl.: *saññnī(va)*.

— *Trung A-hàm*, tr. 553a: Chánh thân chánh nguyện 正身 正願; Pāli: *ujuṃ kāyaṃ paṇidhāya*, ngồi thẳng lưng. Bản Hán, *paṇidhāya*, sau khi đặt để, được hiểu là *paṇidhāna*: ước nguyện.

---

66 高僧傳卷第一 T50 No 2059, tr. 329a28 tt.
67 歷代三寶紀卷第十 T49 No2034, tr. 89b12.

tr. 692c: Tam thập lục đao 三十六刀. Pāli, M 137 (iii. 217): *chattiṃsa sattapadā*, 36 cú (phạm trù), hay dấu chân, của chúng sanh; 36 loại chúng sanh. Trong bản Hán, đọc là *sattha* (đao kiếm) thay vì *satta* (hữu tình). *Tỳ-bà-sa* 139 (No.1545, tr. 718a25): Tam thập lục sư cú 三十六師句. Pāli: *sattapadā* (36 cú nghĩa, hay phạm trù, về chúng sanh). Cả ba bản đọc theo ngữ nguyên khác nhau. Pāli: *satta*, chúng sanh. Bản Hán này, đao kiếm: do Skt. *śastra* (Pāli: *sattha*), *Tỳ-bà-sa*; Skt. *śāstā* (*śāstár/ śāstṛ*): đạo sư (Pāli: *sattha*).

— *Tạp A-hàm*, kinh 102: Hán: lãnh quần đặc 領群特: gã chăn bò. Pāli: *vasalaka*, gã tiện dân, người hèn hạ. Bản Hán đọc là *vacchalaka*.

tr. 35c: Trú ư thiên trú 住於天住; Pāli: *divāvihārāra*, an trú ban ngày tức nghỉ trưa, nhưng bản Hán đọc là *deva-vihāra*: trú xứ của chư Thiên.

tr. 131a: Hán: bất tri... tâm chi phân tề 心之分齊. Pāli: *cetopariyañāṇa n'atthi*, "không có nhận thức về tâm tư..." Bản Hán đọc *ceto-paryanta* (giới hạn của tâm tư) thay vì *ceto-pariya* (động thái của tâm tư).

tr. 149b: chi thanh 支青, chi phần màu xanh. Pāli: *nelaṅga*, chi phần không khuyết điểm (Sớ giải: *niddoso*). Bản Hán đọc: *nīla*: màu xanh, thay vì *nela*: không khuyết điểm, không tội lỗi.

— *Tăng nhất A-hàm*, tr. 558b: Thiện Lai 善來. Pāli, A.i.25: đệ nhất thiện xảo với hỏa giới tam-muội là *sāgata* (*tejodhātukusalānaṃ yad idaṃ sāgato*). Bản Hán đọc là *svāgata*. Tỳ-kheo này hàng phục được con độc long bằng hỏa quang tam muội.

tr. 559c: Sanh Lậu 生漏, bản Minh chép là Sanh Mãn. Có lẽ là Bà-la-môn Sanh Văn được thấy trong Tạp, kinh 737, 739, 757. Pāli: *Jāṇussoṇi*. Bản Hán đọc là *Jānāsava*.

Những nhầm lẫn nêu trên phần lớn do dị biệt bởi khẩu âm địa phương, nhưng trong nhiều trường hợp do yêu cầu phát âm thuận tai áp dụng theo quy luật liên thanh (*sandhi*) để phân tích từ không được đồng nhất giữa các dịch giả nên cũng dẫn đến các dịch ngữ Hán khác nhau cho một từ.

Chính do bởi luật liên thanh mà khi phân tích sự cấu tạo một từ Phạn đã khiến các nhà Phật học đưa ra những giải thích bất đồng, dẫn đến thành lập các giáo nghĩa khác nhau. Trường hợp đáng lưu ý là sự bất đồng của Thượng tọa bộ Pāli với Hữu bộ về vấn đề có hay không có trung hữu (*antarābhava*) do bởi giải thích khác biệt về một trong năm hạng Bất hoàn. Trong đó, hạng thứ nhất, Pāli và Sanskrit giống nhau về mặt ngữ âm: *antarābhava-parinibbāyin/-pariṇirvāyin*; hạng thứ có sự khác biệt về ngữ âm: Pāli, *upahacca-parinibbāyin* được dịch là tổn hại bát-niết-bàn; Sanskrit, *upapadya-pariṇirvāyin*, được dịch là sinh bát-niết-bàn. Cả hai Pāli và Sanskrit nhất định có gốc từ một nguyên ngữ hỗn chủng nhưng do áp dụng luật liên thanh bất đồng nên dẫn đến những giải thích khác nhau và do đó thiết lập hai từ khác nhau. Theo quan hệ ngữ âm học giữa Pāli và Sanskrit, cụm âm tiết -*acca*- trong Pāli thường tương đương với -*atya*- trong Sanskrit như các từ *paccaya* và *pratyaya* (duyên). Mặt khác, cụm âm tiết -*padya*- (Skt.) thường quan hệ với với cụm -*ajja*- (Pāli), như trong các từ *upapadya* và *upapajja*.[68] Nhưng, các âm -*cc*- và -*jj*- đều thuộc loại âm khẩu cái, phát âm từ vòm miệng, cho nên cũng

---

68 F. Edgerton, *BHS Grammar*, § 2.8, § 2.14: "As in MIndic, assimilation of a dental and a following *y* may yield a double palatal: *praccaya* = Pāli *paccaya*, Skt. *pratyaya*; *khijjati* = *khidyate*; *khajjati* = *khādyate*..."

dễ khiến đọc âm này thành âm kia.[69] Vả lại, kinh điển nguyên thủy thuộc ngôn ngữ khẩu truyền, do đó dị biệt trong các khẩu âm địa phương cũng có thể dẫn đến những giải thích khác nhau về nguyên dạng của từ. Sự khác biệt của hai từ Pāli *upahacca* và Sanskrit *upapadya* có lẽ chỉ có thể giải thích qua trường hợp này.

Trong trường hợp Sanskrit, *upapadya* có nghĩa là "sau khi tái sinh" do đó *upapadya-pariṇirvāyin* được hiểu là vị A-na-hàm nhập niết-bàn sau khi vừa tái sinh lên Tịnh cư thiên không bao lâu.[70] Vì vậy, theo thứ tự liệt kê, *antarābhavapariṇirvāyin*, trung bát-niết-bàn, cần được hiểu là vị A-na-hàm nhập niết-bát khoảng trung gian giữa hai hữu là tử hữu (*maraṇa-bhava*) và sinh hữu (*upapatti-bhava*). Đây là lập luận của Hữu bộ dẫn chứng theo giáo lý được Phật xác nhận để chứng minh sự tồn tại của trung hữu.[71]

Nhưng, căn cứ theo tự dạng *upahacca* vốn là động danh từ (*gerundive*) của động từ *upahanti*: phá hoại, tổn hại, Sớ giải Pāli giải thích từ *upahacca-parinibbāyī* được nêu trong kinh *Saṅgīti*[72] rằng, vị A-na-hàm sau khi tái sinh Tịnh cư thiên, vượt qua phân nửa giới hạn tuổi thọ, tự làm tổn hại thọ hành để nhập niết-bàn. Như vậy, theo thứ tự liệt kê, *antarābhavaparinibbāyī* được giải

---

69 雲井昭善, パ_リ語佛教辭典: *upahacca* (adv.) [ger. of *upahan-ti* → ger. of *upapajjati* = *upapajja, upapacca*, B. Skt. *upapadya*] 生じて, 再生して.

70 俱舍論卷第二十四 tr. 124b16 言生般者。謂往色界生已不久便般涅槃。*Kośabhāṣya*, k. vi. 37a-b: *upapadyapariṇirvāyī ya upapannamātro na cirāt pariṇirvāti...*

71 俱舍論卷第八, tr. 45a07.

72 D. iii. 238: *pañca anāgāmino– antarāparinibbāyī, upahaccaparinibbāyī, asaṅkhāraparinibbāyī, sasaṅkhāraparinibbāyī, uddhaṃsoto-akaniṭṭhagāmī.*

thích là nhập niết-bàn vào khoảng giữa đời.[73] Giải thích này có thể không chính xác, vì theo ý nghĩa phổ biến được thừa nhận, *bhava* hay hữu chỉ cho ba hữu là Dục, Sắc và Vô sắc giới. Do đó, trung gian hữu cần được hiểu là khoảng giữa hai cõi hữu là Dục hữu (*kāmabhava*) và Sắc hữu (*rūpabhava*).

Sự phân tích các âm tiết trong cấu tạo từ theo quy luật liên thanh cũng thường dẫn đến nhầm lẫn ngữ nghĩa trong các bản Hán dịch. Như từ thiền và bất thiền bà-la-môn trong kinh Tiểu duyên, Trường A-hàm. Xét theo ngữ cảnh thì đây rõ ràng là sự nhầm lẫn của dịch giả khi áp dụng luật liên thanh nội của từ.

Đoạn kinh nói: "Nhưng trong đám Bà-la-môn có kẻ không ưa ở chỗ nhàn tịnh tọa thiền tư duy, mà chỉ ưa vào nhân gian chuyên nghề tụng đọc, và tự nói: 'Ta là người không tọa thiền.' Người đời nhân đó gọi là Bất thiền Bà-la-môn."[74] Tương tương đoạn văn này, Pāli nói: *na dānime jhāyantīti kho, vāseṭṭha, 'ajjhāyakā ajjhāyakā'*, "những người tụng đọc, vì những người này không thiền tứ."[75] Từ nguyên của *ajjhāyaka* là do động từ *ajjhāyati*: nó đọc. Tương đương Skt của nó là *ādhyāyika*, do gốc động từ *adhyāya*: √ *i*: tụng đọc. Về mặt ngữ âm học (*phonology*), các âm -*dhy*- trong Sanskrit thường biến đổi thành –(*j*)*jh*- trong Pāli, như Skt. *adhyayana* = Pāli *ajjhajana*: học tập, nghiên cứu; Skt. *adhyāśaya* = Pāli *ajjhāsaya*: tăng thượng ý lạc. *Ajjhāyaka* (Skt. *ādhyāyika*) chỉ hạng Bà-la-môn chuyên tụng đọc và thông hiểu kinh văn Vệ-đà.[76]

---

73 DA.: *majjhaṃ upahacca atikkamitvā patto upahaccaparinibbāyī nāma.*

74 長阿含經卷第六, tr. 38c02.

75 D 27 (R. iii 94).

76 D. i. 114: *bhavañhi soṇadaṇḍo ajjhāyako, mantadharo, tiṇṇaṃ vedānaṃ pāragū* …, "Tôn giả Soṇadaṇḍa là vi tụng đọc, ghi nhớ, tinh thông ba bộ Thánh điển Vệ-đà."

Trong đoạn Hán dịch dẫn trên, từ này được hiểu là do động từ *jhāyati* (Skt. *dhyai/dhyā: dhyāyati, dhyāti*): thiền tịnh hay tư duy.

Các trường hợp nhầm lẫn do bởi khẩu âm địa phương nêu trên không phải là các trường hợp hiếm thấy trong các bản dịch Phạn-Hán trước thời La-thập, gây bối rối không ít cho các nhà nghiên cứu khi không tìm các đoạn văn Sanskrit hay Pāli tương đương. Tất nhiên, đây cũng là điều xảy ra thường xuyên trong các bản dịch Việt từ các bản dịch Phạn-Hán này.

2. Ngữ nguyên

Trong các từ được nêu trên, khi nói về sự cấu tạo của chúng theo phương diện ngữ âm học, chúng ta thấy khi được định nghĩa, chúng luôn luôn được kéo về một gốc động từ nào đó. Các định nghĩa nầy được bắt gặp thường xuyên trong kinh điển. Điển hình như trường hợp định nghĩa từ Skt. *arhat*, hay Pāli *araha(t)* mà Hán thường phiên âm là a-la-hán. Hán dịch phổ thông là "ứng cúng" hay "ứng chân". Đây là hiểu theo gốc động từ √ *arh*; xứng đáng. Từ này cũng được hiểu theo một gốc khác. Luận *Đại trí độ*, Hán dịch, nói: "A-la nghĩa là giặc. Hán nghĩa là phá. Do phá hoại tất cả mọi thứ giặc phiền não, nên được gọi là A-la-hán. Lại nữa, do A-la-hán là vị đã diệt sạch các ô nhiễm, xứng đáng được chư thiên và nhân loại tôn kính. Lại nữa, a nghĩa là không; la-ha nghĩa là sinh; do không còn tái sinh đời sau nữa."[77]

Đại tì-bà-sa, Hán dịch, cũng đề xuất định nghĩa tương tự.[78]

Trong các định nghĩa này, từ *arhat* là danh từ phái sinh do bởi các động từ căn √ *arh*, xứng đáng; *ari* (kẻ thù) + √ *han* (sát hại). Hai động từ căn này có thể tìm thấy trong tiếng Phạn tiêu chuẩn.

---

[77] *Đại trí độ* 3, tr. 80b03.

[78] *Đại tì-bà-sa* 94, tr. 487b29.

Nhưng định nghĩa thứ ba nêu trên, "la-ha" (hay la-hán) có nghĩa là sinh, thì chưa tìm thấy động từ căn ở đâu.

Nói tóm, khi muốn tìm hiểu nội hàm của một từ, điều cần thiết là phải truy nguyên về gốc của nó, mà gốc chính là động từ căn. Đây là đặc điểm ngữ nguyên học được tìm thấy rất phổ biến trong các kinh luận.

Ngữ nguyên học, hay sự căn cứ trên quy luật cấu tạo từ để giải thích nội hàm căn bản của một từ, là môn học đã được phát triển ngay trong thời Phật tại thế. Từ vô ngại, tức sự thông suốt về ngữ nguyên, là một trong bốn vô ngại giải mà một vị A-la-hán đạt được.[79] Trong kinh *Akuppa* (Bất động) Phật nói, tỳ-kheo thành tựu năm pháp không bao lâu sẽ chứng đắc bất động. Năm pháp đó là nghĩa vô ngại (*attha-paṭisambhidā*), pháp vô ngại (*dhamma-paṭisambhidā*), từ vô ngại (*nirutti-paṭisambhidā*), biện vô ngại (*paṭibhāna-paṭisambhidā*) và quán sát tâm như giải thoát (*yathāvimuttaṃ cittaṃ paccavekkhati*).[80] Chính Xá-lợi-phất đã tự thuật rằng sau khi thọ giới cụ túc được nửa tháng thì đạt được bốn vô ngại giải, nhờ đó mà có thể giải thích các giáo thuyết một cách rõ ràng, có thể giải thích, quyết đoán cho những ai còn nghi hoặc, do dự về giáo nghĩa.[81] Trong đó, từ vô ngại (*nirutti-paṭisambhidā*) chính là sự thông hiểu về ngữ nguyên học, như được giải thích bởi sớ giải Pāli kinh *Ambaṭṭha*;[82] hay

---

[79]   *Milinda* tr. 18: *saha paṭisambhidāhi arahattaṃ pāpuṇi.*

[80]   A. iii. 120: *pañcahi, bhikkhave, dhammehi samannāgato bhikkhu nacirasseva akuppaṃ paṭivijjhati. katamehi pañca-hi? ... atthapaṭisambhidāpatto, dhammapaṭisambhidāpatto, niruttipaṭisambhidāpatto, paṭibhānapaṭisambhidāpatto, yathāvimuttaṃ cittaṃ paccavekkhati.*

[81]   A. ii. 169. Tham chiếu, *Tăng nhất* 18, tr. 639a24.

[82]   DA. *sakkharapabhedoti sikkhā ca niruttica.*

được định nghĩa bởi chính đức Phật: Từ biện, hay từ vô ngại, là thông hiểu các từ với trường âm hay đoản âm, giống đực hay giống cái, cùng với căn nguyên của chúng và ý nghĩa diễn đạt của chúng.[83] Điển hình như trong kinh *Khởi thế nhân bản*,[84] hay *Aggañña-suttanta*,[85] sự xuất hiện các giai cấp xã hội được giải thích bằng cách lý giải ngữ nguyên của các từ liên hệ.

Chẳng hạn, khi giải thích nguồn gốc của giai cấp bà-la-môn, kinh giải thích từ này theo ngữ nguyên của nó. Đoạn văn giải thích này theo Hán dịch như sau: "Thời gian sau, trong quần chúng độc nhất có một người[86] suy nghĩ như vầy: 'Nhà là đại hoạn, nhà là gai độc. Ta nên bỏ cư gia này mà sống một mình trên rừng núi nhàn tịnh để tu đạo.' Người ấy liền bỏ cư gia mà vào rừng, trầm lặng tư duy, đến giờ ăn thì cầm bát vào xóm khất thực. Mọi người trông thấy, thảy đều vui vẻ cúng dường, tán thán: 'lành thay, người này đã lìa bỏ cư gia, một mình sống trong núi rừng, trầm lặng tu đạo, xa lìa mọi điều xấu ác.' Từ đó trong thế gian mới bắt đầu có tên Bà-la-môn." Đoạn văn Pāli tương đương: *"pāpake akusale dhamme vāhentī ti... brāhmaṇā brāhmaṇā: do loại bỏ các pháp ác, bất thiện mà được gọi Brāhmaṇā, Brāhmaṇā."* Ở đây, từ *brāhmaṇa* có gốc từ động từ *vāhenti*: loại bỏ. *vāheti* là dạng hỗn chủng của động từ căn Skt. √ *bṛh*, cũng đọc là *vṛh*: nhổ bỏ, nhổ sạch gốc.

Đó là định nghĩa cá biệt của kinh Phật. Trong trường hợp này, động từ căn √ *bṛh* được phân loại theo loại 6 (*tud-ādi*).[87] Nhưng

---

83   *Tăng nhất* 21, tr. 657a6.

84   *Trường A-hàm* 6, kinh *Tiểu duyên*.

85   D. 27.

86   So Pāli: *sattānaṃ yeva ekaccānaṃ*, một số (nhiều) chúng sinh.

87   Pāṇini 3. 1. 77: *tudādibhyaḥ śaḥ*.

theo phổ thông, nó được giải thích là do bởi động từ căn √ *bṛh* (= *bṛṃh*) phân loại 1,[88] có nghĩa là tăng trưởng, phát triển.

Nhiều từ Sanskrit được kinh Phật giải thích với từ nguyên khác với giải thích phổ thông của Ấn-độ giáo. Như từ *rājan* (vua) chẳng hạn.

Về mặt ngữ nguyên, quy ước tổng quát nói rằng mọi từ Sanskrit đều có gốc từ một động từ, với nội hàm cơ bản, rồi y trên động từ căn nảy các tiếp đầu hay tiếp vĩ được thêm vào để lập thêm nhiều từ mới. Như từ *prajñā*, phiên âm là *bát-nhã*.

Để giải thích từ *bát-nhã* trong kinh *Kim cang bát-nhã*, Tử Tuấn 子璿 nói, "Nhã 若 là tự giới (*dhātu*, động từ căn √ *jñā*). *Ban* 般 (*pra-*) và *na* 那 (*-na*) đều là tự duyên (*pratyaya*, trợ ngữ, tiếp đầu và tiếp vĩ). Nhã khi lấy ban làm trợ ngữ (*pra+jñā*), có nghĩa là tuệ. Nhã khi lấy *-na* làm trợ ngữ (*jñā+na*), có nghĩa là trí. Thông dụng nhiều khi không phân biệt, trí tức là tuệ và tuệ tức là trí, nên hai âm bát và nhã cũng dịch chung là trí tuệ."[89] Do quy luật cấu tạo từ nên để hiểu được một từ Phạn không thể không làm công việc phân tích như Tử Tuấn đã làm vừa dẫn.

Để cấu tạo một từ, động từ căn cần được hỗ trợ bởi các trợ ngữ, hoặc tiếp đầu hoặc tiếp vĩ. Quy tắc này được nêu bởi Siddhāntakaumudī, và Nguyệt Xứng (Candrakīrti) đã áp dụng nó để giải thích từ *pratītya-samutpāda* (duyên khởi) y trên từ nguyên học. Quy tắc này nói, dẫn bởi Candrakīrti: "Ý nghĩa của

---

88   *Dhātupāṭha* xvii 85, Monier-Williams.

89   子璿, 金剛經纂要刊定記卷第二: 若 (jñā)字是字界。般 (pra-) 那 (-na) 都為緣。若以般為緣。助於若字。則名為慧 (prajñā)。若 以那為緣。助於若字 (jñāna)。則名為智。常途亦有不分。以智 即是慧。慧即是智。故般若二字。一往翻為智慧。

động từ căn bị chuyển dịch do bởi ảnh hưởng của trợ ngữ, như vị ngọt của nước sông Hằng trở thành nước mặn bởi biển."[90]

Quy tắc này cũng được Phổ Quang áp dụng để chú giải định nghĩa của Câu-xá về từ "căn" (*indriya*) trong 22 căn của Hữu bộ, dịch bởi Huyền Trang: tối thắng tự tại quang hiển danh căn.[91] Nguyên Phạn văn: *idi paramaiśvarye tasya indantīti indriyāṇi*.[92] Phổ Quang[93] giải thích: "Theo ngữ pháp của phương Tây, từ ngữ được cấu tạo gồm có tự giới (*dhātu*: động từ căn) và tự duyên (*pratyaya*: giới từ, hay trợ ngữ). Trong đây, "tối thắng tự tại" là tự giới; "quang hiển" là tự duyên. Do sự tổng hợp của tự giới và tự duyên này mà căn có nghĩa tăng thượng." Căn cứ theo *Thuận chính lý*,[94] Phổ Quang nêu lên hai động từ căn (tự giới) khả dĩ của từ Phạn *indriya*: y-địa 伊地 √*id*, và nhẫn-địa 忍地 √*indh*. Theo đó, y-địa có nghĩa là "tối thắng tự tại 最勝自在"[95] và nhẫn-địa có nghĩa là "chiếu chước minh liễu 照灼明了".[96]

Cụm từ định nghĩa Sanskrit dẫn trên được Phổ Quang phiên âm Hán như sau: ba-la-mê-thấp-phạt-la-duệ 波羅迷濕伐羅曳, và giải thích: ba-la-mê có nghĩa là "tối thắng", thấp-phạt-la-duệ có nghĩa là "tự tại"; trong đó duệ chỉ biến cách thứ bảy (đệ thất chuyển thanh) có nghĩa là "ở trong". Giải thích này tuy khá rõ

---

90   *Prasannapadā*, p. 5: *upasargeṇa dhātvartho balād anyatra nīyate/ gaṅgāsalilamādhuryaṃ sāgareṇa yathāmbhasā.*

91   T29 No 1558, tr. 13b12.

92   *Kośabhāṣya*, ii. 1.

93   俱舍論記卷第三, T 1821 tr.55c20.

94   順正理論卷第九, T 1562 tr. 377b3.

95   √ *id* = *ind*, cf. Monier-Williams: √ *ind*, cl. 1. P. *indati*, to be power-ful, có uy lực.

96   √ *idh* = *indh*, cf. Monier-Williams, √ *indh*, cl. 7. A1. *inddhe*, to kind-le, light, set on fire, thắp sáng.

nghĩa nhưng vẫn không phân tích được quy luật liên thanh trong cụm từ Sanskrit, theo đó: *paramaiśvarye = parama + aiśvarye*, là điều là khó tìm thấy tương đương trong ngữ pháp Hán.

Giải thích theo động từ căn nhẫn-địa (√ *indh*), Phổ Quang nói: nguyên tiếng Phạn, nhẫn-địa địa-bát-đáo 忍地地般到 (Sk. *indhi dīptau*); trong đó, địa-bát nghĩa là "chiếu minh照明", đáo là biến cách thứ bảy. Do trong nghĩa "chiếu minh" mà lập từ nhẫn-địa. Tổng hợp ý nghĩa của hai động từ căn, ta có ý nghĩa của từ *indriya* mà Hán dịch là "căn".

Các tự duyên hay trợ ngữ được thêm vào động từ căn, về cơ bản, là những điều mà nay chúng ta hiểu là các giới từ (*preposition*).

Ở đây chúng ta cũng nên dẫn đoạn giải thích từ ngữ trong *Câu-xá* qua Hán dịch của Huyền Trang để thấy tính phức tạp của vấn đề ngữ nguyên trong tiếng Phạn. Đoạn Hán dịch này được diễn ra tiếng Việt như sau: "Trong đây, duyên khởi hàm chứa ý nghĩa gì? Bát-lặc-để 鉢剌底 (Skt. trợ ngữ *prati-*) nghĩa là chí 至 (đến). Y-địa giới 醫底界 (động từ căn √ *i: eti*) có nghĩa là hành 行 (đi). Do từ trợ lực đi trước mà ý nghĩa của giới (động từ căn) bị thay đổi, cho nên hành do bởi chí mà chuyển biến thành duyên (*pratītya*). Sâm 參 (Skt., trợ ngữ *sam-*) có nghĩa là hòa hiệp 和合; ốt 嗢 (Skt. trợ ngữ *ut-*) có nghĩa là thượng thăng 上升 (đi lên); bát-địa giới 鉢地界 (động từ căn √ *pad*) có nghĩa là hữu 有 (có). Hữu do bởi (các trợ ngữ) hiệp và thăng mà chuyển biến thành khởi (*samutpāda*). Do pháp hữu này sau khi đến với duyên rồi hòa hiệp mà khởi lên, đó là ý nghĩa duyên khởi."[97]

---

[97] 俱舍論卷第九: 此中緣起是何句義。鉢剌底是至義。醫底界是
行義。由先助力界義轉變。故行由至轉變成緣。參是和合義。
嗢是上升義。鉢地界是有義。有藉合升轉變成起。由此有法至
於緣已和合升起。是緣起義。Cf. Skt., *Kośabhāṣya*, K. iii. 28a-b:

Giải thích theo ngữ nguyên như vậy thật khá rõ nghĩa đối với những người biết tiếng Phạn, nhưng không dễ dàng lãnh hội cho những vị chưa quen với ngữ pháp Phạn. Đó là chưa nói đến các từ Phạn *pratītya* (duyên) và *samutpāda* (khởi) là những từ phái xuất y trên các ngữ cơ (*verbal case*) quá khứ và hiện tại khác nhau của động từ, khiến cho có sự phản đối của các nhà ngữ pháp về quy tắc cấu tạo từ để từ đó dẫn đến ý nghĩa đích thực của từ *pratītya-samutpāda* cần được hiểu như thế nào. Theo các nhà ngữ pháp, tiền tố *pratītya* thuộc loại phân từ quá khứ bất biến (*ktvāvidhi*), cần được hiểu là "sau khi đã đi đến với."[98] Cái đã đến, tất yếu đã tồn tại. Không thể nó đã đến trước khi hiện khởi. Thế Thân, trong *Câu-xá*,[99] cũng như Nguyệt Xứng,[100] đều nêu các giải thích chứng minh tính hợp lý trong sự cấu tạo từ duyên khởi này.

Tự giới và tự duyên, khi đứng riêng biệt, mỗi từ có nội hàm nhất định, nhưng khi kết hợp để chuyển tải một sự vật hay một ý niệm, cả hai do tác dụng hỗ tương mà thay đổi ý nghĩa. Sự thay đổi này thường dẫn đến các giải thích khác nhau về nội hàm mới. Như từ *upekṣā* là một thí dụ. Tương đương Pāli của từ này là *upekkhā*, xuất hiện trong nhóm từ bốn vô lượng tâm, hay trong thiền thứ tư. Trong bốn vô lượng tâm, phổ thông nó được dịch là

---

*atha pratītyasamutpāda iti kaḥ padārthaḥ/ pratiḥ prāptyartha
eti gatyarthaḥ/ upasargavaśena dhātvarthapariṇāmāt
prāpyeti yo 'rthaḥ pratītyeti/ padiḥ sattārthaḥ samutpūrvaḥ
prādurbhāvārthaḥ/ tena pratyayaṃ prāpya samudbhavaḥ
pratītyasamutpādaḥ/*

[98]   Cf. Pāṇini, 3.4.21: *samānakartṛkayoḥ pūrvakāle.*

[99]   *Kośabhāṣya*, k. iii.28a-b; Hán dịch, Huyền Trang, *Câu-xá 5*, tr. 50b14.

[100]   Candrakīrti, *Prasannapadā*, publiée par L. de la Vallée Poussin, p. 5f.

xả 捨. Trong thiền chi của thiền thứ tư cũng vậy. Xả ở đây được định nghĩa là "tâm bình đẳng tính", tính bình đẳng của tâm.[101] Trong thiền chi, nó chỉ trạng thái quân bình của nội tâm. Định nghĩa này có thể lãnh hội qua phân tích cấu tạo từ, do giới từ hay tự duyên *upa-*: gần, bên trên, tiếp cận; kết hợp với động từ căn √ *īkṣ*: nhìn, ngắm, quan sát. Trong *Trường A-hàm, Tăng nhất A-hàm, Tứ phần luật*, và nhiều nơi khác, từ Sanskrit này được dịch là *hộ* 護, theo nghĩa *giữ gìn*. Do cách dịch này này mà cụm từ "xả niệm thanh tịnh"[102] trong thiền chi của thiền thứ tư, thay vì chính xác nên hiểu là "*trạng thái thiền với sự thanh tịnh của xả và niệm*" nhưng do Hán dịch nói "hộ niệm thanh tịnh" dễ khiến hiểu nhầm là "hộ trì chánh niệm thanh tịnh".

Nói tóm lại, mỗi từ đơn của Phạn do nhiều yếu tố cấu thành; mỗi yếu tố lại được liên kết bởi nhiều âm tiết, trong đó các âm tiết liên hệ nhau qua luật liên thanh (*sandhi*) cũng không kém phần phức tạp, mà trong các bản Hán dịch không thể phiên chuyển được. Ở đây có thể dẫn điển hình từ *Câu-xá luận ký* của Phổ Quang[103] khi giải thích từ thân 身 (*kāya*), trong danh thân 名身 (*nāma-kāya*), cú thân 句身 (*pada-kāya*) và văn thân 文身 (*vyañjana-kāya*). Từ thân hay *kāya* trong nguyên định nghĩa của *Câu-xá* bởi Ngài Thế Thân, được xem là từ đồng nghĩa với tổng thuyết của các tưởng (*saṃjñādīnāṃ samuktayaḥ*). Theo đó, tổng thuyết (*samavāya*) hàm nghĩa hiệp tập, vì ốt-già giới 嗢遮界 (động từ căn √ *uc*) hàm nghĩa hiệp tập.[104]

---

[101] *Câu-xá* 4, tr. 19b16: 心平等性無警覺性說名為捨。*Kośabhāṣya* k. ii. 25: *upekṣā cittasamatā cittānābhogatā*.

[102] Pāli: *upekkhāsatipārisuddhiṃ*.

[103] 俱舍論記卷第五 tr. 92c11.

[104] 俱舍論卷第五: 云何名等身。謂想等總說。言總說者是合集義。於合集義中說嗢遮界故。 Cf. *Kośabhāṣya*, k. ii. 47a-b: *eṣāṃ ca*

Căn cứ trên nguyên định nghĩa này, Phổ Quang giải thích thêm: Tiếng Phạn nói tam-mộc-ngật-để 三木訖底 (*samukti*), tiếng nhà Đường nói là tổng thuyết 總說. Nói rằng trong ý nghĩa hiệp tập mà thiết lập ốt-già giới (động từ căn √ *uc*), đó là, theo quy tắc ngữ pháp Phạn, y trên ý nghĩa tam-ma-bà-duệ 三摩婆曳 (*samavāye*) mà thiết lập nghĩa của tự giới ốt-già. Tự giới hàm ý nghĩa gốc của từ. Thêm các tự duyên vào tự giới ốt-già để chuyển biến thành tam-mộc-ngật-để mà Hán dịch là tổng thuyết. Giải thích này càng làm cho người không biết ngữ pháp Phạn thêm khó hiểu. Trong từ Phạn *samukti* mà Hán âm là tam-mộc-ngật-để, do trợ từ *sam-*, kết hợp với động từ căn *vac*, trong dạng ngữ cơ yếu của nó là *uc*; sau đó nối tiếp tố *-ti* và để biến thành danh từ trừu tượng. Do luật liên thanh nên *uc* được đổi thành *uk* trước *-ti*.

3. Phức hợp từ

Tự giới, với sự hỗ trợ của tự duyên, để cấu tạo thành một từ trỏ vào một vật hay một ý tưởng. Nhận xét trên phương diện triết lý ngôn ngữ, một từ Sanskrit mô tả một vật bằng vào tác dụng của nó. Nói cách khác, một vật chỉ có thể được nhận thức như là tồn tại, nếu tác dụng của nó được nhận thức. Cho nên, khi từ *vṛkṣa* trỏ vào hiện thực một thân cây, từ này được quy về động từ căn của nó là √ *vṛh*, hay √ *bṛh*: tăng trưởng, vì nó gợi cho ta ý niệm về sự tăng trưởng.

Đó là một từ đơn chỉ vào một vật. Nhưng một vật cũng có thể được mô tả bằng hình thái tồn tại của nó kết hợp với tác dụng của nó. Thí dụ, để chỉ "cây", thay vì bằng từ đơn như *vṛkṣa*, Sanskrit có thể thay thế bằng từ kép: *pāda-pa*, "vật uống bằng chân", do kết hợp từ *pāda*: chân, với *-pa* vốn xuất phát từ ngữ căn √ *pā*: uống. Hoặc như từ *uraga*: "vật đi bằng bụng", tức chỉ con rắn, do

---

saṃjñādīnāṃ samuktayo nāmākāyāḥ/ uca samavāye paṭhanti.

kết hợp từ *ura*: bụng, với *-ga* (√ *gam*): đi. Một số Hán dịch gọi là "hung hành 胸行."[105] Tất nhiên người đọc đều hiểu là nó chỉ cho loài rắn.[106]

Trong nhiều trường hợp, một từ đơn không đủ để mô tả một vật hay một ý tưởng; khi ấy phải cần đến nhiều từ, ghép nhiều hình thái hay nhiều ý tưởng thành một. Đây cũng là quy luật chung cho các loại ngôn ngữ. Cho nên, trong Hán văn, không hiếm trường hợp một ý hay vật cần đến từ hai đến nhiều từ. Muốn hiểu nội hàm của một từ kép hay từ phức hợp, người ta cần phải phân tích mối quan hệ chức năng hay bản thể giữa các từ. Thí dụ từ "Phật pháp" trong Hán văn có chỉ cho "pháp của Phật", do quan hệ sở hữu; hoặc có nghĩa là "pháp bởi Phật" tức pháp được nói bởi Phật, do quan hệ chủ khách; hoặc "pháp nơi Phật" tức pháp y cứ nơi Phật, do quan hệ sở y; v.v. Trong Phạn văn, có bảy trường hợp để hai từ quan hệ với nhau. Các quan hệ này được thực hiện do bởi biến đổi một từ bằng cách thêm đuôi vào ngữ cán. Thuật ngữ văn phạm cho quy tắc này được các nhà Phạn học Trung quốc gọi là tô-mạn-đa thanh 蘇漫多聲, phiên âm từ Phạn *subanta*.[107]

Giả sử tiếng Phạn *vijñaptimātra*, Hán dịch duy thức, là một từ kép nhưng chỉ một ý niệm đơn nhất, và tiếng Phạn *siddhi*, Hán dịch thành là một từ đơn. Hiệp cả hai, chúng ta có tên của một tác phẩm gọi theo tiếng Phạn là *Vijñaptimātrasiddhi*, Hán dịch là Thành duy thức. Để hiểu từ mới này chỉ cái gì, ta cần phân tích chúng theo mối quan hệ nào đó. Trong quy tắc cấu trúc từ của Hán, khi được kết hợp hay khi được phân ly, cả hai từ đều không thay đổi hình thức. Nhưng trong tiếng Phạn, khi kết hợp,

---

[105] Cf. *Trung A-hàm 29*, tr. 608b14; *Luật Nhị thập minh liễu*…

[106] Cf. *Tứ phần hành sự sao tư trì ký*, T40n1805, tr. 282a22.

[107] Pāṇini 1. 2.45.

chỉ từ sau cùng của hợp từ mới cần thay đổi để phù hợp với chức năng của nó trong quan hệ với các từ khác trong một mệnh đề. Khi phân ly, chúng phải chịu sự biến đổi từ dạng để xác định mối quan hệ của chúng. Như vậy, để giải thích nội hàm của hợp từ Thành duy thức, Khuy Cơ nói: "Sự thành tựu của Duy thức để nêu rõ ý chỉ của luận; trong sa-ma-sa, nó được lập theo quy tắc y sĩ; trong tô-mạn-đa thanh, nó chủ thuộc."[108] Tức là, như là một *samāsa*, từ *vijñaptimātrasiddhi* được thành lập theo quy tắc *tatpuruṣa* với từ thứ nhất thuộc biến cách thứ sáu (*ṣaṣṭhī*), sở thuộc cách (*genetive*). Giữa hai từ được hợp thành theo quy tắc *tatpuruṣa*, có sáu trường hợp quan hệ khác nhau, được thể hiện bằng các biến cách mà thuật ngữ Pāṇini gọi là *subanta*, Hán dịch là tô-mạn-đa 蘇漫多. Khuy Cơ nói, trong tô-mạn-đa thanh hợp từ này chủ thuộc, tức theo biến cách số sáu, thuộc cách (*genetive*), diễn thành ý nghĩa "sự thành tựu của Duy thức",[109] chứng minh hay thành lập chân lý Duy thức.

Một hợp từ Hán khi được phân tích thành các từ đơn, những từ này không thay đổi hình thái khi được kết hợp hay phân ly. Nhưng trong hợp từ Phạn thì chúng phải chịu thay đổi. Thí dụ, từ Hán: tì tử 婢子, hay tì chi tử 婢之子, không thay đổi tự dạng, nhưng trong Phạn ngữ, hợp từ *dāsīputraḥ*, phân ly thành *dāsyāḥ putraḥ*. Hoặc, thủ uẩn: uẩn phát sinh từ thủ, Skt. *upādānasaṃbhūtāḥ skandhāḥ*: *upādānaskandhāḥ*, các uẩn phát sinh từ thủ: thủ uẩn. Hoặc như từ *goratha*, Hán dịch "ngưu xa" (xe bò) khi được phân

---

[108] Khuy Cơ, *Thành duy thức luận thuật ký*, T43 No 1830, tr. 229b30: 三摩娑釋依士立名。蘇漫多聲屬主.為目。Cf. *Thành duy thức luận chưởng trung xu yếu*, T43 No 1831tr. 609a16 其成唯識。唯識之成。蘇漫多聲中第六屬主者。

[109] Cf. Pāṇini 2.1.40: hợp từ với phần cuối là *siddha* (thành tựu), phần đầu thuộc cách số 7: "sự thành tựu ở trong..."

ly, các từ được biến đổi phù hợp bởi chức năng trong một mệnh đề, chuyển tải một ý tưởng. Yaśomitra diễn giải: *yathā gobhir yukto ratho goratha iti,* "xe được kéo bởi bò, nên gọi là xe bò." Trong đó, những từ trung gian bị lược bỏ để lập thành hợp từ *tatpuruṣa.* Thành phần đầu của hợp từ là *go* (bò), khi phân ly nó được biến cách theo cách thứ ba: *gobhiḥ,* nên hợp từ này cũng gọi là *tṛtīyātatpuruṣa.*

Được nói trên đây là loại hợp từ *tatpuruṣa,*[110] Hán dịch là y sĩ hay hay chủ;[111] loại hợp từ trong đó thành phẩn cuối được xác định bởi thành phần trước. Trong tiếng Phạn, có sáu loại hợp từ như vậy, gọi là "lục ly hiệp thích."[112] Khuy Cơ giải thích[113]: "Tiếng Phạn nói là sát-tam-ma-sa (*samāsa*)... Những pháp nào có tên gọi hàm chứa ít nhất hai nghĩa đều cần được giải thích theo các quy tắc này. Nếu danh từ chỉ có một nghĩa thì không giải thích theo quy tắc này... Như từ Phật-đà, là danh từ hàm nghĩa giác giả. Giả hàm nghĩa chủ, thông với năm uẩn; giác là giác sát, chỉ thuộc trí. Đó là tách biệt để giải thích. Giác giả là danh từ chỉ người có giác. Đó là hiệp lại thành một từ, gọi là hiệp."

---

[110] *Pāṇini* 2. 1. 22.

[111] *Lục ly hiệp thích pháp thức* phân biệt y sĩ và y chủ khác nhau: trong hợp từ nhãn thức, gọi nó là y chủ như con được gọi theo tên của cha; gọi nó là y sĩ, như cha được gọi theo tên của con. Phân biệt này chỉ có nghĩa trong hai từ Hán dịch khác nhau, không có nghĩa trong từ gốc Sanskrit.

[112] Cf. Phổ Thái, *Bát thức quy củ bổ chú*; Khuy Cơ, *Bách pháp minh môn luận chuế ngôn, Đại thừa pháp uyển nghĩa lâm chương*; Minh Dục, *Tướng tông bát yếu giải*; Trí Húc, *Tướng tông bát yếu trực giải*.

[113] *Đại thừa pháp uyển nghĩa lâm chương*, T45 No 1862, tr. 254c24 tt.

Giải thích của Khuy Cơ khá rõ, nhưng không hoàn toàn chính xác. Từ *buddha*, Hán âm là Phật-đà, có hai âm, nhưng là một từ đơn, hàm một nghĩa duy nhất. Phân tách thành như từ Hán thì vô nghĩa.[114] *Buddha* là từ phái sinh trực tiếp từ động từ căn √ *budh*: tỉnh thức, thêm đuôi *-ta* là dấu hiệu của phân từ quá khứ, để lập thành phân từ thụ động quá khứ; sau đó dùng làm danh từ để chỉ người đã tỉnh thức.

Khuy Cơ được biết là đồ đệ của ngài Huyền Trang, tinh thông Phạn ngữ. Các chú giải *Thành duy thức*, hay *Biện trung biên*, chứng tỏ điều này. Có lẽ do ảnh hưởng bởi cấu trúc từ Hán, mỗi âm là một từ, và mỗi từ hàm một nghĩa, nên Khuy Cơ giải thích từ *buddha* theo cấu trúc Hán, chứ không theo quy tắc ngữ pháp tiếng Phạn. Điều này cũng rất thường xảy ra cho các nhà chú giải Hán. Chẳng hạn, Viên Tắc,[115] giải thích "duy thức tính là tính của duy thức. Từ thuộc nhóm y sĩ thích." Từ Phạn *vijñaptimātratā* được cấu tạo bởi từ *vijñaptimātra*, Hán dịch duy thức, thêm đuôi *-tā*, lập thành danh từ giống cái, chuyển tải khái niệm trừu tượng. Đuôi *-tā* riêng biệt không trỏ vào một ý nghĩa gì.

---

[114] Trí Húc, *Lục ly hiệp thích pháp thức lược giải*, tr. 487c7: thích từ phật-đà: giác giả, chỉ người có giác 即有覺之者... Từ giả chỉ người, từ giác chỉ pháp. Giác, chỉ chủ thể sở hữu (năng hữu chi nhân 指能有之人)... Giác, chỉ tài vật sở hữu (sở hữu chi tài 所有之財). Do đó, từ Phật-đà hay Giác giả thuộc nhóm hữu tài thích (*bahuvrīhi-samāsa*). Giải thích này cho thấy Trí Húc hoàn toàn không nắm rõ ý nghĩa ngữ pháp của quy tắc cấu tạo phức hợp từ theo thuật lục ly hiệp thích.

[115] *Giải thâm mật kinh số* 6, tr. 321b21: 唯識之性名唯識性。依士釋也。 Trong này, Khuy Cơ liệt kê trì nghiệp trước, kế đến y chủ; phù hợp với *Pāṇini*.

Trong hợp từ *tatpuruṣa*, từ đi trước, để xác định từ đi sau, được biến đổi theo sáu cách (*kāraka*), theo đó hai từ không đồng cách. Khi hai từ này đồng cách, bấy giờ ta có hợp từ *karmadhāraya*, Hán dịch trì nghiệp thích.[116] Khuy Cơ giải thích: "Trì nghiệp thích, cũng gọi là đồng y. Trì, là nhiệm trì. Nghiệp, là nghiệp dụng; hàm nghĩa tác dụng. Do thể duy trì dụng nên nói là trì nghiệp thích. Nói đồng y; y là sở y. Hai nghĩa đồng một thể sở y, nên nói là đồng y thích." *Tì-bà-sa* định nghĩa từ đại chủng, Sanskrit *mahābhūta*, như sau: "Thế nào gọi là đại chủng? Vì chủng (*bhūta*) ấy là đại (*mahat*), nên nói là đại chủng (*mahābhūta*). Như nói đại địa (*mahāpṛthivī*), đại vương (*mahārājan*), nghĩa của hai từ (đại và chủng) khác nhau, nhưng thể của chúng là một. Đó là trì nghiệp thích."[117] Nói cách khác, đại (*mahā = mahat*) và chủng (*bhūta*) là hai từ có nội hàm riêng biệt, nhưng chủng được mô tả bởi đại: chủng là đại, hai từ kết hợp để trở vào một tồn tại với tất cả đặc tính được mô tả của nó. Từ đó được gọi là hợp từ *karmadhāraya*.

Hợp từ *tatpuruṣa* khi có chức năng như một tính từ, hay phụ thuộc vào một từ khác, bấy giờ nó được gọi là *bahuvrīhi*, hữu tài thích.[118] Thí dụ, từ *hatāndhakāra* (= *hatam andhakāram*), Hán dịch minh diệt,[119] bóng tối bị diệt trừ; luận thích nói: *hatam asyāndhakāram anena veti*,[120] "vị mà đối với (= của) Ngài bóng tối đã bị diệt trừ", hay "vị mà bởi Ngài bóng tối đã bị diệt trừ". Tức hợp từ *hatāndhakāra* có thể được giải thích bằng hai

---

116 Pāṇini 1.2.42: *tatpuruṣaḥ samānādhikaraṇaḥ karmadhārayaḥ*.

117 *Đại tì-bà-sa* 127, T27n1545, tr. 663a11.

118 Pāṇini 2.2. 24: *anekam anyapadārthe: anekaṃ suban-tam anyapadārthe vartamānaṃ samasyate, bahuvrīhiś ca samāso bhavati*.

119 Cf. *Câu-xá* 1, T29n1558, tr. 1a08.

120 *Kośabhāṣya*, k.i. 1.

loại *bahuvrīhi*. Thứ nhất, *saṣṭhī-bahuvrīhi*, hợp từ với chức năng tính từ thuộc sở hữu một từ khác, từ này thuộc biến cách thứ sáu (*saṣṭhī*): *hatāndhakāram = hatam andhakāraṃ yasya (tad bhagavantam adhikṛtyāha)*; đức Thế tôn ấy là vị mà đối với Ngài bóng tối đã bị diệt trừ. Hoặc *tṛtīyā-bahuvrīhi*, cách thứ ba: *hatāndhakāram = hatam andhakāraṃ yena*, (đức Thế tôn ấy là) vị mà bởi Ngài bóng tối đã bị diệt trừ.[121] Thông thường, phần tử cuối cùng trong hợp từ *bahuvrīhi* là một danh từ, và toàn bộ hợp từ là một tính từ. Thí dụ: *citragur devadattaḥ = citrā gāvo yasya (Devadatta)*,[122] *Devadatta* là người có những con bò vằn. Trong đó, hợp từ *citragu* (con bò vằn) với phần tử cuối là danh từ, phụ thuộc vào một từ khác bên ngoài nó.

Ý nghĩa này có thể thấy rõ hơn trong giải thích của *Yaśomitra* về một câu tụng của *Kośa*:[123] *tadvijñānāśrayā rūpaprasādāś ca cakṣurādayaḥ*. Trong đó, *tadvijñānāśraya* (sở y của thức) nếu là hợp từ *bahuvrīhi*, nó tất phụ thuộc và chỉ sở hữu của từ *prasāda* (minh tịnh) trong hợp từ tiếp theo. Từ *prasāda* cũng chỉ cho tịnh tín. Như vậy, ta sẽ có tịnh tín như là sở y của thức. Điều này vô nghĩa. Vì không có bất cứ pháp nào vốn là định sắc mà lấy các thức làm sở y[124] Do đó, từ *prasāda* trong bài tụng được xác định

---

[121] Cf. Yaśomitra: *saṣṭhībahuvrīhau mārgeṇa hatam iti kartṛbhūto mārgo 'dhyāhāryaḥ. tṛtīyābahuvrīhau tu mārgeṇeti karaṇam adhyāhāryam.*

[122] R. N. Sharma, *The Aṣṭādhyāyī of Pāṇini*, vol. iii. p. 91.

[123] *Kośabhāṣya*, k.i. 7cd. Hán dịch, Huyền Trang: 彼識 依淨色 名眼等五根.

[124] *Thuận chính lý 1*, T29n1562, tr. 333c5; cf. Yaśomitra, *Sphuṭārtha*: *na hi rūpam ayo'sti prasādo yasya tadvijñānāśrayāny āśrayatvena kalperan.*

bởi *rūpa*: *rūpaprasāda*, đó là sự minh tịnh của sắc chứ không phải của tính. Sự minh tịnh đó (tịnh sắc) mới là sở y cho thức.

Trong hợp từ *tadvijñānāśraya*, có ba phần tử: *tad* (cái đó) chỉ cho các đối tượng của giác quan, tức các cảnh giới mà trong đó các thức hoạt động;[125] *vijñāna*, thức, chỉ năm thức; *āśraya*, sở y. Như vậy, hợp từ *bahuvrīhi* có thể có nhiều phần tử, như được lập quy bởi *Pāṇini*.[126]

Trên đây, trong hợp từ *karmadhāraya*, phần tử cuối được mô tả bởi phần tử đầu; nói cách khác, phần tử đầu là một hình dung từ hay một từ có chức năng của hình dung từ. Nếu hình dung từ này là số từ, bấy giờ ta có hợp từ *dvigu* (có hai con bò, hợp từ *bahuvrīhi*),[127] Hán nói là đới số thích. Thí dụ: *pañcaskandha*, ngũ uẩn; *triloka*, tam giới, *caturāryasatya*, tứ thánh đế.

Khi các từ độc lập, đồng cách, liên kết với nhau bằng các ý niệm "và" (Skt. *ca*)[128], "hoặc" (Skt. *vā*), bấy giờ ta có hợp từ *dvandva*,[129] Hán gọi là tương vi thích. Thí dụ, *sāsravānāsravāḥ* =

---

[125] Yaśomitra: *tacchabdo 'rthān apekṣate, teṣv artheṣu teṣāṃ vā vijñānāni tadvijñānāni.*

[126] Pāṇini, ibid.

[127] Pāṇini 2.1.52: *saṃkhyāpūrvo dvigu.*

[128] Khuy Cơ, *Biện trung biên luận thuật ký* 1 (T44, tr. 2a7), giải thích tụng 1: "Tiếng Phạn nói giá 遮 (Skt. *ca*), đây nói là cập 及 (và), chỉ ý nghĩa tương vi... Chữ cập trong bài tụng này chỉ rõ tương vi thích." Giải thích này không chính xác. Một hợp từ gọi là *dvandva*, khi phân ly, các phần tử nối liền nhâu bằng giới từ *ca*. Tụng 1, *Biện trung biên*, bản Phạn, liệt kê 7 đề tài sẽ đề cập, mà các từ độc lập liên kết nhau bằng giới từ *ca*.

[129] op.cit. 2.2.29: *cārthe dvandvaḥ.* Cf. Định nghĩa bởi Phổ Quang, *Câu-xá luận ký* 1 (T 41, tr. 10a24): "Thể của hai pháp riêng biệt,

sāsravāś ca anāsravāś ca, hữu lậu và vô lậu; *ṛddhivarapradāna-prabhāveṇa: tripado dvandvaḥ - ṛddhiś ca varapradānaṃ ca prabhāvaś ca,*[130] hợp từ *dvandva* gồm ba phần tử: thần thông, thí nguyện và oai đức.

Trong *Lục ly hiệp thích pháp thức*, hợp từ thứ sáu được gọi là lân cận thích.[131] Pháp thức giải thích: "Gọi là lân cận, vì từ chỗ gần. Như tứ niệm trụ (*catuḥsmṛtyupasthāna: catvāri smṛtyupasthānāni*) lấy huệ làm thể, vì huệ cận niệm nên nói là niệm trụ. Đó là lân cận." Theo giải thích này, có hai loại lân cận: a. y chủ lân cận, như người ở gần Trường an, gọi là Trường an trụ; lấy một phần của cái khác mà gọi tên. b. Hữu tài lân cận, như người Trường an, vì ở ngay tại Trường an; lấy toàn thể xứ mà gọi tên. Giải thích này khó lý giải thế nào là một hợp từ. Ở đây, trong niệm trụ, không có từ huệ; vì vậy khó xác định quan hệ giữa các từ trong một hợp từ.

Khuy Cơ có thể cho ta ý niệm rõ hơn về trường hợp này, khi giải thích từ tịnh tâm, Skt. *prasādacetas*.[132] Hợp từ này được gọi là lân cận thích 隣近釋, vì tâm và tịnh (cả hai đều là danh từ) cùng tồn tại đồng thời.[133] Rõ ràng hơn, trong *Đại thừa pháp uyển nghĩa lâm chương*, Khuy Cơ giải thích: pháp tồn tại đồng thời, nhưng do sự nổi bật của dụng, thể của cái này do bởi cái kia. Như nói hữu tầm và hữu tứ (*savitarka-savicāra*). Các pháp tương ưng với nhau đều có tự thể như vậy. Như niệm trụ (*smṛtyupasthāna*),

---

không lệ thuộc nhau."

[130] *Kośabhāṣya* k.i.1, Yaśomitra, *Sphuṭārtha*.

[131] Phổ Quang, *Câu-xá luận ký 1* (T41, tr.. 10a24), hợp từ thứ năm.

[132] Cf. Sthiramati, *Triṃśatikā. Bhāṣya*, k. 10: *tatra śraddhā ... prasādaś cetaso 'bhilāṣaḥ.*

[133] *Thành duy tức luận thuật ký 6* (T43, tr. 434b25): 隣近釋者。淨與心俱故。

cả hai đều có tự thể là huệ (*prajñā*), nhưng trong đó tác dụng của niệm (*smṛti*) nổi bật.[134]

Loại hợp từ lân cận thích này khó tìm thấy tương đương trong tiếng Phạn. Nó có thể thay thế cho hợp từ *avyayībhava*, nhưng theo các giải thích dẫn trên thì ý nghĩa có vẻ không phù hợp.

avyayībhava là hợp từ mà trong đó phân tử đầu là một bất biến từ *avyaya* kết hợp với một từ khác để lập thành bất biến từ (trạng từ, *adverb*). Thí dụ, *upa-kumbhakam*: gần cái lu. Trong đó, *upa-* được hiểu là *samīpa*: lân cận.[135] Từ niệm trụ mà Khuy Cơ giải thích là lân cận thích được lập theo ý nghĩa này. Nhưng trong Hán dịch, giới từ *upa-* biến mất, nên các nhà giải thích không nắm bắt được quy tắc thành lập từ. Các từ hữu tầm (*savitarka*) và hữu tứ (*savicāra*) mà Khuy Cơ dẫn làm thí dụ, cũng được lập theo quy tắc đó. Trong đó *sa-* được hiểu là *saha* (câu hữu), theo nghĩa *sādṛśya* (đồng dạng) và từ này lại được hiểu theo nghĩa *tulyatā* (đồng đẳng).[136]

Như đã thấy trên, trong hầu hết các chú giải kinh luận của Hán, lục ly hiệp thích, hay sáu quy tắc cấu tạo hợp từ, thường xuyên được vận dụng để giải thích các từ Phật học dịch từ tiếng Phạn, nhờ vậy mà được rõ hơn. Thí dụ, *cakṣurvijñānam*, nhãn thức, là một hợp từ *tatpuruṣa*; nhưng trong sáu loại *tatpuruṣa* nó thuộc loại nào? Nếu là cách sáu, *ṣaṣṭhītatpuruṣa*, hợp từ này sẽ là *cakṣuṣo vijñānam*, thức của mắt. Hoặc cách thứ bảy, *saptamītatpuruṣa*: *cakṣuṣi vijñānam*, thức ở nơi mắt, nghĩa là

---

[134] T45n1861, tr. 255b28: 隣近釋者俱時之法義用增勝。自體從彼而立其名。名隣近釋。如說有尋及有伺等。諸相應法皆是此體。但尋伺增名有尋等。亦如念住體唯是慧。但念用增名為念住。

[135] Pāṇini 2.1.6 *avyayaṃ vibhaktisamīpa… vacaneṣu.*

[136] ibid.: *avyayaṃ … sādṛśya … vacaneṣu.*

thức y nơi con mắt, lấy mắt làm sở y.[137]Như vậy phù hợp với định nghĩa của *Câu-xá*: ... °*vijñānānām āśrayabhūtā ye pañca rūpātmakāḥ prasādās te...,*[138] các tịnh sắc (căn) là sở y của các thức. Hoặc nói *ālayavijñānam,* a-lại-da thức hay tàng thức, theo nghĩa, nó là năng tàng và cũng là sở tàng, tức nó vừa là kho chứa và nó cũng chính là những hạt giống được chứa trong đó. Theo ý nghĩa như vậy, thì đây là một *karmadhāraya,* trì nghiệp thích: a-lại-da tức là thức, hay thức tức là a-lại-da.[139]

Hợp từ không phải là điều hiếm thấy trong các ngôn ngữ; trong Hán ngữ cũng vậy. Một từ đơn trong nhiều trường hợp không đủ để mô tả hay chuyển tải một ý tưởng, mà phải cần đến nhiều từ. Tuy vậy, chúng ta cũng có thể thấy nhiều nhà chú giải Trung quốc cổ đã không thể nắm bắt trọn vẹn quy tắc ngữ pháp này, đó là không quen với ngữ pháp Phạn, vốn rất khác biệt với Hán văn. Chẳng hạn như từ Sanskrit *Vijñaptimātrasiddhi,* Hán dịch Thành duy thức, trong đó vị trí các từ được thay đổi.[140] Trong Hán dịch, thành đương nhiên có chức năng như động từ, và duy thức là tân ngữ (*object*). Theo Hán dịch như vậy, từ Sanskrit *vijñaptimātrasiddhi* được hiểu là hợp từ *tatpuruṣa* thứ hai.[141] Nhưng theo ngữ pháp Pāṇini, nó cũng có thể được giải

---

[137] *Thành duy thức luận thuật ký* 2, tr. 304a10.

[138] k.i. 9.

[139] *Thành duy thức luận thuật ký* 4, tr. 377b.

[140] Minh Dục, *Thành duy thức luận tục thuyên* 1, tr. 516a: "Tiếng Phạn nói tì-nhã-để 毗若底 (Skt. *vijñapti*: thức) ma-đát-lặc-đa 麼怛喇多 (Skt. *mātratā*: duy) tất-để 悉底 (Skt. *siddhi*: thành) xa-tát-đát-la 奢薩怛羅 (Skt. *śāstra*: luận). Hán dịch đúng là *Thức duy thành luận* 識唯成論. Nhưng dịch là *Thành duy thức luận* 成唯識論 cho phù hợp với ngữ pháp của phương này (Trung quốc)."

[141] *dvitīyā-tatpuruṣa,* cf. Pāṇini 2.1.24.

thích như là hợp từ với biến cách thứ bảy để có ý nghĩa "sự thành tựu trong duy thức." Khuy Cơ giải thích nó là hợp từ *tatpuruṣa* với biến cách thứ sáu.[142]

Ngoại trừ các đồ đệ của ngài Huyền Trang như Phổ Quang, Pháp Bảo, Khuy Cơ, có lẽ là những vị được trực tiếp truyền dạy, phần lớn các nhà chú giải khác y trên các giải thích của những vị này. Những nhà chú giải đời Minh hầu như y trên tác phẩm *Lục ly hiệp thích pháp thức*. Tác phẩm này được in trong phần phụ lục của *Bát thức quy củ bổ chú*, Phổ Thái đời Minh[143] soạn. Nó cũng được kể là một trong tám tác phẩm chính của Pháp tướng tông Trung quốc,[144] với tiêu đề phụ là Thông quan,[145] xem như quan ải dẫn vào Pháp tướng. Trong bài tựa cho *Lục ly hiệp thích pháp thức thông quan*, Hựu Phạm, Nhật bản, nói: Sát-tam-ma-sa thích (*samāsa*) được truyền vào Trung quốc do Huyền Trang sau khi tây du; kể từ đó các nhà Pháp tướng học Trung quốc không ai không nhắc đến khi giải thích những từ cú uẩn áo trong Tam tạng.

Tuy được vận dụng nhiều như vậy, nhưng lục ly hiệp thích ở đây cũng chỉ được áp dụng để giải thích các từ kép, và các phần tử của từ kép này cũng chỉ liên hệ nội bộ với nhau mà thôi. Hợp từ tiếng Phạn, hay các quy tắc samāsa, không chỉ là sự liên kết các từ ngữ để thành một từ. Ngoài ý nghĩa như một từ, các hợp từ này còn có chức năng như mệnh đề, hoặc độc lập, hoặc phụ thuộc, hoặc liên hệ.

---

142 Xem cht. 107 trên.

143 Trong niên hiệu Hoằng trị, khoảng TL. 1488–1505.

144 Xem, Minh Dục, *Tướng tông bát yếu*. Minh Vạn lịch (TL. 1573–1620): *Lục ly hiệp thích pháp thức*, khuyết danh tác giả và dịch giả. Cũng có thể là do người Trung quốc soạn.

145 六離合釋法式通關.

Như hợp từ *chandasamādhipradhānasaṃskārasamanvāga to ṛddhipādaḥ*. Hán dịch là "dục tam-ma-địa thắng hành thành tựu thần túc".[146] Hoặc "dục tam-ma-địa đoạn hành cụ túc thần túc."[147] Hoặc "dục định diệt hành thành tựu tu tập thần túc."[148] Hợp từ này có thể diễn dịch thành một mệnh đề. Đó là cách dịch trong *Bát-nê-hoàn kinh*:[149] tư duy dục định, dĩ diệt chúng hành, cụ niệm thần túc. Cách dịch này là theo thứ tự trong hợp từ mà diễn thành ý: tư duy dục định để diệt các hành, đầy đủ niệm thần túc. Dịch giả có vẻ không hiểu hết ý nghĩa của hợp từ này.

Cách dịch khác của Pháp Hộ, "... đoạn trừ chư hành nhi năng cụ túc tu tập dục thần túc định:"[150] do đoạn trừ các hành mà có thể đầy đủ tu tập định của dục thần túc.

Hợp từ này là một *tatpuruṣa* biến cách ba, nghĩa là phần tử đầu của nó thuộc biến cách thứ ba. Phần tử đầu này lại là một hợp từ khác, cũng là một *tatpuruṣa* gồm hai phần tử: *chandasamādhi* và *pradhānasaṃskāra*. Theo giải thích của *Pháp uẩn*,[151] sau khi đã thành tựu *chandasamādhī* (dục tam-ma-địa), tiếp đến là *pradhānasaṃskāra* (thắng hành). Tức là sau khi tập trung trên một ước muốn, rồi tiến hành nỗ lực để đạt được ước muốn ấy, tức khiến cho ước muốn trở thành hiện thực. Như vậy có thể nói đây là một hợp từ *dvandva* (tương vi thích) trong đó phần tử

---

[146] Huyền Trang, *Pháp uẩn túc luận*, T26, tr. 471c15.

[147] Thi Hộ, *Đại tập pháp môn kinh*, T1 tr. 228b25.

[148] Phật-đà-da-xá, *Trường A-hàm*, T1 tr.

[149] Khuyết danh, *Bát-nê-hoàn kinh*, T01n6, tr. 181b17: 思惟欲定。以滅眾行。具念神足。

[150] *Đại thừa bồ tát tạng Chính pháp kinh*, 32, T11, tr. 865b20: 斷除諸行。而能具足修習欲神足定。

[151] ibid.

chính yếu đi trước, phần tử thứ yếu đi sau. Nghĩa là, có dục tam-ma-địa rồi mới có thắng hành.

Phần tử sau, *pradhānasaṃskāra*, Hán dịch là thắng hành, hay đoạn hành, như giải thích bởi *Pháp uẩn*, đều chỉ cho sự tinh cần, với bốn trường hợp tinh cần. Trong đó, *pradhāna* có nghĩa là bộ phận quan trọng, phần tinh yếu. *Pháp uẩn* giải thích, nó chỉ cho Thánh đạo tám chi. Từ Sanskrit này nơi khác Hán dịch là đoạn, tức nguyên dạng là *prahāṇa*: loại bỏ. Từ *saṃskāra*: hành, nhiều nơi khác nó chỉ cho pháp hữu vi, hay sự tác thành của pháp hữu vi. Trong ngữ cảnh này, nó chỉ cho sự chuẩn bị, hay sự huấn luyện thuần thục.

Phần tử chính của hợp từ và *samanvāgata*, Hán dịch là thành tựu, hay cụ túc. Theo định nghĩa của *Câu-xá*, cái đã sở hữu mà chưa mất, gọi là *samanvāgata*:[152] thành tựu. Nó là một phân từ quá khứ thụ động có chức năng như một hình dung từ làm định ngữ cho từ theo sau là *ṛddhi*.

Nói tóm lại, như các nhà chú giải duy thức đã lưu ý, lục ly hiệp thích, hay các quy tắc cấu tạo phức hợp từ *samāsa*, là công cụ vô cùng cần thiết để hiểu và giải thích các từ Phật học. Đây cũng không phải đơn giản là một hợp từ khép kín với các phần tử cấu thành nó. Một phức hợp từ thường kết hợp nhiều từ; chúng có những quan hệ nội bộ với nhau như là từ với từ hay từ với mệnh đề; một hợp từ còn có những quan hệ ngoại tại, với các từ khác, với chức năng là những từ phẩm định, hay mệnh đề phụ thuộc.

Thêm nữa, để hiểu một từ, ta cần phải truy nguyên về gốc của nó, mà đại bộ phận là động từ căn, gọi là *dhātu* hay tự giới. Động từ căn kết hợp với các trợ ngữ, gọi là *pratyaya*, hay tự duyên, để

---

[152] *Kośabhāṣya* k.ii.36: *prāptilābhena ca samanvāgamaḥ*. Huyền Trang, *Câu-xá* 4, tr. 22a13: 得已不失成就。

biến đổi thành một từ phái sinh. Sự kết hợp và biến đổi cũng phải tuân theo các quy tắc của từ thái học (*morphology*).

Sớm nhất có lẽ cũng phải đến thời nhà Đường, sau khi Huyền Trang tây du trở về, các nhà nghiên cứu Phật học Trung quốc mới lưu ý đến các quy tắc tạo từ và tạo cú trong tiếng Phạn, với các khái niệm ngữ pháp rất chặt chẽ, mặc dù trong nhiều trường hợp vẫn còn những giải thích mơ hồ vì bản chất dị biệt giữa Hán và Phạn.

III. CÚ PHÁP — BIẾN CÁCH

Danh (*nāman*), cú (*pāda*), văn (*vyañjana*), tức danh từ, mệnh đề và âm tố, là những yếu tố cấu tạo thành ngôn ngữ, để biểu đạt một sự vật, một ý tưởng.[153]

Một cách tổng quát, một danh từ là tên gọi trỏ vào một sự vật hay một ý tưởng, nhưng thông thường một danh từ chưa đủ để mô tả hết vật mà nó trỏ vào. Chẳng hạn, khi nói đến từ "vua": *rājā* (Pāli), từ này đã hàm ngụ một mệnh đề mô tả trong nó: *dhammena pare rañjetīti kho rājā rājā*,[154] nó làm hài lòng những người khác một cách đúng pháp, nên gọi nó là vua. Tất nhiên, khi dịch Việt, người ta không thể tìm thấy mối quan hệ tộc họ giữa các từ. Song, về mặt ngữ pháp, các từ xuất trong cùng một không gian ngôn ngữ, mối quan hệ chức năng của chúng trong không gian đó biểu đạt một sự vật hay một ý tưởng.

Cơ bản, một không gian như vậy chứa đựng hai yếu tố, chủ ngữ và thuật ngữ. Nói theo ngôn ngữ triết học Phật giáo, đó là

---

153 *Tì-bà-sa* 44, tr. 447b 28: 猶如一切名句文身。是所制造文章呪術
　　異論根本。Tất cả danh cú văn, là căn bản để chế tạo văn chương,
　　chú thuật, dị luận.

154 *Aggaññasutta*, D. iii. 93.

mối quan hệ của thể và dụng, hay thể và tướng. Một sự vật hay một ý tưởng là một pháp, một tồn tại. Không một pháp nào được biết đến mà không bao hàm hai khái niệm thể và dụng hay thể và tướng. Nói cách khác, một từ không bao giờ là một đơn thể độc lập, mà luôn luôn tồn tại trong quan hệ với các từ khác. Đó cũng là đặc tính của các pháp hữu vi; đó cũng là *saṃskṛta* trong triết học và *saṃskṛta* trong ngôn ngữ. Các pháp hữu vi – *saṃskṛta* – xuất hiện và tồn tại, sinh và diệt, bị chi phối bởi pháp duyên khởi (*pratītyasamutpāda*); cũng vậy, một từ sanskrit chỉ có thể có ý nghĩa trong mối quan hệ ngữ pháp với các từ khác.

Hỏi, "Đây là cái gì?" Đáp, "Đây là thế gian." Từ thế gian nếu được tách riêng, được nhận thức như một tự thể độc lập; bấy giờ nó không biểu đạt một cái gì. Cũng như khi nói "cái sừng", một cách độc lập, mà chẳng hàm ngụ đó là sừng trâu hay sừng thỏ, thì danh từ ấy chẳng trỏ vào một cái gì hiện thực cả. Như vậy, nói "thế gian" là nói trong quan hệ đến các pháp khác, như là pháp hữu vi trong quan hệ duyên khởi. Kinh *Đại Bát-nhã* nêu lên định nghĩa về thế gian: "Này Xá-lợi Tử, thế gian, tức là sáu ba-la-mật kia, vì nó *là* thế gian, nó *tạo* thế gian, nó *do* thế gian, nó *vì* thế gian, nó *nhân* thế gian, nó *thuộc* thế gian, nó *y* thế gian."[155]

Trong định nghĩa này, từ "ba-la-mật" và từ "thế gian" quan hệ nhau theo bảy cách: 1. quan hệ đồng nhất: ba-la-mật *là* thế gian. 2. Quan hệ chủ khách: ba-la-mật *tạo* thế gian. 3. Quan hệ phương tiện, hay công cụ: ba-la-mật *do* thế gian hay *bởi* thế gian. 4. Quan hệ mục đích: ba-la-mật *vì* (ích lợi) thế gian. 5. Quan hệ

---

[155] *Đại Bát-nhã* 498. Huyền Trang, tr. 535a28: 舍利子！世間者，謂彼六種波羅蜜多，是世間故，名為世間；造世間故，名為世間；由世間故，名為世間；為世間故，名為世間；因世間故，名為世間；屬世間故，名為世間；依世間故，名為世間。

xuất xứ: ba-la-mật *nhân* bởi thế gian. 6. Quan hệ sở thuộc: ba-la-mật *thuộc* thế gian. 7. Quan hệ sơ y: ba-la-mật *y cứ* thế gian.

Trong nhiều loại ngôn ngữ, các mối quan hệ này được biểu đạt bằng các giới từ, như đoạn văn dẫn Hán dịch và Việt dịch trên. Trong ngữ pháp Sanskrit, các mối quan hệ này được biểu đạt bằng sự biến đổi đuôi từ, *subanta*, Hán dịch âm là *tô-mạn-đa* 蘇漫多. Thuật ngữ Pāṇini gọi sự biến đổi này là *vibhakti*, các dịch giả Phạn-Hán gọi là *chuyển thanh* 囀聲. Những từ này được Huyền Trang dùng để giảng cho các môn đệ những điểm liên hệ ngữ pháp trong các bản dịch *Du-già sư địa*, và *Thành duy thức*.[156]

Đoạn văn *Đại Bát-nhã* dẫn trên cũng được Khuy Cơ dẫn chứng khi giải thích ý nghĩa thế gian, và nói rằng "từ thế gian ở đây được giải thích bằng tám chuyển thanh."[157] Trong đó, biến cách thứ tám, hô khởi cách, không được dùng đến, nên chỉ có bảy.

Từ dẫn dụng của Khuy Cơ dẫn trên, Huệ Chiếu giải thích rộng thêm. "*Sớ nói rằng, căn cứ trên tám chuyển thanh, Đại Bát-nhã định nghĩa thế gian như sau: Là thế gian xuất nên gọi là thế gian. Vì năm uẩn tức là thế gian, chứ không phải năm uẩn xuất hiện từ thế gian. Vì thể của năm uẩn là thế gian Khi năm uẩn tự hiện, bấy giờ gọi là thế gian xuất; như người đời nói Thánh nhân xuất. Chuẩn tám chuyển thanh, đây là thể thanh.*"[158] Trong đoạn dẫn của Huệ Chiếu có thêm từ xuất. Từ này thuộc về một định nghĩa khác trong *Đại bát-nhã*, nhưng Huệ Chiếu đưa lên đây. Trong *Đại Bát-*

---

[156] Tuần Luân, *Du-già luận ký* 1, T42n1828, tr. 331b; Khuy Cơ, *Du-già sư địa luận lược toản* 6, T43n1829, tr. 95b9; Khuy Cơ, *Thành duy thức luận thuật ký* 1, T43n1830, tr.. 229c.

[157] Khuy Cơ, *Thành duy thức luận thuật ký* 1, T43n1830, tr.. 238a.

[158] Huệ Chiếu, *Thành duy thức luận liễu nghĩa đăng* 1, T43n1832, tr. 674a10.

nhã, nguyên văn Hán dịch nói: "Sáu loại ba-la-mật-đa kia là thế gian, nên được nói là thế gian." Trong bản Hán, hai từ ba-la-mật-đa, và thế gian, là đồng cách. Ở đây, từ thế gian thuộc biến cách thứ nhất, gọi là chủ cách (*nominative*). Mặc dù trong nhiều chỗ kinh và luận năm uẩn được dùng để định nghĩa thế gian, nhưng chúng không liên hệ gì đến định nghĩa của *Đại Bát-nhã* được dẫn.

Tiếp theo, Huệ Chiểu giải thích: "*Nói là tạo thế gian, vì từ trên năm uẩn mà khởi các phiền não. Phiền não sinh nghiệp, tạo tác quả đương lai, nên nói là tạo thế gian. Tức là nghiệp thanh.*" Thuật ngữ nghiệp thanh, chỉ biến cách thứ hai của danh từ làm túc từ trực tiếp cho một động từ. *Đại Bát-nhã* nói, tạo thế gian; nên hiểu là ba-la-mật-đa tạo thế gian.

Tương tự, Linh Thái giải thích dẫn từ do thế gian của Đại bát-nhã: "Do thế gian, đó là chuyển thanh thứ ba, cụ thanh, nói đến các duyên khác của thế gian. Tức do hoặc (phiền não), nghiệp, khổ, là tác cụ của thế gian."[159] Cụ thanh, tức biến cách danh từ thứ ba, phương tiện hay công cụ cách. Trong ngữ cảnh của *Đại bát nhã*, thế gian quan hệ với ba-la-mật-đa như là phương tiện hay công cụ, trong đó động từ được hiểu ngầm. *Đại bát-nhã* nói: "Sáu ba-la-mật-đa, do bởi thế gian, nên được gọi là thế gian." Thế gian, như vậy, là một phẩm tính hay một sắc thái của ba-la-mật-đa, trái với xuất thế gian. Kinh nói, Bồ Tát hành bố thí mà còn dính mắc bởi ba phạm trù ta, người và vật, bố thí ba-la-mật ấy được nói là thế gian.[160] Thế gian trong quan hệ này với sáu ba-la-mật-đa, biểu thị bằng cụ cách (*karaṇa*), hàm ngụ rằng ba-la-mật được tu hành, hay được thực hiện, song hành với thế gian, do bởi thế gian hay ngang qua thế gian.[161]

---

[159] *Thành duy thức luận sớ sao 1.*
[160] *Đại bát nhã*, op.cit, tr. 534b08.
[161] ibid.

Những giải thích dẫn trên không hoàn toàn toàn chính xác, mặc dù được Khuy Cơ cho biết rõ là *Đại bát-nhã* định nghĩa từ "thế gian" qua tám biến cách, tức tám chuyển thanh. Trong ngôn ngữ Hán không có các biến cách danh từ. Một từ xuất hiện độc lập, hay liên hệ các từ khác trong một mệnh đề, vẫn không thay đổi hình thái của nó. Cho nên, khi dịch một danh từ được biến cách trong tiếng Phạn, các dịch giả Hán phải mượn đến các hư tự, như là những giới từ.

Các từ *cụ, vị, tùng, thuộc, y,* là những hư tự được dùng ghép với một danh từ Hán, tương đương với đuôi biến cách của một từ Phạn. Thí dụ, đuôi biến cách thứ tư trong tiếng Phạn, từ *bhikṣu,* biến cách thứ tư (*dative case, caturthī,* vị cách) số ít là *bhikṣave,* số nhiều là *bhikṣubhyaḥ,* Hán thường dịch là *vị tì kheo* 為比丘, hoặc *vị chư tì-kheo* 為諸比丘, trong đó đuôi biến cách được biểu đạt bởi từ *vị* 為, do đó gọi biến cách này là *vị thanh.* Trong câu Phạn, "Phật vị chư tỳ-kheo thuyết pháp"[162], tiếng Việt thường dịch sát là "Phật *vì* các tỳ-kheo nói pháp." Từ "vị" trong Hán, hay "vì" trong tiếng Việt có nội hàm là vì mục đích, hay vì ích lợi. Như vậy, câu dịch tiếng Việt có thể hiểu ở đây rằng Phật vì ích lợi của các tỳ-kheo mà nói pháp. Tuy nhiên, trong ngữ cảnh, ta có thể hiểu câu này muốn nói rằng "Phật thuyết pháp cho các tỳ-kheo nghe."

---

[162] Mẫu Pāli: *sāriputto mahāpañño dhammaṃ desei bhikkhunaṃ,* Đại trí Xá-lợi-phất thuyết pháp cho các tỳ-kheo. (cf. S. i. 190). Ở đây cách sáu được dùng thay cho cách bốn. Cf. F. Edgerton, *Buddhist Hybrid Sanskrit,* 7.63. Genetive for dative. – With verbs of speaking: *bhagavāṃ veṇuvane bhikṣuṇāṃ āmantrayati.*

Trong tiếng Phạn, một số từ có nội hàm "nói" yêu cầu túc từ kép: một trực tiếp là điều được nói, và một gián tiếp là người nghe nói.[163]

Trường hợp dẫn trên, cách dịch tiếng Việt của từ *vị* 為 Hán vẫn có thể chấp nhận, thế nhưng, trường hợp sau đây thì khó thông. Câu Hán dịch: *tức tùng tọa khởi vị Phật tác lễ* 即從坐起。 為佛作禮; nếu dịch Việt: liền rời chỗ ngồi, vì Phật làm lễ; câu dịch Việt sẽ được hiểu là "làm lễ thay cho Phật". Theo ngữ cảnh, chúng ta biết, hiểu như vậy không chính xác.

Một số động từ Phạn có nội hàm "kính lễ" có túc từ gián tiếp ở cách thứ tư (*caturthī*), theo quy tắc ngữ pháp Pāṇini, được dẫn dụng bởi Yaśomitra khi giải thích biến cách thứ tư trong bài kệ quy kỉnh của luận *Câu-xá*.[164] Quy tắc này cũng được Khuy Cơ lưu ý khi giải thích bài tụng quy kỉnh của luận *Thành duy thức*. Hai câu đầu của bài tụng nói: Khể thủ Duy thức tánh, Mãn Phần thanh tịnh giả 稽首唯識性。滿分清淨者。 Căn cứ theo ngữ pháp Hán, Việt dịch phổ thông hai câu này sẽ là: "Cúi lạy Duy thức tánh, đấng Viên Mãn thanh tịnh và đấng Bán Phần thanh tịnh." Bởi trong Hán dịch, các từ Duy thức tánh và Mãn, Phần thanh tịnh đều không có giới từ, nên được hiểu là túc từ trực tiếp của động từ "khể thủ." Nhưng *Thuật ký* của Khuy Cơ giải thích rõ: từ Duy thức tánh thuộc biến cách thứ bảy; các từ Mãn, Phần tịnh thuộc biến cách thứ tư, vì theo ngữ pháp, Phạn các đối tượng kính lễ đều thuộc biến cách thứ tư.[165] Theo giải thích này, hai câu tụng Hán cần phải dịch Việt như sau: "Cúi lạy đấng Mãn thanh tịnh và đấng Phần thanh tịnh trong Duy thức tánh."

---

[163] Cf. J. S. Speijer, *Sanskrit Syntax*, p. 59, of telling, speaking, announcing, promising.

[164] Pāṇini, 2.3. 16: *namaḥ-svasti-svāhā-svadhālaṃ-vaṣaḍyogāc.*

[165] *Thành duy thức luận thuật ký* 1, T43n1830, tr. 232c20.

KHÓA PHẠN VĂN SƠ CẤP
MỘT VÀI CẢM NHẬN

ĐỖ QUỐC BẢO

Thấm thoắt chín tháng của khoá sơ cấp Phạn văn đã trôi qua và các lớp học đã học xong bài thứ ba mươi; có thể nói là đã vượt qua những phần ngữ pháp và cú pháp khó nhất của khoá học sơ cấp được hạn định trong vòng một năm. Mặc dù chưa kết thúc khoá nhưng nhân dịp Ban Hoằng Pháp giới thiệu Thanh Văn Tạng và được yêu cầu, tôi xin viết vài dòng tản mạn về khoá Phạn văn này với một số cảm nhận có được qua kinh nghiệm dạy. Sau đây tôi xin lần lượt đưa ra một số điểm mà tôi xem là ngộ nhận từ phía học viên hoặc những người quan tâm đến Phạn ngữ để rồi sau đó đưa ra một số đính chính rõ ràng.

1. Không chú trọng đến việc phát âm hoặc ít nhất là không nỗ lực triệt để để khắc phục những lỗi phát âm. - Mặc dù bảng mẫu tự Phạn ngữ có những mẫu tự khó đọc cho người Việt (ví như hàng âm lưỡi uốn cong *ṭ, ṭh, ḍ, ḍh, ṇ* và âm xuýt *ś, ṣ* và *s*) nhưng

theo tôi, phát âm Phạn ngữ dễ hơn rất nhiều so với Anh ngữ hoặc Pháp ngữ. Nguyên do ở đây rất đơn giản là tất cả các mẫu tự chỉ có một cách đọc đặc thù duy nhất và không có trường hợp ngoại lệ nào như trong Anh ngữ. Như vậy, việc phát âm đúng các mẫu tự này quan trọng vì nó cung cấp cho người học một mốc nhớ từ vựng song song với cách nhìn mặt chữ. Phát âm chuẩn cùng với việc tách chữ đúng khi đọc những câu văn trong phần bài tập sẽ giúp học viên nhớ và hiểu Phạn ngữ rất tốt. Chỉ có điều chính những điều này cần phải được trau dồi ngay khi làm bài tập. Như vậy có nghĩa là, khi làm bài tập thì học viên Phạn ngữ trước hết nên tìm cách tra từ vựng và tìm hiểu ngữ pháp/cú pháp để dịch được những câu được đề ra, nhưng sau khi dịch xong cũng phải dành thời gian để "quán chiếu" câu vừa được dịch và đọc lại nguyên văn tiếng Phạn với ngữ pháp đã hiểu và đọc tách chữ đúng như đã hiểu ngữ pháp, và nếu phát âm chuẩn được - chuẩn ở đây có nghĩa là có khả năng khu biệt được rõ ràng cho chính mình những âm tiết khác biệt nhau, ví dụ như *a* (a ngắn) và *ā* (a dài), *i* và *ī*, *u* và *ū* v.v... (một vấn đề nan giải cho rất nhiều học viên mà cho đến bây giờ tôi vẫn chưa hiểu vì sao) - thì việc học thuộc và hiểu tiếng Phạn không còn khó nữa. Việc phát âm chuẩn quan trọng đến mức tôi có thể phán đoán học lực, sự thông hiểu của các học viên khi nghe họ phát âm và tách chữ của một câu văn hoặc câu kệ tiếng Phạn.

2. Chuyên chú vào hình thức ngữ pháp, học 3 × 8 = 24 cách biến cách (*declension*) và 3 × 3 = 9 cách biến vị (*conjugation*) mà quên đi điểm cứu cánh của việc học Phạn văn là hiểu đúng văn bản, hiểu đúng ý nghĩa của một câu văn cũng như học và trình bày sở đắc tương xứng với trình độ đang được dạy. - Một số học viên, nhất là những người trước khi đến học với tôi đã biết chút ít Phạn ngữ, đặc biệt nhiệt tình "trổ tài" nhận ra các cách vị (*case*), số (*number*) và giới tính (*gender*) của danh từ và các biến vị của động từ (nhân xưng, số, thời thái và ngữ khí). Trong giờ

kiểm tra bài tập, sau khi đọc những câu văn luyện tập xong, họ hăng hái phân tích ngữ pháp (từ loại, cách vị, liên thanh v.v...) *từng từ một* trong câu. Việc này không có gì đáng nói đến và trên nguyên tắc rất đúng, nhưng, nó chỉ được thực hiện trong bảy bài đầu, khi tám cách vị và ba số của danh từ đang được dạy và học viên nên ghi khắc vào tâm. Nhưng nếu đến bài 15 hoặc thậm chí bài 21 mà vẫn còn dùng cách "phân tích" kiểu này, phân tích từng từ một trong câu thì cách trình bày như vậy không xứng với trình độ học. Cách học và dịch những câu Phạn văn trên lớp phù hợp ở thời điểm này là dịch thật sát nghĩa với nguyên văn về mặt ngữ pháp. Có nghĩa là, các cách vị (ngoại trừ trực bổ cách, *accusative*, và hô cách, *vocative*) đều có thể được "phân tích" ngay trong câu dịch Việt, vì dụng cụ cách (*instrumental*) có thể được dịch Việt bằng "bằng, qua, với" và nếu thuộc loại dụng cụ cách xã hội (*instrumentalis sociatīvus*) là "cùng với." Cho gián bổ cách (*dative*) thì ta có trong tiếng Việt "vì (mục đích), để cho, cho, đối với..." Tòng cách (*ablative*) có thể được miêu tả bằng "từ (nơi phát sinh), do hoặc vì (nguyên nhân)..." Sở hữu cách được miêu tả vòng bằng "của" hoặc "cho, đối với" nếu được dùng như một gián bổ cách (*dative-like genitive*). Vị trí cách (*locative*) được dịch là "nơi, ở, trong, trên...." Trong một câu văn được dịch chuẩn thì hầu hết những cách vị bên trên có thể được "nghe ra" khi học viên dịch sang tiếng Việt và tôi chỉ kiểm soát, hỏi vặn lại khi thấy có điểm không rõ khi dịch hoặc khi chính học viên không rõ, không tự tin lắm và hỏi lại tôi. Tựu trung: Phân tích tỉ mỉ cho chính bản thân thì là một điều cần thiết và được khuyến khích, nhưng khi lên lớp trả bài thì phải trình bày không được dài dòng dư thừa mà là ngắn gọn, nhưng vẫn đầy đủ, không thiếu gì cả.

3. Điểm này tương quan trực tiếp với mục thứ hai ngay trên, tức là học viên học không phán đoán được học lực và mức độ thâm nhập Phạn ngữ của chính bản thân mình, để rồi từ đó hoang mang, một mặt chạy theo lớp đang học một cách cực nhọc

và mặt khác, dành thời gian nghe lại những bài tối sơ của lớp trợ giảng hoặc lớp chuẩn bị cho khoá sơ cấp, với hi vọng "cứ nghe (thụ động) càng nhiều thì càng hiểu thêm." Đây là một ngộ nhận rất lớn và cũng rất khó khắc phục. Học Phạn văn luôn có một tiến trình được đánh dấu bởi những thành tựu, và khi đã có những thành tựu này rồi - trong ý nghĩa thành tựu vững chắc không thoái chuyển - thì không cần phải nghe lại những gì đã được dạy trước đây. Nếu có cảm giác cần phải nghe lại bài giảng của những bài học trước bài đang học năm hoặc mười bài thì việc học hiện thời rõ ràng có chướng ngại phải được khắc phục. Giáo trình Phạn văn tiếng Việt được đặt trên cơ sở của từng viên gạch "bài học" nền tảng, và chỉ khi những viên gạch "bài học" theo trình tự này được đặt vững chắc, tức là được thấu hiểu một cách vô khiếm thì học viên mới được đi đến bài khác, đến cấp bậc khác và chỉ khi ấy, công trình học Phạn ngữ, hoặc có thể nói là sự nghiệp Phạn văn, mới có thể được tiếp tục. Bằng không thì việc học này tất không mang đến thành tựu gì cả. Người học Phạn văn phải hiểu từng chi tiết những gì được dạy trong mỗi đơn vị bài học rồi sau đó mới được đi đến bài kế đến.

4. Không chuyên chú vào cách đọc chữ Devanāgarī sớm như có thể. Mặc dù đã được cảnh báo ngay từ đầu khoá nhưng rất nhiều học viên có vẻ xao lãng việc này hoặc không quan tâm đến nó một cách xứng đáng để rồi sau đó phải kí âm La-tinh để đọc. Như vậy họ cần rất nhiều thời gian, để rồi mặt khác, thiếu thời gian cho những điểm quan trọng hơn cần phải học.

Nhiều người - có lẽ là những người ngoài chuyên ngành và có lẽ chưa từng học Phạn ngữ bài bản - phản bác việc học hoặc dạy học viên chữ viết Devanāgarī, như trường hợp một anh cư sĩ đã tuyên bố trong Đại hội Hoằng Pháp lần thứ nhất vào ngày 27.11.2021 vừa qua cho thấy. Anh viết (Zoom chat): "*Học tiếng pali và tiếng sanskrit không cần phải học chữ devanagari, mà học bằng mẫu tự la tinh (IAST) như các nhà nghiên cứu Tây phương là đủ rồi. Tiếng pali và sanskrit không có chữ viết đặc biệt, và có thể viết bằng nhiều văn tự khác nhau."*

Nhận định bên trên rõ ràng không chính xác. Tôi có thể hỏi ngược lại ở đây ai là "các nhà nghiên cứu Tây phương" bên trên? Họ có là những người nghiên cứu ngành Cổ Ấn-độ học hoặc Phật học Ấn-độ hay không? Tôi chắc chắn họ không là những người thuộc ngành này và nếu lời nói của anh cư sĩ bên trên đúng thì các "nhà nghiên cứu" này chưa từng học qua tiếng Phạn và để nói một cách tích cực hơn: Tất cả những nhà nghiên cứu Tây phương đã học qua một khoá Phạn văn đều phải biết đọc chữ Devanāgarī. Có nhiều nguyên do vì sao một học viên học Phạn văn nên hoặc phải học chữ Devanāgarī. Thứ nhất là tỏ lòng tôn kính ngôn ngữ này cùng với bản xứ, nơi nó xuất phát và được gìn giữ cho đến ngày hôm nay; có nghĩa là tiếng Phạn được viết bằng chữ Devanāgarī bởi người Ấn-độ cho nên chúng ta cũng nên đọc được chữ này để tỏ lòng tôn kính cái mình đang học. Nguyên do thứ hai là học Phạn ngữ với mục đích đọc được thủ bản. Đại đa số thủ bản Phạn ngữ còn tồn tại được viết bằng một trong những loại chữ viết tương quan với chữ Brahmī, có thể được xem là tiền thân của chữ Devanāgarī sau này. Đọc lưu loát chữ Devanāgarī là bước đầu để đọc được những thủ bản cổ còn tồn tại được viết bằng chữ Proto-Bengālī, Proto-Bengālī-cum-Maithilī hoặc Newārī v.v...

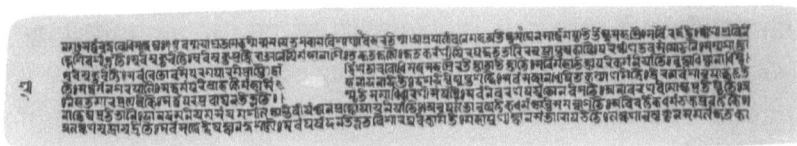

Mặt phải lá bối bên trên chính là những dòng đầu của bộ kinh *Duy-ma-cật sở thuyết* tiếng Phạn được viết bằng chữ Proto-

Bengālī-cum-Proto-Maithilī. Sinh viên học Phạn ngữ sau khi học khoá sơ cấp cùng với cách đọc chữ Devanāgarī sẽ đọc được chữ Proto-Bengālī-cum-Maithilī bên trên được ngay (với sự hỗ trợ của một bảng đối chiếu âm tiết, *akṣara* list) vì hai loại chữ viết này có cùng nguồn gốc. Nguyên do thứ ba là văn học chú giải Phạn ngữ: Có những bộ luận giải được viết bằng chữ Devanāgarī với chính văn được lồng vào đó. Vì bản chất quá cô động của những lời chú giải nên không nhà nghiên cứu hoặc dịch giả nào dịch nguyên một tác phẩm luận giải với nguyên lời chú giải từ Phạn ngữ mà chỉ dịch phần chính văn được chú thích. Vì vậy mà hầu hết tất cả những bản chú giải chỉ tồn tại dưới dạng bản in chữ Devanāgarī (vì chẳng ai phí công kí âm La-tinh cho người khác chỉ vì người ấy không đọc được loại chữ này), và ai muốn đọc nó để hiểu rõ chính văn thì phải đọc được chữ Devanāgarī.

Để kết thúc mục thứ tư này, tôi xin nói thêm là luận bàn về việc học đọc chữ Devanāgarī ở đây giống như trường hợp được người Đức gọi một cách châm biếm là "bão tố trong li nước" ("Sturm im Wasserglas"), bởi vì đối với một người thực thụ học Phạn ngữ, học môn này tại Đại học để trở thành chuyên gia nghiên cứu thì việc học đọc chữ Devanāgarī chẳng phải là một điều đáng nói đến. Giáo sư trứ danh người Đức về Pāli là Oskar von Hinüber (Freiburg) bắt sinh viên của ông đọc được chữ này trong một (cuối) tuần và họ đã thực hiện được điều này. Riêng người viết những dòng này cần non hai tuần, rồi sau đó không bao giờ quay đầu nhìn lại. Đối với những người dạy Phạn văn, trình độ đọc và tách chữ Devanāgarī trong các bài tập cũng là thước đo khả năng thâu thần tập trung của học viên, và như vậy cũng là thước đo học lực và trình độ của học viên đó. Nhìn chung, việc học đọc chữ Devanāgarī không đáng bàn luận vì đây là một thành phần hệ thuộc rất tự nhiên của ngành Phạn học.

***

Tôi hi vọng là những mục nêu trên không làm nản chí người đang học hoặc muốn học Phạn ngữ. Nhưng mặt khác tôi cũng không muốn giản hoá một cách giả tạo những gì có bản chất phức tạp của Phạn ngữ để "khuyến dụ" người khác học. Một học viên tu sĩ có lần nói với tôi khi đọc *Nalopākhyāna*: "tiếng Phạn khó thật, không phải chỉ có tâm tha thiết muốn học là được." Tuy nhiên, để kết thúc bài viết với một viễn cảnh tích cực, tôi cũng nên nói thêm là trong khoá sơ cấp hiện nay có một số học viên xuất sắc hiểu rõ tất cả những gì tôi đã viết bên trên. Đôi lúc tôi tự đặt cho mình câu hỏi: Có khi nào Phạn ngữ, được người Ấn-độ tôn kính gọi là Thiên ngữ, 'ngôn ngữ của chư thiên' (*devabhāṣā*), chọn người học chứ không phải ngược lại? Càng dạy lâu môn này tôi lại càng có cảm nhận như vậy.

Trân trọng
Heidelberg, 13.06.2022
Trí Việt – Đỗ Quốc-Bảo

Ghi chú của Ban Biên Tập:

Trong chương trình đào tạo nhân sự dịch thuật Tam Tạng Kinh Điển với chuẩn mực hàn lâm, Hội Đồng Hoằng Pháp đã tổ chức các lớp học Phạn ngữ theo tiêu chuẩn như các đại học phương Tây. Khóa đầu tiên bắt đầu vào 13.09.2021, đã có 60 vị ghi tên tham dự. Chương trình học tổ chức dựa theo học trình và tài liệu của Đại học Heidelberg (Đức quốc) do Tiến sĩ Đỗ Quốc Bảo giảng dạy online trực tiếp. Qua các kỳ kiểm tra thường xuyên vừa qua, tính đến nay (06/22) còn lại 28 học viên đã vượt qua các kỳ thi và đủ trình độ tiếp tục các khóa tới. Trong số đó gồm có 8 tăng, 14 ni và 6 cư sĩ (nam & nữ). Các học viên cũng được Hòa Thượng Tuệ Sỹ giảng dạy trực tiếp thêm về giáo lý Kinh điển để có thể nắm bắt rõ hơn những ý nghĩa thâm diệu trong nguồn Tam tạng Thánh điển khi phiên dịch. (Ghi chú ngày 29.06.2022.)

*

TỪ VIỆC PHIÊN DỊCH
ĐẠI TẠNG KINH TIẾNG VIỆT
TỚI PHỤC HƯNG
VĂN HOÁ DÂN TỘC

HUỲNH KIM QUANG

Tối Thứ Sáu, ngày 26 tháng 11 năm 2021, theo giờ California, Đại Hội Hội Đồng Hoằng Pháp lần thứ nhất đã diễn ra trên Zoom Meeting với sự tham dự có lúc lên tới hơn 400 người, gồm chư tôn đức Tăng, Ni, các vị giáo sư Tiến Sĩ, các nhà nghiên cứu Phật Học, các nhà văn hóa dân tộc và Phật Giáo, và Cư Sĩ Phật tử từ khắp nơi trên thế giới.

Đây là sự kiện hiếm có đối với sinh hoạt của Phật Giáo Việt Nam trên toàn cầu từ trước tới nay. Điều đặc biệt hơn nữa là chủ đề của Đại Hội xoay quanh việc phiên dịch và ấn hành bộ Đại Tạng Kinh Việt Nam có tính cách hàn lâm nghiên cứu mang tầm vóc quốc tế giống như bộ Đại Tạng Kinh Đại Chánh Tân Tu của Nhật Bản, mà từ trước tới nay đã được các học giả, các nhà nghiên cứu văn học, sử học, tôn giáo và Phật Học từ Đông tới Tây Phương tham khảo. Việt Nam nếu có một Đại Tạng Kinh tiếng Việt có phẩm chất và tầm vóc như vậy sẽ giúp góp phần vào việc phục hưng các giá trị văn hóa truyền thống của dân tộc. Hai vị diễn giả chính trong Đại Hội này là Hòa Thượng Thích Tuệ Sỹ và Giáo Sư Trí Siêu Lê Mạnh Thát. Nhưng trước hết xin giới thiệu khái quát về Đại Tạng Kinh.

Đại Tạng Kinh

Đại Tạng Kinh nói cho đủ là kho tàng chứa đựng Tam Tạng Giáo Điển Phật Giáo gồm Kinh, Luật và Luận, mà tiếng Bắc Phạn (Sanskrit) gọi là Tripiṭaka và tiếng Nam Phạn (Pali) gọi là Tipiṭaka. Kinh là những lời dạy của Đức Phật hay của các vị đệ tử của Đức Phật đã trùng tuyên lại lời Phật dạy và được Đức Phật xác chứng. Luật là những giới luật được Đức Phật đặt ra để giúp chúng đệ tử xuất gia và tại gia của Ngài nhiếp thọ thân khẩu ý trong đời sống hàng ngày để làm tăng trưởng đạo lực giải thoát và giác ngộ. Luận là những giải thích để làm rõ hơn lời Phật dạy trong Kinh và các giới luật do Phật chế ra.

Thời Đức Phật còn tại thế tất cả những lời Ngài dạy về Kinh và Luật (thời kỳ này chưa có Luận) đều được chúng đệ tử của Ngài ghi nhớ thuộc lòng mà chưa được viết thành văn. Vào mùa an cư kiết hạ đầu tiên sau khi Đức Phật nhập Niết Bàn (544 năm trước tây lịch), Đệ tử lớn của Đức Phật là Tôn Giả Đại Ca Diếp (Mahākāśyapa) đã chủ trì một cuộc kết tập Kinh điển lần đầu tiên tại Thành Vương Xá (Rajgir), Ấn Độ, quy tụ khoảng 500 vị A La Hán. Trong kỳ kết tập này vị trùng tuyên Kinh là Tôn Giả A Nan (Ananda) và vị trùng tuyên Giới Luật là Tôn Giả Ưu Ba Li (Upali). Đến lần kết tập Kinh Điển thứ 3 vào khoảng 200 năm sau Đức Phật nhập Niết Bàn, mới viết thành văn bản để lưu truyền về sau. Lần kết tập thứ ba này còn có thêm Luận Tạng. Sau đó còn nhiều cuộc kết tập Kinh Điển được tổ chức tại nhiều nơi gồm Ấn Độ, Tích Lan. Giai đoạn đầu Tam Tạng được khắc vào lá bối, cho nên có danh từ "bối diệp kinh" tức là kinh chép trên lá bối.

Tập hợp ba tạng Kinh, Luật và Luận được viết thành văn gọi là Tam Tạng Kinh hay Đại Tạng Kinh.

Theo Hòa Thượng Thích Tuệ Sỹ và Giáo Sư Lê Mạnh Thát, trong bài thuyết trình tại Đại Hội Hội Đồng Hoằng Pháp, nói rằng hiện nay nói đến Đại Tạng là bao gồm trong ba ngôn ngữ chính: Pali Tạng, Hán Tạng và Tây Tạng. Hòa Thượng Thích Tuệ Sỹ cho biết rằng:

"Phật Giáo có ba hệ gồm Thượng Toạ Bộ với Tạng Pali, hệ Bắc phương Đại Thừa Phật Giáo với Hán Tạng và hệ Kim Cang Thừa Mật Bộ với Tây Tạng."

Pali Tạng sử dụng tiếng Pali được lưu truyền qua các nước Phật Giáo phía Nam của Ấn Độ như Tích Lan, Miến Điện, Thái Lan, Cam Bốt, v.v... Hán Tạng sử dụng tiếng Hán được lưu truyền qua các nước phía Đông Bắc của Ấn Độ như Trung Hoa, Nhật Bản, Đại Hàn, Việt Nam, v.v... Mật Tạng hay Tây Mật sử dụng tiếng Tây Tạng được lưu truyền tại Tây Tạng.

Đại Tạng Kinh bằng chữ Hán là nói chung tất cả Đại Tạng được dịch từ tiếng Phạn, Pali sang chữ Hán. Nhưng nếu kể riêng thì trong đó có nhiều bộ Đại Tạng Kinh của các nước Trung Hoa, Đại Hàn, Nhật Bản, như bộ Đại Chánh Tân Tu Đại Tạng Kinh của Nhật Bản cũng bằng chữ Hán, dù hoàn toàn do người Nhật biên tập lại.

Theo Hòa Thượng Tuệ Sỹ và Giáo Sư Trí Siêu Lê Mạnh Thát thì bộ Hán Tạng của người Trung Hoa cũng không phải hoàn toàn do người Trung Hoa biên dịch mà trong đó có nhiều nhà Phật Học từ các nước khác đóng góp.

Chẳng hạn, ngài An Thế Cao vào đầu thế kỷ thứ nhất là người nước An Tức đã đến Trung Hoa vào năm 148 sau tây lịch đã dịch nhiều bộ kinh trong đó có Kinh An Ban Thủ Ý; hoặc Cư Sĩ Ngô Chi Khiêm người nước Đại Nguyệt Chi đã đến sống ở TQ vào thời Tam Quốc thế kỷ thứ 3 sau tây lịch đã dịch nhiều bộ Kinh trong đó có bộ Kinh Duy Ma; hay ngài Cưu Ma La Thập (Kumārajīva) người nước Kế Tân (Kashmir) đến TQ vào thế kỷ thứ 5 sau tây lịch và dịch rất nhiều bộ Kinh nổi tiếng từ Phạn sang Hán như bộ Kinh A Di Đà, Kinh Diệu Pháp Liên Hoa, Kinh Duy Ma Cật Sở Thuyết, Bát Nhã Ba La Mật Đa Tâm Kinh, và các bộ Luận như Bách Luận, Trung Luận, Đại Trí Độ Luận, Thập Nhị Môn Luận, v.v...

Trong số những vị ngoại quốc đóng góp vào Hán Tạng còn có người Việt Nam như ngài Khương Tăng Hội với bản Lục Độ Tập Kinh, và ngài Đại Thừa Đăng (hay Đại Thừa Quang hay Phổ Quang) là vị Tăng Việt Nam thuộc hàng môn đệ và giúp ngài Huyền Trang nhuận bút các bản dịch từ Phạn sang Hán (theo Giáo Sư Lê Mạnh Thát), v.v...

Hán Tạng đã được hình thành qua thời gian dài cả ngàn năm từ đầu kỷ nguyên tây lịch tới đời nhà Tống thế kỷ thứ 10 tây lịch. Hòa Thượng Thích Thiện Siêu trong bài "Quá Trình Hình Thành Đại Tạng Kinh Hán Văn" đã cho chúng ta biết qua quá trình hình thành Đại Tạng Kinh chữ Hán như sau:

"Từ Hậu Hán (58 - 219) đến đời nhà Lương (502 - 556) trong khoảng 500 năm đã dịch được 419 bộ (theo Xuất Tam Tạng Ký của Lương Tăng Hựu). Đến đời Tống Thái Tổ (917 Tây lịch) mới khởi sự gom tất cả bản kinh đã dịch rải rác đó đây lại khắc in thành Đại Tạng kinh. Lần khắc kinh này xảy ra ở Thành đô đất Thục (Tứ Xuyên) nên gọi là Thục Bản Đại Tạng kinh, trải qua 12 năm mới khắc xong, cộng được 5.000 quyển. Đây là Đại tạng kinh đầu tiên ở Tàu. Tiếp sau đó có các Đại tạng kinh được khắc in như Đông Thiền Tự Bản năm 1080, do trú trì chùa Đông Thiền khắc in trong

24 năm, được 6.000 quyển, rồi đến Khai Nguyên Tự Bản khắc in năm 1112, Tư Khê Tự Bản (Triết Giang) khắc in năm 1132, Tích Sa Bản (Giang Tô) năm 1231 do Ni sư Hoằng Đạo khắc in trong vòng 79 năm, Phả Ninh Tự Bản khắc in năm 1269, Hoằng Pháp Tự Bản (Bắc Kinh) khắc in năm 1277. Bản Cao Ly khắc in theo Thuộc Bản năm 1011 - 1047 và thời Minh Trị Thiên Hoàng (1868 - 1912) tại Nhật có súc loát Đại Tạng kinh và Tục Tạng kinh gồm 8.534 quyển."

Nói về bộ Đại Chánh Tân Tu Đại Tạng Kinh của Nhật Bản, Hòa Thượng Thích Tuệ Sỹ cho biết như sau:

"Trở lại vấn đề, chúng ta biết bộ Đại Chánh Tân Tu Đại Tạng Kinh do người Nhật biên tập dưới thời Đại Chánh xuyên suốt đến thời Chiêu Hoàng trải qua mười mấy năm. Họ tập hợp 100 Tiến Sĩ về văn học để tập hợp lại, soạn lại dựa trên bản Cao Ly, bản Tống. Các nhà biên tập này tiến hành dựa trên phương diện văn bản học, sửa những lỗi sai lầm bắt gặp chẳng hạn như với nội dung này thì bản Tống in như thế, chữ như thế nhưng bản Cao Ly in như thế và chữ như thế và người dịch sẽ chọn chữ đúng. Người ta tập hợp lại thành bản như ngày nay chúng ta có đó là bộ Đại Chánh Tân Tu Đại Tạng Kinh. Tuy Đại Chánh (Taisho) là vị vua người Nhật, bộ này của người Nhật nhưng trong đó phân nửa là các bản Kinh của người Hán, dịch Phạn-Hán do các Phạn Tăng từ Ấn Độ qua và một số người Hán như Ngài Huyền Trang phiên dịch. Phần Nhật Bản là phần số giải được để dưới tên Tục Kinh Số Bộ tức là giảng các Kinh tiếp tục theo người Trung Hoa, cộng thêm Tục Luật Số Bộ và Tục Luận Số Bộ. Đây là bộ Đại Tạng chuẩn mực của thế giới mà chính người Trung Hoa không làm nổi.

"Vào khoảng 1950-1960, người Hoa in dưới tên Trung Hoa Đại Tạng Kinh và tách rời phần Trung Hoa và bỏ phần Nhật Bản (do vấn đề tác quyền chưa có). Tuy nhiên, sau này, Nhật Bản yêu cầu giữ nguyên bản quyền với tên Đại Chánh Tân Tu Đại Tạng Kinh và

cả thế giới phải tuân theo. Đây được xem là nguồn tài liệu cơ bản và được xem là kho tàng chính yếu của Đại Thừa Phật Giáo."

Đại Tạng Kinh tiếng Việt

Giáo Sư Trí Siêu Lê Mạnh Thát nhấn mạnh về nhu cầu dịch Đại Tạng Kinh sang tiếng việt:

"Vì rằng cái cần thiết phải dịch ra tiếng Việt, để dân tộc mình có đọc, và biết. Kinh quá nhiều, phải học qua chữ Hán rồi đọc học kinh thì quá lâu. Nên từ xưa tổ tiên mình đã từng dịch mà mình mất."

Hòa Thượng Thích Tuệ Sỹ cũng đã nói đến sự quan trọng của việc dịch Đại Tạng Kinh chữ Hán ra chữ Việt:

"Vấn đề phiên dịch Kinh điển ra tiếng Việt để phổ biến là điều bắt buộc. Chúng ta không thể sửa đổi lịch sử được, bắt buộc phải dùng tiếng Latinh là điều không thể chối cãi. cho dù đây là công cụ nô dịch cố đánh tan truyền thống dân tộc nhưng là lịch sử, và không ai có thể thay đổi lịch sử được. Vì lẽ đó, chúng ta phải dịch ra Tiếng Việt gọi là chữ quốc ngữ. Gọi là quốc ngữ cho dù không có gì là quốc gia trong đó. Đó là chữ La Mã chứ không phải chữ của dân tộc ta, chỉ có chữ Nôm mới chính là chữ của dân tộc ta. Từ thời kỳ Phật Giáo phục hưng, quý ngài đã cố gắng dịch Kinh Phật nhưng trong thực tế thì chỉ dùng trong việc tụng kinh cầu phước. Xét về phương diện chuẩn mực hàn lâm thì chưa đủ để nghiên cứu. Do bởi, quý ngài lúc xưa tự học chữ quốc ngữ nên lối dịch còn văn Hán rất nhiều, một phần không đủ sách để nghiên cứu đặc biệt là về tiếng Phạn."

Trong bài viết "Giới Thiệu Công Trình Phiên Dịch Đại Tạng Kinh Việt Nam," Hòa Thượng Thích Tuệ Sỹ và Giáo Sư Trí Siêu Lê Mạnh Thát cho biết tổng quát về sự nghiệp phiên dịch Kinh điển ở Việt Nam như sau:

"Sự nghiệp phiên dịch Kinh điển ở nước ta được bắt đầu rất sớm, có thể trước cả thời Khang Tăng Hội, mà dấu vết có thể tìm thấy trong Lục Độ Tập Kinh. Ngôn ngữ phiên dịch của Khang Tăng Hội là Hán văn. Hiện chưa có phát hiện nào về các bản dịch Kinh Phật bằng tiếng quốc âm. Suốt trong thời kỳ Bắc thuộc, do nhu cầu tinh thông Hán văn như là sách lược cấp thời để đối phó sự đồng hóa của phương Bắc, Hán văn trở thành ngôn ngữ thống trị. Vì vậy công trình phiên dịch Kinh điển thành quốc âm không thể thực hiện. Bởi vì, công trình phiên dịch Tam tạng tại Trung Hoa thành tựu đồ sộ được thấy ngày nay chủ yếu do sự bảo trợ của triều đình. Quốc âm chỉ được dùng như là phương tiện hoằng pháp trong nhân gian.

"Cho đến thời Pháp thuộc, trước tình trạng vong quốc và sự đe dọa bởi văn hóa xâm lược, văn hóa dân tộc có nguy cơ mất gốc, cho nên sơn môn phát động phong trào chấn hưng Phật giáo, phổ biến kinh điển bằng tiếng quốc văn qua ký tự La-tinh. Từ đó, lần lượt các Kinh điển quan trọng từ Hán tạng được phiên dịch theo nhu cầu học và tu của Tăng già và Phật tử tại gia. Phần lớn các Kinh điển này đều thuộc Đại Thừa, chỉ một số rất ít được trích dịch từ các A-hàm. Dù Đại thừa hay A-hàm, các Kinh Luận được phiên dịch đều không theo một hệ thống nào cả. Do đó sự nghiên cứu Phật học Việt nam vẫn chưa có cơ sở chắc chắn."

Dù trải qua nhiều thời kỳ có nhiều vị Tăng, Ni và cư sĩ đã dịch Kinh, Luật và Luận từ chữ Hán sang chữ Việt, nhưng như Hòa Thượng Thích Tuệ Sỹ đã nói ở trên là đa phần những bản dịch đó chưa đủ chuẩn mực hàn lâm để nghiên cứu. Nên việc dịch Đại Tạng Kinh Việt Nam kỳ này là nhắm vào mục tiêu này để VN có được một bộ Đại Tạng Kinh có tầm vóc uy tín quốc tế.

Trong suốt chiều dài lịch sử Việt Nam trải qua nhiều triều đại, không phải chỉ chư Tăng, Ni mới thấy được tầm mức quan trọng của Đại Tạng Kinh, mà ngay cả các vị vua cũng nhìn thấy được điều này. Như Giáo Sư Trí Siêu Lê Mạnh Thát đã kể chuyện các vua nhà Tiền Lê và nhà Trần xem Đại Tạng Kinh như bảo vật:

"Bản thời nhà Trần viết bằng máu, Tam Tạng thời Vua Lê Đại Hành, Lê Long Đỉnh xin được Đại Tạng khắc bản của Triệu Khuôn Dẫn mà năm 972 VN đã gửi sứ qua xin đem về. Ngài Vạn Hạnh, Khuông Việt, Pháp Thuận đã đề xuất Vua Lê Đại Hành trong mối quan hệ ngoại giao thì xin TQ cấp cho Đại Tạng Kinh. Thư xin thì bây giờ không còn. Nhưng thư sau khi đánh thắng quân Nguyên 3 lần, bao nhiêu thơ văn do cụ Trần Nhân Tông ghi lại trong 23 lá thư, do chiến tranh đốt phá, đào mồ, giết người của các tướng giặc Nguyên. Sau khi kết thúc chiến tranh, lặp lại hoà bình thì một trong những chuyện đầu tiên phải làm đó là cụ Trần Nhân Tông gởi thư qua xin lại bộ Đại Tạng Kinh.

"Về rồi sau này cho khắc bản, mình cho nhập tạng. Tác phẩm Thượng Sĩ Ngữ Lục được nhập tạng của Đại Tạng Kinh Việt Nam. Thời đó các vua, quan, công thần, hoàng tộc đã chích máu để viết kinh. Nhưng bây giờ mình không còn văn bản hay hiện vật do giặc Minh chiếm đóng đã đem phá hết, giờ mình không còn nữa."

Còn một điều trọng đại khác nữa cho thấy việc có một Đại Tạng Kinh tiếng Việt là điều thật sự cần thiết để duy trì một Đạo Phật đúng nghĩa với chánh tín và chánh trí. Điều này đã được Hòa Thượng Thích Tuệ Sỹ nhắc tới:

"Cái gì sai và mơ hồ thì lật Tam Tạng Thánh Điển ra để mà hiểu và làm lại cho đúng. Nên cần thiết đóng góp vào[việc dịch Đại Tạng Kinh] kể cả các cư sĩ cũng vậy. Cư sĩ muốn đóng góp cho quốc gia, xã hội, đất nước bằng sự hiểu biết của một người Phật tử thì cũng phải dựa trên Tam Tạng Thánh Điển. Trong giáo pháp, Đức Phật đã dạy cư sĩ tại gia phải sống đời như thế nào để phục vụ và hưởng thụ ngũ dục của người tại gia mà vẫn phục

vụ được xã hội như một người tại gia mà vẫn đi vững vàng trên thánh đạo, thì đó là những lời Phật dạy rất rõ ràng."

Hòa Thượng Thích Tuệ Sỹ cũng cho biết cột mốc lịch sử quan trọng trong việc dịch Đại Tạng Kinh Việt Nam là việc Viện Tăng Thống GHPGVNTN đã quyết định thành lập Hội Đồng Phiên Dịch Tam Tạng vào năm 1973:

"Cột mốc lịch sử là 1973, chư tôn trong Hội Đồng Giáo Phẩm Trung Ương Viện Tăng Thống GHPGVNTN do Thượng Toạ Trí Quang làm Chánh Thư Ký Viện Tăng Thống, kế đến là Thượng Toạ Đức Nhuận, và Xử lý Viện Tăng thống là Hòa Thượng Đôn Hậu tức Ngài Linh Mụ, quyết định thành lạp Hội Đồng Phiên Dịch Tam Tạng. Biên bản này đã đề cập trong tập Tài liệu Đại Hội hôm nay, cho thấy rõ tầm quan trọng trong vấn đề phiên dịch. Các quy định về nguyên tắc phiên dịch, nguyên tắc tổ chức lớn nhỏ ra sao cũng được nói rõ. Sư cụ Thiện Hoà cũng đã phát nguyện xây dựng một cơ sở riêng biệt cho Hội Đồng Phiên Dịch. Nơi đây, các vị dịch sư có thể sinh hoạt, cư trú và cúng dường đầy đủ tứ sự để chuyên tâm vào việc phiên dịch kinh điển. Song, chỉ là năm 1973, các năm sau đó thì công trình không thực hiện được.

"Đầu tiên là 10 vị Trưởng Lão trong Hội Đồng Trung Ương, sau đó bổ sung thêm 08 vị trong Hội Đồng Phiên Dịch, tổng cộng 18 vị. Hiện nay, chư vị đã viên tịch hết chỉ còn lại 1 vị mà thôi." (Thực tế còn lại 2 vị là Hòa Thượng Thích Thanh Từ và Hòa Thượng Thích Tuệ Sỹ. Nhưng Hòa Thượng Thích Thanh Từ đang trong tình trạng bất hoạt nên chỉ còn Hòa Thượng Thích Tuệ Sỹ kế thừa sự nghiệp phiên dịch Tam Tạng.)

Ngày nay, Hòa Thượng Thích Tuệ Sỹ thừa kế tâm nguyện của chư vị Trưởng Lão trong Hội Đồng Phiên Dịch Tam Tạng năm 1973 để thành lập Ban Phiên Dịch Tam Tạng Lâm Thời, gồm HT Thích Tuệ Sỹ là Chủ Tịch, HT Thích Như Điển là Chánh Thư Ký,

HT Thích Nguyên Siêu và HT Thích Thái Hòa làm Phó Thư Ký. Ban này sẽ hoạt động cho đến khi đủ cơ duyên để thành lập lại Hội Đồng Phiên Dịch Tam Tạng chính thức như năm 1973.

Dịch Đại Tạng Kinh tiếng Việt để phục hưng văn hóa dân tộc

Có người sẽ hỏi việc dịch Đại Tạng Kinh có liên quan gì đến việc phục hưng văn hóa dân tộc? Để có thể trả lời câu hỏi này, trước hết nên biết qua ảnh hưởng của việc dịch Kinh Điển Phật Giáo lớn cỡ nào hay sâu rộng cỡ nào đối với nền văn hóa và nền văn học của một quốc gia.

Trong bài viết "Quá Trình Hình Thành Đại Tạng Kinh Hán Văn," Hòa Thượng Thích Thiện Siêu đã nêu ra các ảnh hưởng của việc dịch Đại Tạng Kinh Trung Hoa ngày xưa. Hòa Thượng Thích Thiện Siêu đã trích thuật nhận xét của ông Lương Khải Siêu viết trong cuốn "Phật Học Nghiên Cứu Thập Bát Thiên" được xuất bản tháng 4 năm 1930 nói đến ảnh hưởng trên từ ngữ, ngữ pháp, văn thể và sự phát triển văn học của Trung Hoa.

"Việc dịch Kinh Phật đã kích thích cuộc cách mạng trong văn học Trung Hoa. Tập thơ dài đầu tiên trong các bài thơ cổ của Trung Hoa, tập "Khổng Tước Đông Nam Phi" và những áng văn học thuật của Trung Hoa cận đại như tiểu thuyết, ca khúc đều chịu ảnh hưởng mật thiết từ lối văn dịch Kinh Phật, nhất là từ bộ "Phật Bổn Hạnh Tán" của Bồ-tát Mã Minh. Bộ này là một bản trường ca trên 30.000 tiếng, như là một bộ tiểu thuyết, đã lấy nguyên liệu từ bốn bộ A-hàm. Chính văn kinh Phật đã giúp cho giới văn nghệ Trung Hoa giàu khả năng tưởng tượng, cách tân bút pháp, như loại văn bạch thoại, các bộ tiểu thuyết Tây Du Ký, Sưu Thần Ký, Thủy Hử, Hồng Lâu Mộng là những tác phẩm đã chịu ảnh hưởng không ít từ các bộ Đại Thừa Trang Nghiêm Kinh Luận, Kinh Hoa Nghiêm, Kinh Đại Bát Niết-bàn, cho đến các bản tập dịch, truyền

kỳ, đan từ các trường thiên ca khúc từ đời Tống, Nguyên, Minh về sau, cũng đã gián tiếp chịu ảnh hưởng các bộ Phật Bổn Hạnh Tán, v.v..."

Hòa Thượng Thích Thiện Siêu cũng trích thuật nhận định của học giả Trung Hoa Hồ Thích cũng đồng tình với nhận định trên của Lương Khải Siêu:

"Hồ Thích, một học giả lớn hiện đại của Trung Hoa cũng có nhận định tương tự khi ông viết trong "Hồ Thích Văn Tồn" (và được dẫn bởi sách Phật Giáo Chính Tín của Thánh Nghiêm) như sau: "Trong các kinh do Cưu-ma-la-thập dịch có các bộ Kinh Kim Cang, Pháp Hoa và Duy-ma-cật được lưu hành rất rộng rãi và lâu dài, đã có ảnh hưởng không nhỏ trong giới văn học và mỹ thuật của Trung Hoa. Bộ kinh Pháp Hoa tuy không phải là tiểu thuyết, nhưng là cuốn sách có nhiều ý vị văn học, trong đó có một số truyện ngụ ngôn đẹp nhất trong văn học thế giới."

Tại Hoa Kỳ, vào giữa thế kỷ thứ 19, Phong Trào Siêu Việt Mỹ (American Transcendentalism) là phong trào triết học, xã hội và văn học khởi đầu vào giữa thập niên 1830s tại New England ở Hoa Kỳ. Năm 1837, nhà văn người Mỹ Henry David Thoreau (1817-1862) đã dịch từ tiếng Pháp sang tiếng Anh Phẩm Dược Thảo Dụ của Kinh Diệu Pháp Liên Hoa, là bản Kinh Phật đầu tiên được dịch và phổ biến tại Mỹ. Trong đó Thoreau lấy cảm hứng từ thí dụ lời Phật dạy như nước mưa tưới xuống cây cỏ tùy theo lớn nhỏ mà thọ dụng khác nhau cho quan điểm về môi trường thiên nhiên của ông.

Điều đó cho thấy rằng nếu có một bộ Đại Tạng Kinh tiếng Việt đầy đủ và chuẩn mực hàn lâm thì sẽ có ảnh hưởng rất lớn đối với mọi thành phần xã hội từ giới trí thức đến giới học thuật, tư tưởng, văn học và văn hóa của Việt Nam. Hòa Thượng Thích Tuệ Sỹ đã nói rằng:

"Về hiện trạng văn tự Việt Nam hiện tại đối với công tác phiên dịch rất cần thiết. Đối với người Nhật họ phải dịch ra để phổ biến, giới tri thức không rành chữ Hán cũng có điều kiện, có tài liệu để nghiên cứu. Ngay đối với những người học kinh tế hiểu sơ về chữ Hán nhưng khi cần tài liệu nghiên cứu về Kinh tế trong Phật giáo họ có thể đọc tài liệu tiếng Nhật và nếu cần đi sâu sẽ đi thẳng vào chữ Hán."

Hòa Thượng Thích Tuệ Sỹ trong Đại Hội Hội Đồng Hoằng Pháp cũng đã đề cập đến lý do vì sao Nhật Bản đã thực hiện bộ Đại Chánh Tân Tu Đại Tạng Kinh với sự góp mặt của 100 vị Tiến Sĩ. Theo Hòa Thượng Thích Tuệ Sỹ, Phật Giáo có một quá trình truyền bá lâu đời tại Nhật Bản, là cơ sở của chủ nghĩa dân tộc và đoàn kết quốc dân. Vì vậy, thực hiện bộ Đại Chánh Tân Tu Đại Tạng Kinh là tạo dựng vững chắc cho cơ sở chủ nghĩa dân tộc và đoàn kết quốc gia để họ vực dậy nội lực dân tộc. Sau đó triều đình phong kiến Nhật Bản tiến hành thực hiện giấc mộng Đại Đông Á để làm bá chủ Đông Nam Á. Nhưng khi tham vọng bá chủ xâm lược lên đến cao trào và bùng nổ ra trong Thế Chiến Thứ Hai, Nhật Bản đã bị khối đồng minh đánh bại.

Hòa Thượng Thích Tuệ Sỹ nhấn mạnh rằng việc dịch Đại Tạng Kinh Việt Nam là để phục hưng những giá trị văn hóa dân tộc, để đóng góp vào việc phát triển đất nước. Thực tế lịch sử cho thấy rằng khi Phật Giáo hưng thịnh thì cũng là lúc đất nước cường thịnh, như Giáo Sư Trí Siêu Lê Mạnh Thát đã nói: *"Phật Giáo gắn bó với dân tộc mình ngay từ đầu. Truyền thuyết về nguồn gốc người Việt Nam cũng có trong kinh Phật Giáo."* Kinh Phật Giáo mà Giáo Sư Trí Siêu nói đó chính là Lục Độ Tập Kinh của Khương Tăng Hội dịch vào thế kỷ thứ 3 tây lịch.

Để kết luận bài viết này, xin mượn lời của Giáo Sư Trí Siêu Lê Mạnh Thát đã viết trong tác phẩm "Tổng Tập Văn Học Phật Giáo

Việt Nam Tập 1, Phần II về Khương Tăng Hội, Mục II Nghiên Cứu Về Lục Độ Tập Kinh, như sau:

"Lục Độ Tập Kinh còn là văn bản thiết định những chủ đề tư tưởng lớn của Phật Giáo Việt Nam, làm tiền đề cho những phát triển tư duy Phật Giáo Việt Nam, mà thành quả đầu tiên phát hiện cho đến nay là sáu lá thư trao đổi giữa Lý Miểu, Đạo Cao và Pháp Minh vào khoảng những năm 450."

Đó chính là lý do tại sao, việc thực hiện bộ Đại Tạng Kinh Việt Nam có vai trò quan trọng và cấp bách trước sự lung lay của nền Phật Giáo truyền thống và sự phá sản của nền văn hóa khai phóng, độc lập, tự chủ và nhân bản của dân tộc Việt Nam.

*

PHÁP HỘI LINH SƠN, TỎA HƯƠNG HOẰNG PHÁP

THÍCH NỮ HUỆ TRÂN

Tuần lễ cuối, tháng 11 năm Tân Sửu, một Đại hội đã khai diễn qua hình thức mới mẻ với kỹ thuật tin học tân tiến hiện đại để quy tụ được thành phần khắp thế giới cùng tham dự. Đó là Đại hội Hội Đồng Hoằng Pháp thuộc Giáo Hội Phật Giáo Việt Nam Thống Nhất, lần thứ nhất đã trực tuyến diễn ra qua hệ thống Zoom Meeting.

Đại hội được sự đồng chủ tọa của nhị vị là Hòa Thượng Thích Tuệ Sỹ, vị Tỳ Kheo khâm thừa di chúc của Đức Đệ Ngũ Tăng Thống, để hiến dâng tâm-lực, trí-lực nhận trọng trách bảo tồn, hoằng dương Chánh Pháp; và Giáo sư Trí Siêu Lê Mạnh Thát vị Thiền sư uyên thâm Kinh, Luật, Luận qua những cổ ngữ Phạn, Hán, Pali.

Trước ngày Đại hội khai diễn, nhiều bức tâm thư được lần lượt phổ biến, nêu những điểm chính sẽ được thảo luận trong Đại hội, cũng như giới thiệu thành phần các ban đã được thành lập gồm Chư Tôn Đức đại diện các châu lục, cùng quý cư sĩ Phật tử có khả năng góp trí lực và tâm lực, cùng điều hành pháp-sự.

Những ai đủ duyên đọc những bức tâm thư cùng những lời thông báo về Đại Hội có tầm vóc quốc tế này, đều hân hoan chờ đón. Kẻ già nua, chậm chạp như tôi đã cẩn thận nhờ người quen sắp xếp cho những gì căn bản, phải sẵn sàng để không lỡ mất cơ hội đặc biệt hiếm quý này. Như cài đặt hệ thống Zoom mà máy tôi chưa từng có, dặn dò kỹ lưỡng tới giờ khai mạc phải làm gì, khi vào Zoom, muốn có hình mình thì làm sao, hoặc chỉ muốn ghi tên thôi thì phải thế nào... Bao sự việc đơn giản với người biết và không đơn giản chút nào với người chưa biết!

Sau khi bạn ra về, một mình ngồi trước màn hình, tôi thầm xin Chư Phật gia hộ, rồi hồi hộp chờ giờ phòng hội mở cửa cho những ai đã nhận password được ghi danh vào dự.

Sự kiện đặc biệt từ trước chưa có, về cả hình thức lẫn nội dung này đã được thức giả khắp nơi tường thuật với nhiều hình ảnh cùng chi tiết và phổ biến trên báo chí cũng như trên mạng lưới thông tin toàn cầu.

Ở đây, trên trang giấy thô thiển này, tôi chỉ xin được chia sẻ những cảm xúc chủ quan, xuất phát tự trái tim dường như có thể oà vỡ khỏi lồng ngực vì bao xúc động vô bờ tiếp nối không ngừng suốt thời gian Đại hội.

Khi lò dò vào được phòng hội, hình ảnh đầu tiên mà nhiều năm qua tôi chưa được gặp lại là Thượng tọa Thích Nguyên Tạng. Thời trước, khi hàng năm phái đoàn Hoằng Pháp Âu Châu có chuyến hoằng pháp tại Mỹ Quốc, thì quý Ngài đều dành thời gian, dừng bước tại chùa Phật Tổ, thành phố Long Beach, miền Nam California, ban pháp cho Phật tử nơi đây thọ nhận. Nhưng đã nhiều năm qua, có lẽ cần chia ân sủng tới Phật tử ở những châu lục khác nữa nên hạnh phúc xưa chỉ còn là kỷ niệm! Nay bất ngờ được thấy lại Thượng tọa trong vị trí là người điều hợp chương trình Đại Hội, tôi chắp tay búp sen, đảnh lễ Ngài.

Màn hình linh động khi ban ghi danh cập nhật chư vị đang vào phòng hội, hoặc với hình ảnh, hoặc chỉ có danh hiệu. Mỗi vị ở riêng trong mỗi diện tích đồng đều như nhau khi xuất hiện trên màn hình chung, trước hay sau là do thời điểm khi ghi danh vào dự.

Do vậy mà đại chúng thấy sự hài hòa tự nhiên, khi nhận diện Chư Tôn Đức Trưởng lão, Chư Tăng Ni các châu lục, kế bên Phật tử cận sự nam, cận sự nữ, rồi trẻ, già, người Âu, kẻ Á... Tất cả hòa đồng trong không gian đông đảo mà cực kỳ trang nghiêm, tôn kính.

Tuy không được nhìn thấy các Ban làm việc nhưng sự trật tự và nhịp nhàng uyển chuyển thể hiện suốt thời gian Đại hội đã chứng tỏ tâm lực và trí lực của chư vị trong mọi Ban, hết lòng cống hiến.

Trước màn hình tiếp tục cập nhật người vào tham dự mỗi lúc mỗi đông, đủ mọi thành phần, bất chợt một sát na tâm tôi bỗng bật lên hình ảnh Pháp Hội Linh Sơn, ở Phẩm Tựa, Kinh Diệu Pháp Liên Hoa. Vừa liên tưởng như vậy, tôi chắp tay đảnh lễ và cảm nhận ngay những hạt lệ ân sủng rơi đều trên búp tay sen!

Ôi! Hai mươi sáu thế kỷ trước *"Một thuở nọ Đức Phật ở núi Kỳ Xà Quật, nơi thành Vương Xá, cùng chúng Tỳ Kheo một muôn hai ngàn gồm cả La Hán và bậc Tam Hiền còn đang tu học..."*

Hai mươi sáu thế kỷ sau, lần đầu tiên, nhờ kỹ thuật tân tiến hiện đại, một Đại Hội đang quy tụ được muôn người-con-Phật khắp các châu lục, cùng về tham dự, dù giờ giấc, khí hậu, hoàn cảnh có khác biệt thế nào!

Hai hình ảnh, một từ ký ức trong tâm, một ngay hiện tiền trước mặt nhưng tinh thần thì cùng hướng về Đạo Tối Thượng, đã khiến nước mắt tôi không thể ngừng rơi. Búp tay sen đã đẫm lệ, và vạt áo tràng nâu đang hân hoan nhận tiếp những hạt lệ vui mừng...

Khi Thượng tọa điều hợp chương trình Đại hội đọc 14 tiết mục, đều rất quan trọng và liên đới với nhau thì tôi như nghe thấy trái tim mình đập mạnh hơn. Trọng trách điều hợp một chương trình như vậy không thể đơn giản như vị trí MC trong bất cứ một chương trình dưới lãnh vực nào ngoài đời thường, để có thể du di, tùy tiện. Nhưng Thượng tọa đã trấn an cho chúng tôi bằng những nụ cười từ ái, nhẹ nhàng luôn thể hiện khi nhận tin tức từ các ban-viên, để cập nhật thông báo, hay khi ngước nhìn đồng hồ để ước lượng cho các tiết mục không thiếu hoặc dư thời gian! Tôi cảm nhận rằng pháp-thân tự tại của Thượng tọa đã truyền cảm được sự bình an tới người tham dự.

Khi hình ảnh nhị vị Chủ tọa Đại hội hiện trên màn hình, dù thực tế không được diện kiến nhưng tôi tin rằng mọi người tham dự đều chắp tay đảnh lễ.

Như từ nhiều thập niên qua, Ôn Tuệ Sỹ vẫn mình-hạc-sương-mai, nhưng khi cất tiếng thì điềm đạm mà mạnh mẽ, chậm rãi mà rõ ràng. Hòa Thượng vào ngay chủ yếu của vấn đề, là sự cần thiết phiên dịch bộ Đại Tạng Kinh bằng Việt ngữ, với đầy đủ chuẩn mực hàn lâm mà năm xưa, 10 vị Trưởng lão trong Hội Đồng Trung Ương thuộc GHPGVNTN, sau bổ sung thêm 8 vị, đồng tâm thực hiện pháp sự quan trọng này. Đó là thời điểm tháng 10 năm 1973. Nhưng chỉ một năm sau những diễn biến lịch sử là những trở ngại khiến dự án không thể tiến hành! Rồi biến cố Tháng Tư năm 1975 đã thay đổi quê hương trong mọi lãnh vực!

Gần nửa thế kỷ đã trôi qua! Ngậm ngùi thay, 18 Chư Tôn Đức trong Hội Đồng Phiên Dịch năm xưa nay chỉ còn Trưởng lão Hòa Thượng Thích Thanh Từ (trong tình trạng vô ngôn) và Hòa Thượng Thích Tuệ Sỹ.

Gần nửa thế kỷ đã trôi qua! Nay, trước màn hình của ngày Đại hội Hội Đồng Hoằng Pháp, tháng 11 năm 2021, nhị vị Chủ tọa, Hòa Thượng Thích Tuệ Sỹ và Giáo sư Trí Siêu Lê Mạnh Thát đồng xác định rằng đây không phải là một Hội đồng mới mẻ được thành lập, mà chỉ là sự kế thừa Hội Đồng Phiên Dịch Tam Tạng được thành lập bởi quyết định của Hội Đồng Giáo Phẩm Trung Ương. Viện Tăng Thống GHPGVNTN, từ tháng 10 năm 1973.

Giáo sư Trí Siêu Lê Mạnh Thát đã nhấn mạnh về nhu cầu phiên dịch Đại Tạng Kinh sang tiếng Việt là cấp bách và cần thiết vì Kinh quá nhiều mà phần lớn phổ biến bằng Hán tự nên khi Phật tử Việt Nam muốn đọc, muốn học, hoặc muốn nghiên cứu là gặp trở ngại không ít vì mấy ai có khả năng và hoàn cảnh để đi học chữ Hán rồi sau đó mới học Kinh Điển!

Giáo sư cũng nhắc tới Lục Độ Tập Kinh mà Ngài Khương Tăng Hội dịch vào thế kỷ thứ 3 Tây Lịch, để xác quyết rằng Phật giáo gắn bó với dân tộc Việt ngay từ thuở đầu. Truyền thuyết về người Việt Nam đã xuất hiện trong Kinh Phật giáo qua Lục Độ Tập Kinh mà những chuyên gia nghiên cứu về Phật giáo có thể tìm thấy.

Trong thông bạch mới nhất vừa phổ biến về việc thành lập Hội Đồng Phiên Dịch Tam Tạng Lâm Thời, Hòa Thượng Thích Tuệ Sỹ đã bày tỏ cảm niệm sâu xa tâm từ bi vô lượng của Đức Thế Tôn khi Bậc Giác Ngộ muốn Giáo Pháp được rải đồng đều tới mọi tầng lớp, mọi sắc dân, như mưa xuống thì mọi cỏ cây đều thấm nhuận. Để Mưa Pháp có thể rải đều muôn nơi cho chúng sanh đồng thọ hưởng, Đức Thế Tôn đã khuyến khích, là *"Hãy để cho mọi người được nghe và học Chánh Pháp theo ngôn ngữ địa phương của chính mình".*

Khi mắt vừa chạm tới những dòng Chữ-Vàng này, thì bao hạt lệ vẫn chực sẵn, lại lập tức thay nhau, lã chã tuôn rơi!

Ôi! Lời khuyến khích của Đấng Từ Phụ, là động lực luôn thúc đẩy những người-con-Phật thuộc sắc dân Châu Á, hiện sinh sống trong một quốc độ nhỏ, mang danh là Việt Nam, khi hoàn cảnh tạm thuận duyên là lại cùng nhau, thảo dự án phiên dịch những lời Phật dạy từ Tam Tạng Thánh Giáo qua ngôn ngữ Việt, để những Phật tử quốc tịch Việt Nam có thể theo đó mà dễ dàng hành trì, học hỏi.

Tam Tạng Thánh Giáo gồm: Tạng Kinh (Sutrapitaka), Tạng Luật (Vinayapitaka) và Tạng Luận (Abhidharmapitaka) bao gồm những lời Phật nói, Phật dạy và Phật chỉ dẫn cách suy luận, khảo sát khi quán chiếu những gì được nghe và được dạy.

Ngay sau khi Đức Phật nhập Niết Bàn, thì chư vị đệ tử ưu tú của Phật đã nhận ra ngay sự quan trọng và cấp bách, phải kết tập những gì mà chư vị đã được thọ nhận từ kim-khẩu Đức Thế Tôn, để lấy đó làm kim chỉ nam dẫn đường chúng sanh tới giải thoát giác ngộ.

Đó là lần kết tập đầu tiên, sau khi Đức Phật nhập diệt 7 ngày thì Tôn-giả Ma Ha Ca Diếp đã triệu tập 500 vị Tỳ-kheo về họp Đại hội, cùng trùng tuyên bao lời giáo huấn của Phật. Trong lần kết tập này, Ngài A Nan được đề cử tuyên đọc những bài Pháp Đức Phật giảng dạy trong những địa danh nào, cho những đối tượng nào. Đó là Kinh.

Ngài Ưu Ba Ly thì được đề cử lập lại những giới luật Đức Phật đã đặt ra, để giúp những ai đi trên đường trung-đạo tránh được phạm lỗi. Đó là Luật. Như vậy, ngay lần kết tập đầu tiên, được ghi nhận như dấu mốc của năm Phật Lịch thứ Nhất, là năm 544 trước Tây lịch, thì kết quả đạt được là Tăng-đoàn đã có Kinh và Luật.

Với thời gian, với nhu cầu, với hoàn cảnh khác biệt của mỗi quốc độ, người-con-Phật đã không ngừng quan tâm tới việc phiên dịch Đại Tạng Kinh cho phù hợp với văn-hóa-tính, dân-tộc-tính của xứ sở mình, như lời Phật từng từ bi khuyến khích, miễn là nghĩa Kinh phải giữ cho chuẩn, như trong Tứ Bất Y nhắc nhở:

"Y Pháp, bất y nhân
Y Nghĩa, bất y ngữ
Y Trí, bất y thức
Y Kinh liễu nghĩa, bất y kinh bất liễu nghĩa"

Ngày nay, cơ duyên của Phật tử Việt Nam được nhị vị Trưởng-tử Như Lai trình bày trước Đại hội Hội Đồng Hoằng Pháp, làm nức lòng bao người-con-Phật về một bộ Đại Tạng Kinh được phiên dịch bằng ngôn ngữ Việt, sẽ gắn bó và tiềm ẩn sâu xa văn hóa và dân-tộc-tính của dòng giống con Rồng cháu Tiên.

Cảm nhận tới đây, tôi lại rưng lệ và như nghe thấy âm thanh đang tự hỏi mình. Phải chăng chư vị các Ban, các Ngành nhận trọng trách cùng phiên dịch Đại Tạng Kinh ra Việt ngữ thuần túy cũng đang làm Phật sự kết tập?

Sau khi Phật nhập diệt, Ngài Đại Ca Diếp đã nhanh chóng kêu gọi huynh đệ *kết tập lần đầu, lưu lại lời giáo huấn của Ân-Sư.*

Sau nhiều thập niên bị hoàn cảnh lịch sử gián đoạn, Trưởng-tử Như Lai và hàng tứ chúng khắp các châu lục cũng đang gọi nhau về, cùng góp tâm lực khởi công *lần đầu kết tập phiên dịch Đại Tạng Kinh ra Việt ngữ*, hầu tiếp nối hoài bão chư vị Minh Sư phải bỏ dở dang!

Hai quốc độ, hai thời gian, hai không gian, nhưng cùng mang chung một tinh thần. Đó là tinh thần kết tập.

Nguyện xin Chư Phật mười phương gia hộ.

Nay, Đại Hội Hoằng Pháp
Con cảm nhận trầm hương
Từ Linh Thứu Pháp Hội
Lan tỏa khắp mười phương
Hai mươi sáu thế kỷ
Tựa sát na diệu thường
Cho bao người con Phật
Thọ nhận ơn Thế Tôn
Đại Tạng Kinh phiên dịch
Bằng ngôn ngữ địa phương
Như từ kim-khẩu Phật
Trung đạo, chỉ một đường.

Nam Mô Bổn Sư Thích Ca Mâu Ni Phật.

Thích Nữ Huệ Trân
cẩn bái
(Tào-Khê tịnh thất – Tiết chớm Xuân)

*

Phần II

GIỚI THIỆU
THÀNH TỰU SƠ BỘ
PHIÊN DỊCH
ĐẠI TẠNG KINH VIỆT NAM
TẠNG THANH VĂN

GIÁO HỘI PHẬT GIÁO VIỆT NAM THỐNG NHẤT
Hội Đồng Phiên Dịch Tam Tạng Lâm Thời
Hội Đồng Hoằng Pháp

Viên Giác Pagoda. Karlsruher Str. 6, 30519 Hannover, Germany
Website: https://hoangphap.org; Email: hdhp.ctk@gmail.com;
Tel: +49 511 879 630

Phật Lịch 2565
Đức Quốc,
Hannover ngày 10 tháng 5 năm 2022

THÔNG BẠCH

Lễ Giới Thiệu Thành Tựu Sơ Bộ Công Trình Phiên Dịch

Đại Tạng Kinh Việt Nam

vào ngày 17/7/2022 – 10 giờ sáng, giờ Việt Nam

Nam Mô Bổn Sư Thích Ca Mâu Ni Phật.

Kính bạch chư tôn Thiền Đức Tăng, Ni,

Kính thưa quý Thiện Nam, Tín Nữ Phật tử,

Trong nửa năm qua, sau khi được thành lập, với sự tinh tấn góp sức của chư Tăng, Ni và Cư Sĩ thuộc *Hội Đồng Phiên Dịch Tam Tạng Lâm Thời* cho sự nghiệp thực hiện bộ Đại Tạng Kinh Việt Nam với chuẩn mực hàn lâm quốc tế đã có được những thành tựu sơ bộ đáng khích lệ.

Để giới thiệu đến chư tôn Thiền Đức Tăng, Ni và quý Thiện Nam, Tín Nữ Phật tử bốn phương một số thành tựu trong giai đoạn đầu của công trình phiên dịch Đại Tạng Kinh Việt Nam, Hội

Đồng Phiên Dịch Tam Tạng Lâm Thời cùng với Hội Đồng Hoằng Pháp thuộc Giáo Hội Phật Giáo Việt Nam Thống Nhất sẽ tổ chức buổi lễ giới thiệu các Kinh, Luật và Luận thuộc bộ Thanh Văn Tạng đã được ấn hành.

Buổi **Lễ Giới Thiệu Thành Tựu Sơ Bộ Công Trình Phiên Dịch Đại Tạng Kinh Việt Nam** sẽ được diễn ra như sau:

Phương tiện: Hệ thống trực tuyến toàn cầu ZOOM.

Thời gian: **10 giờ sáng, giờ Việt Nam, Chủ Nhật, ngày 17 tháng 7 năm 2022** (nhằm ngày Vía Đức Bồ Tát Quán Thế Âm, 19 tháng 6 năm Nhâm Dần). Các địa phương khác trên thế giới xin căn cứ vào giờ, ngày này để tính thời gian tương đương.

Ban Tổ Chức sẽ cung cấp thêm thông tin về cách thức đăng nhập để tham dự buổi lễ nói trên trong các thông báo kế tiếp.

Các *Kinh, Luật và Luận thuộc Thanh Văn Tạng* được thực hiện trong giai đoạn đầu đã và đang được Hội Ấn Hành Đại Tạng Kinh Việt Nam ấn hành gồm có:

KINH BỘ:

- *Kinh Trường A-hàm (2 quyển)* + 1 Tổng Lục,

- *Kinh Trung A-hàm (4 quyển)* + 1 Tổng Lục,

- *Kinh Tạp A-hàm (3 quyển)* + 1 Tổng Lục,

- *Kinh Tăng Nhất A-hàm (3 quyển)* + 1 Tổng Lục.

LUẬT BỘ:

- *Luật Tứ Phần (4 quyển)* + 1 Tổng Lục,

- *Luật Tứ Phần Giới Bổn – Yết-ma – Bách Nhất Yết-ma – Căn bản thuyết Nhất thiết hữu bộ Tì-nại-da sự,*

LUẬN BỘ:

- *A-tỳ-đạt-ma Câu-xá Luận (3 quyển),*
- *A-tỳ-đạt-ma Tập Dị Môn Túc Luận,*
- *A-tỳ-đạt-ma Pháp Uẩn Túc Luận,*

TẠP BỘ*:*

- *Lục Độ Tập Kinh,*
- *Kinh Hiền Ngu.*

Thành tâm cung thỉnh chư tôn Thiền Đức Tăng, Ni quang lâm và kính mời quý Thiện Nam, Tín Nữ Phật tử bốn phương hoan hỷ tham dự. Sự hiện diện của chư Tôn Đức và quý liệt vị sẽ là món quà tinh thần quý báu dành cho công trình phiên dịch Đại Tạng Kinh Việt Nam của Hội Đồng Phiên Dịch Tam Tạng Lâm Thời.

Nguyện Cầu Chánh Pháp của Đức Thế Tôn cửu trụ thế gian để làm vơi bớt khổ đau trong ba cõi sáu đường.

Nam Mô Hoan Hỷ Tạng Bồ Tát Ma Ha Tát tác đại chứng minh.

TM. Hội Đồng Phiên Dịch Tam Tạng Lâm Thời

và Hội Đồng Hoằng Pháp

Chánh Thư Ký

Thích Như Điển

*

Chương trình
Lễ giới thiệu thành tựu sơ bộ
CÔNG TRÌNH PHIÊN DỊCH
ĐẠI TẠNG KINH VIỆT NAM

1. Niệm Phật,

   Giới thiệu chư Tôn Đức, quan khách tham dự

   và thông qua chương trình

2. Hòa Thượng Chánh Thư Ký Thích Như Điển

   Tuyên bố khai mạc

3. *Thuyết trình 1:* Hòa Thượng Thích Tuệ Sỹ:

   "Công trình Phiên dịch Đại Tạng Kinh Việt Nam"

4. *Phát biểu 1:* Cư sĩ Trí Việt Đỗ Quốc Bảo:

   Về lớp đào tạo Phạn ngữ

5. *Thuyết trình 2:* Giáo Sư Trí Siêu Lê Mạnh Thát trình bày về

   "Phật Điển Việt Nam" (những Tạng Kinh của PGVN)

6. *Phát biểu 2:* Cư sĩ Tâm Huy Huỳnh Kim Quang:

   Về công tác chuyết văn & xuất bản

7. *Thuyết trình 3:* Hòa Thượng Phó Thư Ký Thích Nguyên Siêu: "Tổng kết thành quả của hai Hội Đồng trong 6 tháng qua"

8. *Cảm tưởng 1:* Cư sĩ Nguyên Hạnh – Nhã Ca Trần Thị Thu Vân.

9. *Thuyết trình 4:* Cư sĩ Chân Văn Đỗ Quý Toàn: "Cảm niệm về Công trình Phiên dịch ĐTKVN".

10. *Cảm tưởng 2:* Huynh trưởng cấp Dũng Quảng Giải Huỳnh Kim Hóa.

11. Một vài phát biểu/câu hỏi khác của quan khách hay tham dự viên.

12. Cảm từ của đại diện thành viên Hội Đồng Chứng Minh, Hòa Thượng Thích Bảo Lạc.

13. Hòa Thượng Phó Thư Ký Thích Thái Hòa tổng kết

   và tuyên bố bế mạc.

14. Chụp hình lưu niệm.

15. Hồi hướng.

*

GHI NHANH DIỄN TIẾN
LỄ RA MẮT THÀNH TỰU SƠ BỘ
CÔNG TRÌNH PHIÊN DỊCH
ĐẠI TẠNG KINH VIỆT NAM

(17.07.2022)

NHUẬN PHÁP

Trung tuần tháng 7 năm 2022 vừa qua, Hội đồng Hoằng Pháp (HĐHP) và Hội đồng Phiên dịch Tam Tạng lâm thời (HĐPDTTLT) GHPGVNTN đã tổ chức **Lễ giới thiệu thành tựu sơ bộ công trình phiên dịch Đại Tạng Kinh Việt Nam** trên hệ thống trực tuyến toàn cầu (Zoom). Đây là Phật sự được quan tâm và chờ đợi đối với Tăng-Ni và Phật tử khắp nơi sau khi Thông cáo báo chí số 4 từ Hội Đồng Hoằng Pháp loan tải về sự kiện này.

Đúng 10 giờ sáng (giờ Việt Nam) ngày 19 tháng 6 năm Nhâm dần, tức 17/7/2022 buổi lễ được trang trọng khai mạc. Thượng tọa **Thích Nguyên Tạng** điều hợp chương trình mời đạo tràng đồng niệm Phật cầu gia bị và thông qua chương trình, giới thiệu chư Tôn đức Tăng-già nhị bộ và quan khách tham dự. Ngoài nhị vị Trưởng lão HT. Thích Huyền Tôn và Trưởng lão HT. Thích Thắng Hoan chứng minh cho buổi lễ, có sự hiện diện của chư Tôn đức Tăng Già khắp nơi: HT Thích Bảo Lạc (Úc), HT. Thích Tuệ Sỹ (Việt Nam), HT. Thích Như Điển (Đức), HT. Thích Nguyên Siêu (Hoa Kỳ), HT. Thích Bổn Đạt (Canada), HT. Thích Thiện Quang(Canada), HT. Thích Thái Hòa, HT. Thích Minh Tâm, Giáo sư Trí Siêu Lê Mạnh Thát (Việt Nam) cũng như nhiều Tôn đức Tăng-Ni khắp nơi. Trên diễn đàn ZOOM người ta cũng còn thấy sự hiện diện tham dự của chư vị Giáo sư, học giả, nhà văn, nhà báo, Huynh trưởng GĐPT, đông đảo nam nữ Phật tử Việt Nam trong và ngoài nước.

Theo thông tin từ ban tổ chức, có hơn 250 Tăng-Ni, Phật tử và quan khách trực tuyến trong buổi lễ này, ngoài ra tại Khoá tu học Âu Châu tại chùa Khánh Anh (Pháp), chư Tăng và các Huynh trưởng GĐPT Việt Nam tại hải ngoại cũng theo dõi buổi lễ qua một màn hình chung.

Hòa thượng **Thích Như Điển**, Chánh Thư ký HĐHP trong diễn văn khai mạc, đã nhắc lại hoài bão của chư vị tôn túc đối với công trình phiên dịch Đại Tạng Kinh qua từng giai kỳ lịch sử. HĐPDTTLT ngày nay được thành lập để kế tục và tiếp nối tâm nguyện phiên dịch Thánh điển trong tương lai, cho đến khi nào bộ Đại Tạng Kinh Việt Nam hoàn toàn thành tựu. Đây là sự nghiệp chung của toàn thể Tăng-Ni, tín đồ Phật tử Việt Nam, không phân biệt tông phái, giáo hội hay hệ phái.

Như đã thông tin trước đây qua các văn bản về chương trình buổi lễ, nội dung gồm có các đề tài thuyết trình của HT. Thích Tuệ Sỹ, GS. Lê Mạnh Thát, HT. Thích Nguyên Siêu và phát biểu của GS. Trí Việt Đỗ Quốc Bảo, Cư sĩ Tâm Huy Huỳnh Kim Quang, Cư sĩ

Nguyên Hạnh Trần Thị Thu Vân (tức nữ văn sĩ Nhã Ca), Huynh trưởng GĐPT Quảng Giải Huỳnh Kim Hóa...

Trong phần thuyết trình của mình - Thuyết trình 1, nhan đề "Lược sử Phiên dịch Tam tạng Thánh điển" - Hòa thượng **Thích Tuệ Sỹ**, Cố vấn chỉ đạo HĐHP, Chủ tịch HĐPDTTLT đã giải thích chi tiết về từ "Thanh Văn Tạng".

Hai chữ Thanh Văn là dịch sát nghĩa chữ Phạn là śrāvaka. Chữ śrāvaka khi nói bình thường thì gọi là đệ tử, khi muốn nhấn mạnh ý nghĩa tôn trọng thì người ta lại dịch là thanh văn; gọi là Thanh Văn Tăng hay là Chúng đệ tử của Đức Thế Tôn (Bhagavato sāvakasaṅgho).

(...) Tất cả giáo lý cao siêu đều nằm trong Thanh Văn tạng, tức là khai triển những lời Phật dạy từ A-hàm mà ra.

Hòa thượng cũng diễn giảng rộng thêm về quá trình phiên dịch Kinh điển Phật giáo khi Phật giáo bắt đầu du nhập vào Trung Quốc, trải qua bao thăng trầm của các triều đại. Có triều đại như Kim, Khắc Đan... đã ủng hộ Phật giáo triệt để, vua chia thuế của nhà vua cho nhà chùa để nhà chùa hoằng pháp; nhưng cũng có triều đại triệt hạ Phật giáo, đốt Kinh sách, giết hại sư sải như thời hậu Chu. Đồng thời Hòa thượng cũng nói sơ lược về quá trình phát minh ra giấy và hình thành các khắc bản để in ấn Kinh sách. Điểm thứ hai được Hòa thượng nhấn mạnh là việc xác định 3 tiêu chuẩn Phiên dịch Đại Tạng Kinh Việt Nam. Để đạt được các tiêu chuẩn này trước tiên phải tập trung vào việc đào tạo. Chương trình đào tạo hiện nay bước đầu là các lớp Phạn ngữ hiện do Hội Đồng Hoằng Pháp bảo trợ tổ chức và tiến sĩ Đỗ Quốc Bảo giảng dạy, tiêu chuẩn cao như các đại học tại Đức. Chính Hòa Thượng cũng sẽ đảm nhận phần dạy giáo lý cho học viên các lớp học này *(xem thêm toàn nội dung bài thuyết trình ở trang 241).*

Thuyết trình 2, Giáo sư. **Trí Siêu Lê Mạnh Thát**, Cố vấn HĐPDTTLT trình bày đề tài "Phật Điển Việt Nam". Giáo sư đã kể sơ lược quá trình đi điền dã của mình để tìm các tư liệu lịch sử cổ xưa rải rác ở các chùa hay ở các thế gia. Sau khi sưu tập khả dĩ đầy đủ Giáo sư đã cho xuất bản nhiều Tuyển tập, Toàn tập như: *Tổng tập Văn học Phật giáo Việt Nam, Thiền Uyển tập anh, Toàn Nhật toàn tập* và *Chân Nguyên toàn tập, Minh Châu Hương Hải toàn tập* và *Pháp Chuyên toàn tập, Chân Đạo Chánh Thống;* hay *Toàn tập Trần Nhân Tông, Trần Thái Tông, Minh Châu Hương Hải, Chân Nguyên, Toàn Nhật, Chân Đạo Chánh Thống* trong suốt thời gian mấy mươi năm qua. Qua việc nghiên cứu và phiên dịch *Lục Độ Tập Kinh* giáo sư kết luận rằng hiện nay ta đã có đủ cơ sở để chứng minh được Khương Tăng Hội là người Việt Nam. Các điều ấy sẽ ghi rõ trong bộ *Lịch sử Phật giáo Việt Nam* gồm (3 tập) sắp xuất bản *(xem thêm toàn nội dung bài thuyết trình ở trang 257).*

Thuyết trình 3, HT. **Thích Nguyên Siêu**, Phó Thư ký HĐHP và cũng là Phó Thư ký đặc trách hải ngoại của HĐPDTTLT đã nhắc lại vài điều duyên khởi để có được hai Hội đồng, trình bày nội dung báo cáo của các ban trong HĐHP. Hòa thượng công bố, đã có 27 ấn bản Kinh-Luật-Luận thuộc Thanh Văn Tạng được Hội ấn hành Đại Tạng Kinh thực hiện, được giới thiệu trong buổi lễ hôm nay. Xuyên suốt quá trình làm việc, hai Hội đồng đã ngang qua các lĩnh vực: Thứ nhất) Nhân sự của các Ban tích cực phụng hành Phật sự nghiêm chỉnh; Thứ hai) Điều hành công việc trôi chảy hữu hiệu; Thứ ba) Tâm thành làm việc của hai Hội đồng tương kính, tương thuận; Thứ tư) Phát tâm cúng dường tịnh tài của chư vị hảo tâm hộ pháp thu hoạch kết quả tốt; Thứ năm) Phát tâm ấn hành Đại Tạng Kinh cho người thỉnh nghiên cứu, thọ trì; và Thứ sáu) Đền ơn lịch Đại Tổ Sư, các bậc kỳ túc *(xem thêm toàn nội dung bài thuyết trình ở trang 265).*

Với các nội dung phát biểu cảm nhận và các báo cáo, đại chúng lắng nghe tiến sĩ **Trí Việt Đỗ Quốc Bảo** tường trình công tác đào tạo lớp Phạn văn trong thời gian qua. Lớp sơ cấp còn lại 28 học viên, chuẩn bị lên trung cấp. Ngoài ra có lớp cao cấp gồm 6 học viên, các học viên này sẽ cùng Giáo sư dịch tác phẩm *Nhập Bồ Đề Hạnh* và có thể ra mắt tác phẩm này vào cuối năm sau. Hiện tại đang chiêu sinh khóa thứ II và bắt đầu học vào tháng 10 năm 2022.

Cư sĩ **Tâm Huy Huỳnh Kim Quang** thành kính tri ân chư Tôn đức đã khuyến tấn tham dự phần hành chứng nghĩa và chuyết văn trong HĐPDTTLT. Được đọc Kinh-Luật-Luận chính là niềm hoan hỷ và hạnh phúc không có gì sánh bằng. Thông qua việc đọc Kinh-Luật-Luận mà bản thân học được vô số điều hữu ích cho kiến thức Phật học và con đường tu tập của mình, từ nội dung những lời dạy vi diệu của đức Phật, của chư vị đại luận sư, đến những chú thích mang tính chuyên môn và tinh tường của một bậc Thầy làu thông Tam Tạng như HT. Thích Tuệ Sỹ.

Với lòng biết ơn của mình, Cư sĩ **Nguyên Hạnh (Nhã Ca)** mở đầu phát biểu bằng cách tán thán công hạnh của chư vị trong HĐHP, HĐPDTTLT, đồng hướng về vị Thầy khả kính đạo hiệu Thích Trí Thủ bằng tất cả tâm thành. Cư sĩ ôn lại những tháng năm khó quên khi được thân cận những bậc Đại Tăng của Phật giáo Việt Nam, giới thiệu mình là một Đoàn viên Gia đình Phật tử sinh hoạt nơi sân chùa Từ Đàm ngày nào. Hôm nay, công trình phiên dịch Đại Tạng Kinh Việt Nam được kế thừa, thành tựu sơ bộ được công bố, đó chính là cách báo đáp thù ân các bậc sư trưởng, trong đó có HT. Thích Trí Thủ.

Tại buổi lễ có khá nhiều các Huynh trưởng Gia đình Phật tử tham dự, đại diện cho tổ chức này, Huynh trưởng Cấp Dũng **Quảng Giải Huỳnh Kim Hóa**, Quyền Trưởng Ban Hướng dẫn Gia đình Phật tử Việt Nam tại hải ngoại bày tỏ cảm xúc trước công trình phiên dịch không thể nghĩ bàn của HĐPDTTLT, công việc này đã đáp ứng nhu cầu Phật Việt, phát huy bản sắc ngôn ngữ và tầm vóc văn hóa dân tộc. Phật sự mang tính tiếp nối lịch sử của chư vị thức giả Phật giáo Việt Nam đương đại, kế thừa và thực nguyện tâm nguyện của chư vị tôn túc GHPGVNTN.

Là một thành viên thuộc Ủy ban Chứng nghĩa Chuyết văn của HĐPDTTLT, sau một thời gian không đủ túc duyên làm việc vì thân bệnh, HT. **Thích Thiện Quang** đã phát biểu cảm xúc của mình khi nhìn thấy thành quả của công trình phiên dịch Đại Tạng Kinh Việt Nam. Cảm niệm công đức của chư Tôn đức và quý pháp hữu đã chung tay vì Phật sự quan trọng này.

GS. **Nguyễn Xuân Thu** cũng có phần phát biểu bày tỏ sự vui mừng trước thành quả của HĐPDTTLT, cầu chúc sự nghiệp phiên dịch sớm viên thành.

Trong đạo từ của mình trước đại chúng, HT. **Thích Bảo Lạc**, Chứng minh HĐHP cho biết ngay thuở ban sơ khi thành lập HĐHP, Hòa thượng đã tán đồng chủ trương của HT. Thích Tuệ Sỹ. Công việc nào khi bắt đầu chắc chắn gặp nhiều thử thách, gặp thử thách mà vượt qua thì mới có giá trị, mới đem lại sự thành tựu cho đại chúng. Trong những ngày xế bóng của mình, Hòa thượng cùng với quý Ngài trong HĐHP sẽ làm viên gạch nối cho thế hệ kế thừa dõng mãnh lên đường phụng sự chánh pháp, vì đó là bổn phận, trách nhiệm của hàng xuất gia và kế đến là tại gia. Sau cùng, Hòa thượng tặng đại chúng một bài thơ thất ngôn bát cú để tán trợ công trình phiên dịch Đại Tạng Kinh.

Cuối buổi lễ, HT. **Thích Thái Hòa**, Phó Thư ký quốc nội HĐPDTTLT đã tổng kết các nội dung thuyết trình, báo cáo, cảm nhận của chư Tôn đức và quý Cư sĩ trong lễ giới thiệu. Hòa thượng cho rằng có được công trình phiên dịch Đại Tạng Kinh như hôm nay là quá trình làm việc chăm chỉ, hòa hợp, thanh tịnh của chư

Tôn đức trong và ngoài nước, cũng như sự yểm trợ của quý vị Cư sĩ Phật tử, luôn thao thức cho nền văn hóa, văn học Phật giáo. Hiện tại mới chỉ là sơ khởi, kế tiếp là phải đào tạo con người để tiếp tục việc phiên dịch. Hi vọng qua lễ tổng kết sơ bộ công trình phiên dịch Đại Tạng Kinh Việt Nam sẽ là cơ sở để phát triển trong thời gian tới, là nền móng để những thế hệ kế thừa tiếp tục sứ mệnh mà chư vị đã đi trước đã và đang làm. Trong tương lai gần, Việt Nam sẽ có một bộ Đại Tạng Kinh mang tầm vóc quốc tế. Tiếp sau đó, Hòa thượng tuyên bố bế mạc lễ giới thiệu công trình phiên dịch Đại Tạng Kinh Việt Nam.

Buổi lễ khép lại sau nghi thức hồi hướng công đức và sẽ mở ra một chặng đường tiếp theo của Phật sự hệ trọng này, như trong phần Duyên khởi của HĐPDTTLT đã khẳng định: *"Sự nghiệp phiên dịch Đại Tạng Kinh là sự nghiệp chung, hệ trọng và trường kỳ, của Tăng tín đồ Phật giáo Việt Nam trong và ngoài nước. Hình thành Đại Tạng Kinh tiếng Việt không những tạo điều kiện thuận lợi cho việc nghiên cứu và thực hành Phật Pháp đúng đắn cho tứ chúng đệ tử, khẳng định vị thế của Phật giáo Việt Nam đối với nhân loại và cộng đồng Phật giáo quốc tế, mà còn là sự phục hưng những giá trị văn hóa dân tộc nhằm góp phần vào việc xây dựng và phát triển đất nước".*

Nhuận Pháp *lược ghi*

✳

ĐẠI TẠNG KINH VIỆT NAM
THANH VĂN TẠNG*

KINH BỘ	Tập 1 - Kinh Bộ I	Trường A-hàm, quyển 1
	Tập 2 - Kinh Bộ II	Trường A-hàm, quyển 2
		Trường A-hàm, Tổng lục
	Tập 3 - Kinh Bộ III	Trung A-hàm, quyển 1
	Tập 4 - Kinh Bộ IV	Trung A-hàm, quyển 2
	Tập 5 - Kinh Bộ V	Trung A-hàm, quyển 3
	Tập 6 - Kinh Bộ VI	Trung A-hàm, quyển 4
		Trung A-hàm, Tổng lục
	Tập 7 - Kinh Bộ VII	Tạp A-hàm, quyển 1
	Tập 8 - Kinh Bộ VIII	Tạp A-hàm, quyển 2
	Tập 9 - Kinh Bộ IX	Tạp A-hàm, quyển 3
		Tạp A-hàm, Tổng lục
	Tập 10 - Kinh Bộ IX	Tăng Nhất A-hàm, quyển 1
	Tập 11 - Kinh Bộ IX	Tăng Nhất A-hàm, quyển 2
	Tập 12 - Kinh Bộ IX	Tăng Nhất A-hàm, quyển 3
		Tăng Nhất A-hàm, Tổng lục
LUẬT BỘ	Tập 13 - Luật Bộ I	Luật Tứ Phần, quyển 1
	Tập 14 - Luật Bộ II	Luật Tứ Phần, quyển 2
	Tập 15 - Luật Bộ III	Luật Tứ Phần, quyển 3
	Tập 16 - Luật Bộ IV	Luật Tứ Phần, quyển 4
		Luật Tứ Phần, Tổng lục
	Tập 17 - Luật Bộ IV	Luật Tứ Phần Tăng Giới Bổn - Yết-ma - Bách Nhất Yết-ma - Căn Bản Thuyết Nhất Thiết Hữu Bộ Tì-nại-da-sự
LUẬN BỘ	Tập 18 - Luận Bộ I	A-tỳ-đạt-ma Câu-xá Luận, quyển 1
	Tập 19 - Luận Bộ II	A-tỳ-đạt-ma Câu-xá Luận, quyển 2
	Tập 20 - Luận Bộ III	A-tỳ-đạt-ma Câu-xá Luận, quyển 3
	Tập 21 - Luận Bộ IV	A-tỳ-đạt-ma Tập Dị Môn Túc Luận
	Tập 22 - Luận Bộ V	A-tỳ-đạt-ma Pháp Uẩn Túc Luận
TẠP BỘ	Tập 23 - Tạp Bộ I	Kinh Hiền Ngu
	Tập 24 - Tạp Bộ II	Lục Độ Tập Kinh

* Đã phiên dịch

THUYẾT TRÌNH I

LƯỢC SỬ PHIÊN DỊCH TAM TẠNG THÁNH ĐIỂN

Hòa Thượng THÍCH TUỆ SỸ
(Cư sĩ Nguyên Đạo Văn Công Tuấn nghe và chép lại)

Nam Mô Bổn Sư Thích Ca Mâu Ni Phật.

Kính lễ chư vị Trưởng Lão Hòa Thượng (TLHT) Chứng Minh - TLHT Thích Huyền Tôn, TLHT Thích Thắng Hoan, TLHT Thích Bảo Lạc.

Hôm nay chúng ta có thêm một nhân duyên là có sự chứng minh của HT Thích Bảo lạc. Trong kỳ Đại hội vừa rồi Hòa Thượng vắng mặt vì lý do Phật sự. Nay được hội đủ chư Hòa Thượng Tôn Đức chứng minh thì cũng là một nguyện cầu uy đức của Tăng già hòa hợp, hỗ trợ cho Công trình Phiên dịch; không riêng gì của một cá nhân nào mà là của toàn thể Phật giáo Việt Nam, từ Tăng Già cho đến Cư sĩ, không phân biệt Tông môn, Pháp phái; không phân biệt Giáo hội, không phân biệt bất cứ quan điểm nào. Tất cả đều là đệ tử Phật, cùng hòa hiệp.

Hôm nay trong buổi Lễ Ra Mắt Sơ bộ này, chúng tôi xin nói sơ lược qua về "Công Trình Phiên Dịch Đại Tạng Kinh". Những chi tiết công trình được ghi trong bài viết "Giới thiệu Công Trình Phiên Dịch Đại Tạng Kinh Việt Nam" và bài khảo luận "Luận về Ngữ pháp Phạn-Hán", có nêu những vấn đề về ngôn ngữ, ngữ pháp... *

Hôm nay do thời gian eo hẹp nên xin nói tóm tắt về hai vấn đề cần nói: (1) danh hiệu Thanh Văn Tạng; (2) tiêu chuẩn Phiên dịch Đại Tạng Kinh Việt Nam.

Danh hiệu "Thanh Văn Tạng" này có thể ít khi nghe hoặc có người chưa từng được nghe đến, kể cả một số các thầy các cô. Việt Nam ta thường nói Tam Tạng của Đại Thừa và Tiểu thừa. Chữ "Thanh Văn" có khá nhiều trong kinh điển, nhưng không được dịch ra.

Hai chữ "Thanh Văn", dịch sát nghĩa chữ Phạn là śrāvaka. Thanh Văn, nếu tạm gát chữ "thanh" qua một bên trước thì có nghĩa là "người nghe". Truyền thống ở Ấn Độ khi họ học về Kinh điển Vệ-đà được cho là "Thánh ngôn", không có người nói, vô thủy vô chung – không biết từ vô thủy thời nào đã có những Thánh ngôn đó ẩn tàng trong vũ trụ. Các nhà *Ṛṣi (Rishi)* – gọi là những tiên nhân – nghe được rồi phát biểu ra. Quan niệm này không giống như Thánh Kinh của Thiên chúa giáo, vì đó là chính Thiên chúa nói ra cho tất cả các Tiên tri (Prophet). Do vậy đối với người Ấn Độ thì những "Thánh ngôn" ấy không thể chép thành lời. Văn minh cổ Ấn Độ không phải không sáng tạo được chữ viết

---

* *Có đăng trong sách này, các trang 19 và trang 133*
Ghi chú của Ban Biên Tập).

nhưng họ không cho phép chép ra, chỉ truyền khẩu. Do vậy thầy trò chỉ truyền nhau qua cách truyền khẩu, thành ra chữ "thanh văn" có thể coi như là "đệ tử". Nếu đọc Kinh thì sẽ gặp thường chữ này. Khi nói về phẩm đức của Tăng thì gọi là *Sanghaguṇa (Pāli: supatipanno Bhagavato sāvakasaṅgho)*. Tất cả các cộng đồng tôn giáo dưới thời đức Phật đều được gọi là Tăng-già. Ví dụ sáu phái ngoại đạo, tức nhóm thường tranh chấp với đức Phật, cũng gọi cộng đồng đệ tử của họ là śrāvaka. Khi Phật Giáo qua Trung quốc thì chữ śrāvaka được dịch là đệ tử. Lý do là vì, chữ śrāvaka nghĩa đúng là những người nghe, tức những người ngồi quanh dưới chân thầy để nghe thầy giảng dạy. Ta cần phân biệt, chữ śrāvaka ấy khi nói bình thường thì gọi là đệ tử, khi muốn nhấn mạnh ý nghĩa tôn trọng thì người ta lại dịch là thanh văn: Gọi là Thanh Văn Tăng hay là Chúng đệ tử của Đức Thế Tôn chỉ cho đệ tử Phật mà thôi *(Bhagavato sāvakasaṅgho)*. Những vị này thật ra bao gồm hết tất cả, không phân biệt Đại thừa hay Tiểu thừa. Những vị ghi chép lại những lời dạy của Phật, đúc kết lại thành Tam Tạng Thánh Giáo. Chúng ta biết là trong Phật Giáo người ta thường nói có 3 kho tàng. Thật ra chữ *Tripitaka* chỉ 3 cái giỏ, giỏ đựng sách. Mỗi giỏ chứa một cái "tạng thơ" đặc biệt. Thanh Văn Tạng có nghĩa là kho tàng Thánh Điển mà chính các đệ tử của Đức Phật đã trực tiếp ghi chép lại từ những lời giảng của Thế Tôn. Về sau, các vị Thánh Tăng tiếp theo xuất hiện và đã diễn dịch, giảng giải những lời dạy của Đức Phật. Ngoài vấn đề ngôn ngữ và thời đại xa xôi, còn có những ý nghĩa sâu sắc của Thánh giáo không thể hiểu hết được nên bắt buộc phải được giảng giải. Các Ngài đã tập họp tất cả Kinh, Luật, Luận gọi là Tam Tạng Thánh Giáo.

Vậy, tại sao gọi là Thanh Văn Tạng?

Lịch sử phiên dịch Trung Quốc khởi đầu rất sớm, có thể nói từ thời ngài Khương Tăng Hội (gốc người Việt Nam) là một trong những vị đầu tiên bắt đầu dịch Kinh điển. Thời đó người Việt Nam đương nhiên là chỉ dùng chữ Hán. Những tác phẩm của ngài Khương Tăng Hội hiện nay vẫn còn và thầy Lê Mạnh Thát đã dịch và nghiên cứu rất nhiều về đề tài này. Lịch sử Trung quốc đã đánh giá ngài Khương Tăng Hội rất cao, ngài là một trong những người đầu tiên được Giáo hội Phật Giáo Trung quốc đưa vào miền nam Trung quốc, dưới thời Ngô Tôn Quyền, khoảng thế kỷ thứ ba sau thời Tam Quốc phân tranh. Từ đó Phật kinh được phiên dịch và truyền bá dần.

Đặc biệt là khoảng từ thời nhà Hán bắt đầu mới có giấy. Trung quốc phát minh chữ viết rất sớm, nhưng đầu tiên người ta cho chép vào các thẻ tre, rồi ghép các thẻ ấy lại - gọi là *thanh giản* – sau đó dùng dây buộc ghép lại. Các bộ thẻ tre ghi chép đầu tiên này rất khó lưu trữ, khó lưu truyền rộng rãi.

Do nền văn hóa học thuật tư tưởng của Trung Hoa đã có rất sớm, nên khoảng từ thế kỷ thứ nhất đến đầu thế kỷ thứ hai, dưới triều Hán Minh Đế quan Thái giám là Thái Luân đã dùng những vải rách rẻ tiền nghiền nát rồi làm thành hồ để chế tạo ra giấy. Sau khi phát minh ra giấy thì những kinh, sử, sách bắt đầu được truyền bá rộng rãi. Tất nhiên là lúc ấy do chỉ chép tay từng bản thì số lượng không nhiều nhưng đã có phổ biến. Đến khi bắt tay việc phiên dịch Kinh thì nhờ có thuận lợi này nên Kinh sách Phật Giáo được phổ biến nhanh hơn. Có điểm đặc biệt đáng nói là, khi Phật Giáo bắt đầu truyền vào Trung Quốc đã tạo nên một sự thu hút quyến rũ rất là kỳ lạ. Bất cứ vị Tăng nào từ Ấn Độ qua, từ quan Thứ Sử ở các địa phương cho đến triều đình đều tìm đến thăm hỏi và yêu cầu họ dịch Kinh. Do vậy nên nhiều Phạn tăng chỉ thuộc một bản Kinh mà tiếng Hán chưa rành cũng đã bắt tay dịch Kinh ngay. Điều ấy giải thích được, tại sao sau này có nhiều bản dịch có chỗ đúng chỗ sai - đúng cũng nhiều mà sai cũng không ít. Mãi đến thời quý Ngài La Thập, Chân Đế, Huyền Trang,

Nghĩa Tịnh... là những vị thông thạo cả tiếng Phạn lẫn tiếng Hán thì các bản Kinh được dịch ra chuẩn đích hơn.

Người Trung Quốc cũng có truyền thống không để Kinh điển thất lạc. Phật Giáo truyền bá vào Trung quốc vào cuối đời Tam Quốc và bắt đầu nhà Tấn – gọi là Lưỡng Tấn - tức Hán, Ngụy và Lưỡng Tấn (Đông Tấn và Tây Tấn), rồi Nam Bắc Triều. Đó là giai đoạn đầu tiên của Phật Giáo Trung quốc. Thời Nam Bắc Triều Phật Giáo bắt đầu thịnh hành, kinh điển được dịch rất nhiều nhưng đã xảy ra hai tai họa rất lớn. Đó là vào thời Nam Bắc Triều, phía bắc đầu tiên là vua Thái Vũ Đế Thác-bạt-đào (太武帝拓跋燾) ban bố lệnh tiêu diệt Phật Giáo. Tới 100 năm sau nữa thì Chu Vũ đế Vũ Văn Ung 周武帝宇文邕, khoảng hậu bán thế kỷ thứ sáu lại một lần nữa thanh trừng Phật Giáo, hủy diệt kinh tượng, bãi bỏ sa-môn, đạo sĩ. Do vậy Kinh sách Phật Giáo trong các giai đoạn này đã bị thiêu hủy đi không ít.

Sau Chu Vũ Đế thì nhà Tùy nổi lên. Dương Kiên là một Phật tử, lúc lên làm vua ông nói rằng đời trước của ông là một vị Tỳ-kheo nên bắt đầu ra lệnh phục hồi Phật Giáo. Ngay trong thời đó có ngài Đại sư Huệ Tư 慧思 nhận thấy rằng trải qua 2 cuộc thanh trừng, Kinh sách Phật đã bị đốt đi rất nhiều. Do vậy ngài cho rằng nếu khắc Kinh vào đá thì số kinh sách còn lại thì có thể được duy trì được lâu dài chứ nếu để trên giấy hay lụa thì sẽ bị đốt đi. Chẳng may Ngài mất sớm, người đệ tử tiếp theo tên là Tĩnh Uyển, cùng các đệ tử của mình thừa tiếp tâm nguyện của Bổn sư. Những di tích về Kinh được khắc trên đá hiện nay vẫn còn ở tại Bắc Kinh (nhưng tôi chưa đi được nên chưa tận mắt thấy), gọi là *Thạch Sơn Phòng* trong những hang động của một hòn núi. Đây là ý niệm đầu tiên lưu giữ Kinh điển Phật giáo, phòng khi trải qua những cuộc thanh trừng hủy diệt như trong quá khứ thì vẫn có thể còn. Khắc kinh Đại Thừa trên vách đá như vậy tuy có thể được bảo tồn, tránh khỏi những tai kiếp Pháp nạn, nhưng không thể lưu truyền phổ cập nhân gian.

Người Phật tử Trung quốc họ ý thức rất rõ, Phật Giáo là một hệ tư tưởng từ nước ngoài vào, khi Phật Giáo truyền vào Trung quốc đã có 2 hệ tư tưởng rất lớn đó là đạo Lão của Lão Tử với Đạo Đức Kinh và đạo Nho của Khổng Tử. Hai hệ này được coi là chính truyền của Trung quốc và sáng tạo tư tưởng Trung quốc. Khi Phật Giáo du nhập vào thì một số rất lớn các trí thức, cả Nho sĩ lẫn Đạo sĩ đi theo Phật Giáo rất nhiều nên tiên đoán sẽ xảy ra các cuộc tranh chấp, có khi dẫn đến bị tàn sát tiêu diệt khi nhà vua nghe lời tấu của các Nho sĩ và Đạo sĩ. Một trong những lập luận dễ gây tác động nhất nhà vua đó là, Phật Giáo là một tôn giáo nguồn gốc từ nước ngoài truyền vào và các Tăng lữ có thể là những gián điệp. Họ nêu lý do là *kháng mệnh triều đình*, những nhà sư không chịu cúi phục triều đình. Đây là những lý do khởi đầu các ý thức làm sao để bảo trì được Thánh giáo. Ý thức ấy tồn tại trong nhiều thế kỷ, suốt từ thế kỷ thứ nhất, thứ hai cho đến thời kỳ nhà Đường vào thế kỷ thứ bảy và thứ tám.

Bắt đầu từ thời nhà Đường thì văn học và tư tưởng bắt đầu phát triển, đứng đầu là Phật Giáo với các công trình của Ngài Huyền Trang. Các học phái lớn như Thiên Thai, Hoa Nghiêm, Duy Thức, Luận A-tì-đàm… đã phát triển rất nhanh. Kể cả những công trình thơ văn, đỉnh cao của văn học tư tưởng của Trung quốc ở thời này cũng vậy. Chính do nhu cầu phổ biến tác phẩm cho nên họ mới phát minh ra kỹ thuật khắc bản. Nhưng bấy giờ khắc bản chỉ để in những văn thơ chứ chưa in sách Phật Giáo. Có điều đặc biệt là người Trung quốc đã ý thức bảo tồn văn hóa rất kỹ, cho nên ngay trước thời nhà Đường, vào thế kỷ thứ năm nhà Lương đã có Tăng Hựu bắt đầu tổng kết những công trình phiên dịch từ trước, lập *Bản Mục lục Kinh điển*. Tuy trước đó đã có Đạo An lập bản Mục lục nhưng tán loạn thất bát nên đến đời nhà Lương mới được lập lại. Khi đã có Mục Lục hệ thống thì các ngài mới phân, chia ra thành Tam tạng Thánh giáo là Kinh, Luật, Luận. Nhưng chúng ta cũng cần biết thêm rằng, trong hệ tư tưởng Phật Giáo ngay từ thời Nguyên Thủy đã có những bộ phái. Những bộ phái phát triển và chia rẽ theo lịch sử phát triển từ bộ phái cho đến Đại thừa. Trong lịch sử phát triển Phật giáo, bắt đầu từ bộ phái, gọi chung là Tiểu thừa, cho đến Đại thừa xuất hiện gồm 20 bộ phái, nhưng truyền qua Trung quốc chỉ có 2 bộ phái. Về Luật thì khá nhiều, ít nhất là 8 bộ phái qua Trung quốc. Luận thì chỉ có một số ít, như là Hữu Bộ, Căn Bản thuyết Nhất thiết hữu bộ, Chánh lượng bộ và Kinh lượng bộ. Qua Đại thừa thì chủ yếu chính truyền chỉ có Trung Quán và Duy Thức từ Ấn Độ gọi là Phái Du-già Hành.

Đến đời nhà Đường, bà Võ Tắc Thiên cho lập Mục Lục, khởi thủy từ thời Hán Minh Đế (nói chung kể từ thời Khương Tăng Hội) cho tới thời kỳ Võ Tắc Thiên Hoàng đế *Đại Châu San Định Mục Lục*. Sau đó đến đời Khai Nguyên lập ra *Khai Nguyên Thích Giáo Lục*. Tức là trong các giai đoạn này Mục Lục Kinh Điển đã được ghi lại rất rõ. Ngoài Kinh Luật Luận còn ghi cả những Kinh thất truyền - tức một số Kinh không rõ dịch giả, một số Kinh nghe tên mà không thấy sách, hoặc thấy sách mà không thấy tên. Đây là quá trình nhập tạng, tức là đưa vào Tam Tạng Thánh Giáo với Mục lục cố định, cả Tiểu thừa và Đại thừa. Trong tất cả các Kinh, Luật, Luận đều có 2 phần Tiểu Thừa và Đại Thừa., đánh số thứ tự rõ ràng.

Cuối đời nhà Đường xảy ra loạn Hoàng Sào. Thời kỳ loạn lạc này rất dài kéo mãi tới đời Tống, Ngũ đại Thập quốc. Trong thời hậu Chu, Chu Thế Tông Sài Vinh vốn không ưa Phật Giáo nên khi vừa lên ngôi đã ban chiếu lệnh phá hủy các chùa không thuộc sắc tứ, mở đầu phong trào diệt Phật, tàn sát sư sải, thiêu hủy kinh sách. Nhưng chỉ 5, 6 năm sau thì Chu Thế Tông băng hà, quan lại

triều đình phò Triệu Khuông Dẫn làm vua. Triệu Khuông Dẫn lên
ngôi vua, xưng hiệu là Tống Thái Tổ mở đầu triều đại nhà Tống.
Vừa lên ngôi Triệu Khuông Dẫn đã ra lệnh phục hồi lại Phật Giáo
ngay. Mục đích là muốn ổn định an ninh, trật tự xã hội sau một
thời gian dài loạn lạc nhiễu nhương, và cũng là chính sách thu
phục các nước phương nam như Ngô Việt quy thuận. Sinh khí
Phật giáo lại được khôi phục.

Niên hiệu Khai bảo 4 (Tl. 971), Tống Thái Tổ Triệu Khuông
Dẫn lệnh sai hoạn quan Cao phẩm Nội thị Trương Tòng Tín 高品
內侍張從信 đến Ích châu (Thành Đô, Tứ Xuyên) khắc bản, y cứ
phương pháp phân loại của *Khai nguyên Thích giáo lục* 開元釋
教錄, bản Kinh lục được biên soạn bởi Trí Thăng 智昇, hoàn tất
trong niên hiệu Khai nguyên 18 (Tl. 730), đời Đường. Đây là bản
thư mục thống kê số lượng kinh điển được phiên dịch từ khởi
thủy, được cho là từ thời Hán Hiếu Minh Hoàng Đế năm Vĩnh
bình thứ 10 (Tl. 67), cho đến thời Đại Đường Thần Vũ Hoàng Đế
năm Khai nguyên 18 (Tl. 730), trải qua 664 năm, tổng số dịch
giả 176 vị, tổng số kinh điển được phiên dịch từ cả hai thừa, bao
gồm cả những bản dịch không rõ danh hiệu người dịch, thống kê
2278 bộ, 7046 quyển.

Đây là khắc bản đầu tiên của Thánh điển Phật giáo Trung hoa,
được mệnh danh *Khai bảo tạng* 開寶藏, do bởi được khởi công
khắc bản trong niên hiệu Khai bảo triều Tống Thái tổ. Cũng gọi
là *Khai bảo Đại tạng kinh* 開寶大藏經, *Bắc Tống khắc bản Đại
tạng kinh* 北宋刻版大藏經, *Thục bản Đại tạng kinh* 蜀版大藏經,
vì được khắc bản tại Ích châu, Ba Thục.

Thành Đô 成都, nguyên là đất Ba Thục, địa điểm phát nguyên
nghệ thuật điêu khắc của Trung quốc. Thành Đô cũng là trung
tâm chế tạo giấy từ thời Đường. Giấy được sản xuất tại đây, vận
chuyển đến các nơi như Trường An, Lạc Dương, v.v. Nghề giấy
với nghề khắc bản có những quan hệ mật thiết trong sản xuất và

tiêu thụ. Công trình khắc bản cho đến niên hiệu Thái bình hưng quốc 7 (Tl. 982), dưới triều Tống Thái Tông Triệu Quang Nghĩa thì hoàn thành.

Sau khi khắc bản được hoàn thành, các bản gỗ tất cả trên 13 vạn khối, kinh điển 5048 quyển, đóng thành 480 pho. Con số này hoàn toàn phù hợp với con số được thống kê trong *Khai nguyên Thích giáo lục*, phần "Nhập tạng lục".

Từ Ích Châu, các bản gỗ được vận chuyển về chùa Thái bình Hưng quốc trong phủ Khai Phong, thủ đô Bắc Tống. Từ đó Kinh sách được in ra giấy và lưu thông.

Thái bình hưng quốc tự 太平興國寺 nguyên là ngôi chùa đã có từ đời Đường, hiệu là Long Hưng tự 龍興寺, đến đời Chu Thế Tông đổi lại là kho Long hưng 龍興倉. Thái bình hưng quốc 3 (Tl.978), Tống Thái Tông, lấy niên hiệu của mình đổi tên chùa thành Hưng quốc tự. Hai năm sau, Thái bình hưng quốc 5 (980), vua sắc phía tây đại điện chùa lập Dịch kinh viện. Cùng năm đó, hai vị Phạn tăng Thiên Tức Tai 天息災 (Devaśāntika) cùng với Thi Hộ 施護 (Dānapāla) mang Phạn bản đến Biện kinh. Thái bình hưng quốc 7 (982), Dịch kinh viện 譯經院 hoàn thành, vua cho mời Thiên Tức Tai đến đó chủ trì phiên dịch. Sau đó, Thái bình hưng quốc 8 (983), Dịch kinh viện được đổi thành Truyền pháp viện 傳法院.

Từ khi các bản khắc gỗ được vận chuyển từ Ích Châu về đây, Truyền pháp viện được đổi thành Ấn kinh viện 印經院, với nhiệm vụ in ra giấy thành kinh quyển lưu thông.

Năm 983 Tl., Tăng Điêu Nhiên 奝然 (Chūnen), người Nhật đến Trung quốc cầu học Phật pháp. Ba năm sau (985 Tl.), Điêu Nhiên trở về Nhật, mang theo nhiều kinh điển Phật giáo, trong đó có Đại Tạng Kinh được Tống Thái Tông ban tặng. Đây là Đại tạng kinh khắc bản Thục lần đầu tiên được lưu truyền ngoài đất Tống.

Sử Việt Nam không thấy ghi rõ có được bao nhiêu lần khắc bản, và khắc bản nào được lưu hành. Chỉ biết, sau đại thắng quân Nguyên lần thứ hai, như một cử chỉ ngoại giao thân thiện để làm hòa với nhà Nguyên, vua Trần Nhân Tông đã gởi biểu đến Nguyên Thế Tổ (Hốt Tất Liệt) xin thỉnh một bộ Đại tạng kinh. Sử không ghi rõ đây là khắc bản nào. Có thể suy đoán là khắc bản *Phổ ninh tạng* 普寧藏, cũng gọi là *Hàng châu tạng* hay *Nguyên tạng*, do được khắc dưới triều Nguyên Thế Tổ 元世祖, niên hiệu Chí nguyên 6 (Tl. 1278). Thời ấy các nước châu Á đều có ảnh hưởng Phật Giáo rất mạnh nên các triều đình đã dùng Phật Giáo như một tiền đề ngoại giao.

Tuy nhiên, theo Đỗ Thành Huy trong tác phẩm "Khảo cứu Ấn kinh viện đời Tống" 宋代印經院考 (杜成輝) – 中國史研究第輯 (2015. 8), nói rằng, ngoại trừ Nhật bản, *Khai bảo tạng* còn được vua ban tặng cho các nước chư hầu như Nữ-chân (tức Liêu), Tây Hạ, Cao-ly, Giao chỉ v.v. Trong nguồn sử liệu Việt chúng ta chưa tìm thấy chứng tích gì về sự kiện này.

Một cách tổng quát, tại Trung Hoa, khởi đầu từ triều Tống, cho đến cuối của triều Thanh, lần lượt xuất hiện 13 khắc bản Đại tạng kinh. Ngoài ra, còn có các khắc bản Cao-ly và Nhật Bản.

Từ đó về sau, đến đời nhà Kim, Khắc Đan. Liêu và Kim là giống dân nước ngoài, Trung Quốc gọi là người biên cương. Họ là dân Tây Vực, khi vào Trung Quốc họ say mê văn minh Trung Quốc mà chủ yếu là Phật Giáo, cho nên Liêu, Kim có chế độ bảo vệ Phật Giáo rất đặc biệt. Vua chia thuế của nhà vua cho nhà chùa để nuôi nhà chùa. Khi Liêu đánh nước Bột Hải 渤海 (Balhae/ Parhae) – tức Cao-ly bây giờ - vì biết đây là thủ đô của Phật Giáo nên đã cố thỉnh cho được 15 vị danh Tăng của Phật Giáo đưa về phủ Lâm hoàng Thượng kinh. Họ cho dựng chùa Thiên Hùng, an trí Tăng lục Bột Hải ở đó để hoằng truyền Phật pháp. Trải qua ba triều: Thánh Tông, Hưng Tông, Đạo Tông (983-1101), Phật giáo Đại Liêu đã phát triển cực thịnh. Và bắt đầu đã có các khắc bản đời Liêu, gọi là *Khiết Đan Tạng*. Sau đó quân Kim diệt quân Liêu, chiếm được một nửa Trung quốc ở phía bắc, đuổi nhà Tống xuống Nam Tống. Quân Kim thừa kế di sản Phật giáo của quân Liêu, vẫn tiếp nối sự ủng hộ đặc biệt với Phật Giáo, cũng chia thuế của triều đình cho nhà chùa để hoạt động hoằng pháp. Thời đó cũng có những khắc bản riêng, đặc biệt có một người nữ cư sĩ họ Thôi là bà Thôi Pháp Trân đã tự chặt tay để bày tỏ chí khí, đi quyên tiền để in bộ Tạng, gọi là *Kim Triệu Thành Tạng*. Và nhiều đời tiếp theo Liêu, Kim, Nguyên (Mông Cổ) vẫn tiếp tục in Kinh.

Nói chung. cho tới đời nhà Thanh ở Trung quốc, riêng chỉ kể số chính thống đã có 12 khắc bản, Cao-ly có 2 khắc bản và 1 bản chính khắc từ thế kỷ thứ 12. Nhật Bổn có nhiều khắc bản mà không kể ra ở đây. Việt Nam không hề có khắc bản và Đại Tạng cũng không có đầy đủ.

Bản Đại Tạng chúng ta có ngày nay đọc là Đại Chánh Đại Tạng của chủ yếu là Cao Nam Thuận Thư Lang và Độ Biên Hải Húc. Người quyên tiền để in ấn là Tiểu Dã Huyền Diệu. Đại Tạng đó dựa trên bản Cao-ly.

Vì lý do thời gian eo hẹp nên giờ tôi nên xin nói tóm tắt lại hai nội dung đã nêu ở trên.

A. Vì sao ta dùng từ Thanh Văn Tạng?

Đại Tạng không phân chia theo Tiểu, Đại thừa nữa mà phân chia theo lịch sử phát triển Phật Giáo.

Kinh: Đầu tiên tất nhiên là bộ A-hàm. Kế tiếp là Bát Nhã, Hoa Nghiêm, Pháp Hoa.

Luận: bắt đầu các bộ Phái. *Theravada* có 7 bộ Luận. Bắc tông cũng có 7 bộ Luận, theo thứ tự: A-tỳ-đàm, Trung Quán, Du-già.

Luật cũng vậy, chia ra Luật Thanh Văn (chứ không gọi là Tiểu thừa), Luật Bồ tát. Thanh Vân gồm có 5 bộ Luật chính. Sau đó Luật Bồ tát như Phạm Võng Bồ Tát giới, Du-già Bồ Tát giới.

Bây giờ nếu phiên dịch từ A-hàm trở đi chúng ta không làm nổi. Vì, thứ nhất giáo lý quá cao siêu phức tạp thành ra phải có một cơ bản trước. Mà cơ bản ấy chính là nằm trong Thanh Văn Tạng. Tất cả giáo lý cao siêu đều nằm trong Thanh Văn tạng, tức là khai triển những lời Phật dạy từ A-hàm mà ra. Cho nên ta bắt đầu từ các tạng Thanh Văn, và Kinh Luật Luận trong A-tỳ-đàm trước. Chủ yếu là A-tỳ-đàm tại vì trong A-tỳ-đàm trích Kinh điển A-hàm để giảng giải và từ đó phát triển ra thành Đại Thừa.

Khi hoàn thành được Thanh Văn Tạng, và nếu xét thấy đủ khả năng, trình độ ta sẽ bắt đầu dịch nhập tạng và đi từ A-hàm. Những Kinh văn đã dịch từ trước chúng ta sẽ ghép chung vào gọi là "nhập tạng thức" và sẽ đánh số cố định như bộ Taisho – Đại Chánh Tân Tu Nhật Bản; nhưng vẫn có những số khác biệt của Việt Nam chúng ta.

B. Tiêu chuẩn Phiên dịch Đại Tạng Kinh Việt Nam

Công trình Phiên dịch Đại tạng này là công trình rất lâu dài, cho nên cần sự đào tạo. Đây là một vấn đề rất nan giải. Chương trình đào tạo này sẽ được có 3 điểm chủ yếu.

* Thứ nhất: Muốn dịch Kinh Phật thì phải biết tiếng Phạn, không biết tiếng Phạn thì không thể dịch Kinh Phật được. Đọc lại Lịch sử Phiên dịch, chúng ta biết những tiêu chuẩn mà Tán Ninh đời nhà Tùy đã quy định ra trong thời gian vua Tùy Văn Đế nhà Tùy sai lập dịch trường để thỉnh mời các sư Ấn Độ qua phiên dịch. Ngoài số Phạn Tăng, Trung Quốc còn cho tuyển thêm một số Tăng sĩ trẻ học tiếng Phạn. Nhưng để có thể tham dự hỗ trợ dịch trường, ngoài điều kiện là biết tiếng Phạn còn phải có thêm một số tiêu chuẩn khác, đó là đòi hỏi phải có kiến thức thế tục. Không có kiến thức thế tục thì cũng sẽ không hiểu được những lời cao siêu của đức Phật. Thêm vào đó còn đòi hỏi khả năng điêu luyện văn chương. Văn từ của Kinh điển phải là văn từ thanh nhã, cho nên phiên dịch Kinh điển còn khó hơn cả viết một tác phẩm giải thích của Khổng giáo. Tiêu chuẩn đã được đặt ra rất cao, người xưa đã định vậy, giờ chúng ta không thể làm ít hơn được. Do đó, điều kiện tiên quyết hiện nay là dạy và học tiếng Phạn. Làm sao đào tạo được tiếng Phạn đúng chuẩn mực? Tiếng Phạn thật sự rất phức tạp. Tiếng Phạn Vệ-đà, tiếng Phạn Phật giáo, tiếng Phạn *Upanishad*...hay tiếng Phạn của các phái như Kỳ-na giáo. Ngay trong Phật giáo cũng vậy, tiếng Phạn tiêu chuẩn, tiếng Phạn *Hybrid* – có rất nhiều thứ. Ví dụ khi dịch Kinh Hoa Nghiêm, nếu chỉ biết tiếng Phạn tiêu chuẩn mạc *Pāṇini* mà không biết tiếng Phạn *Hybrid* thì không thể dịch chuẩn xác được.

May mắn là chúng ta được anh Đỗ Quốc Bảo đã nhận lời cộng tác. Anh tốt nghiệp tiến sĩ được đào tạo trong hệ thống chính quy của đại học Heidelberg, Đức quốc. Ta biết rằng trong lịch sử Âu châu về học tiếng Phạn thì Đức là số một, vì người Đức vẫn tự hào là cùng chủng tộc Aryan với người Ấn Độ. Họ rất tôn sùng tiếng Sanskrit. Đồng thời đặc tính của người Đức là khi làm việc hay nghiên cứu thì rất mực nghiêm túc. Dự định là phải cần 5 năm, cá nhân tôi đã có chương trình đào tạo chi tiết và đã bàn thảo với anh Đỗ Quốc Bảo.

* Thứ hai: là phải nắm vững giáo lý, đầu tiên là phải nắm vững giáo lý A-tỳ-đàm. Giữa Đại thừa và Tiểu thừa đều có A-tỳ-đàm nên phải học cho có căn bản thì sau đó mới phiên dịch được.

*   Thứ ba: là phải có trình độ ngoại điển. Đây muốn nói là trình độ nghiên cứu. Dịch kinh khác với việc dịch một tác phẩm văn học, ngay cả các phẩm triết học. Dịch Kinh là phải biết xử lý văn bản (qua âm điệu, có khi đi lui vào việc so sánh Phạn-Hán, đánh giá những thất truyền tam sao thất bổn). Sau đó mới bắt đầu đi vào nội dung. Kinh điển Phạn-Hán được hình thành qua nhiều nhóm, nhóm trực tiếp từ Ấn Độ thì có ngữ âm khác với nhóm từ Tây Vực. Do sai biệt về ngữ âm nên từ đó có biến đổi giáo nghĩa, như các khác biệt giữa La Thập và Huyền Trang. Nhiều chỗ La Thập đã dịch mà Huyền Trang dịch lại, vì La Thập là người chính gốc Tây Vực. Ví dụ chữ *Anuśaya* Pali và Phạn, Huyền Trang dịch là *tùy miên* là chuẩn nghĩa nhưng La Thập dịch là *sai sử*. Dịch Kinh Phật là cố làm sao càng gần với lời Phật chừng nào càng hay chừng nấy. Cho nên người dịch phải có một trình độ nghiên cứu ngoại điển ở cấp đại học, hay ngang tiến sĩ hoặc trên tiến sĩ.

Ngoài ra ta cũng cần phải có thêm kiến thức rộng về ngôn ngữ. Kinh Phật là Thánh điển, nên những ngôn ngữ dùng ở đây phải thanh nhã, phải làm sao để người đọc khi tiếp xúc vào là có ngay lòng tôn kính. Không thể dùng những từ ngữ thô tục ngoài đời dịch những lời nói của đức Thế Tôn được. Do vậy chúng ta cũng rất cần có những người chuyết văn thông thạo cả ngôn ngữ và giáo lý, vì nếu người Chuyết văn không hiểu đúng giáo điển mà sửa thì có thể sửa trật ý của Thánh điển.

Bây giờ do đã quá thời gian quy định nên tôi xin tóm tắt hai điểm như thế này.

Thứ nhất, tôi muốn nói, vì sao có tên Thanh Văn Tạng.

Thứ hai, nói về các tiêu chuẩn phiên dịch. Ở đây mình chỉ nói đến 3 tiêu chuẩn như trên. Tán Ninh ngày xưa ở Trung Hoa đã nêu ra 10 tiêu chuẩn. Hiện nay chúng ta chưa có một trường đại học Phật giáo đào tạo chính quy cho đủ chuẩn mực. Chúng ta rất cần một đại học, ít nhất cũng ở tầm mức như *Naropa University* của người Tây Tạng thì mới hy vọng có thể có đủ nhân lực. Một trường đại học ở tầm mức ấy thì chỉ có thể lập tại Âu châu chứ trong nước thì chắc chúng ta sẽ không thực hiện nổi.

Bây giờ xin dứt lời ở đây để nhường diễn đàn cho các diễn giả kế tiếp.

Nam Mô Bổn Sư Thích Ca Mâu Ni Phật.

*

THUYẾT TRÌNH II

PHẬT ĐIỂN VIỆT NAM

GIÁO SƯ TRÍ SIÊU LÊ MẠNH THÁT
(Đại Đức Thích Thanh An nghe và chép lại)

Kính thưa chư Tôn túc, quý Phật tử.

Chúng tôi không được đào tạo để làm cái chuyện lịch sử này và cũng không phải được đào tạo để đọc tài liệu về chữ Hán-Nôm của dân tộc chúng ta. Nhưng do yêu cầu của việc nghiên cứu lịch sử Phật giáo dân tộc nên đã dốc tâm làm.

Thời gian chúng tôi đang du học ở Mỹ, Ôn Mnh Châu có liên lạc và đề nghị chúng tôi viết về Ngài Vạn Hạnh. Thế nhưng lúc đó chúng tôi vì đang ở Mỹ nên việc tìm kiếm tài liệu rất khó khăn, Ngài Vạn Hạnh lại ở ngoài Bắc, mà thời bấy giờ đất nước còn đang chia đôi. Vậy chúng tôi bắt đầu tìm tài liệu về Ngài Vạn Hạnh ở ngay tại Mỹ, và cũng đã tìm được một số tài liệu, chủ yếu là tài liệu của Trung Quốc, đó là bộ Đại Việt sử lược. Cho đến bây giờ, khi chúng tôi dịch lại bộ Đại Việt sử lược này thì ở miền Bắc có ông Trần Quốc Vượng đã dịch, nhưng tiếc rằng có một số vấn đề.

Thứ nhất, về vấn đề văn bản, người Nhật có nghiên cứu bộ này cho là của Lê Văn Hưu cho nên chúng tôi cũng không đồng ý. Chúng tôi cho rằng đây là bộ sử xưa nhất của mình hiện còn. Trong đó, tài liệu về Ngài Vạn Hạnh, tức là bài sấm mà báo hiệu sự lên ngôi của Lý Thái Tổ và sự ra đời của nhà Lý khác với nguyên bản của nó chỉ có 08 câu thay vì 10 câu như trong Đại Việt sử ký toàn thư. Từ đó chúng tôi tiến hành sưu tập thêm những tài liệu Phật giáo Việt Nam nằm trong kho tàng tư liệu Trung Quốc. Ví dụ như sau này chúng tôi phát hiện ra 23 lá thư của vua Trần Nhân Tông do Trung Quốc chép lại. Tư liệu [của Việt Nam] chúng ta không có lá thư nào và cũng từ đó tìm thêm được 6 lá thư của các Ngài Đạo Cao, Pháp Minh và Lý Miễu; tức là dần dần mình đã phục hồi lại. Từ đó chúng tôi nghiên cứu lại vấn đề Mâu Tử. Rồi nghiên cứu đọc lại bộ *Lục Độ tập kinh* và chính trong bộ *Lục Độ tập kinh* và bộ *Mâu Tử* này mới phát hiện ra nhiều chuyện khác. Trong đó có chuyện "trăm trứng" đầu tiên mà chúng tôi viết ngay trong cuốn *Lục Độ tập kinh và lịch sử khởi nguyên của dân tộc ta*, đẩy sự ra đời của truyền thuyết trăm trứng lên tới thế kỷ III sau tây lịch.

Từ những chuyện phát hiện cơ bản như thế, kéo thêm những phát hiện khác nữa, ví dụ Uất Kim Hương... nhưng vì lúc ấy còn ở tại Mỹ nên chưa nghiên cứu tiếp được. Khi chúng tôi về Việt Nam chúng tôi bắt đầu đi làm công tác điền dã, tức đi vào các chùa tìm kiếm tài liệu.

Ngôi chùa đầu tiên mà chúng tôi tìm là chùa Tường Vân [ở Huế]. Ở chùa Báo Quốc [Huế] chúng tôi cũng đã từng lục tủ kinh chùa Báo Quốc trước khi đi Mỹ (do chúng tôi từng ở chùa Báo Quốc) nhưng không có nhiều. Ngay cả bộ *Hàm Long Sơn Chí* cũng không còn bản nào dù rằng tạng bản đề rằng chùa Báo Quốc.

Và rất may mắn ở chùa Tường Vân của ôn Đệ Nhất Tăng Thống, chúng tôi có lợi điểm là lúc bấy giờ cụ Minh Châu làm trụ trì, cho nên khi chúng tôi đến thì các thầy ở đó đã mở tủ kinh cho chúng tôi tìm. Từ đó, lần đầu tiên, phát hiện ra tư liệu *Tam Bảo biện học luận* và coi suốt mấy ngày liền. Khi đọc nhanh bộ này thì phát hiện được ra Ngài Diệu Nghiêm Luật Tuyền, Ngài là người Quảng Nam. Cái đó làm sao mà biết được? Lý do là bản chúng tôi tìm được là do Ngài Pháp Thân, người con thứ 26 của Đức Tuy Lý Vương, Ngài đã xuất gia và chỉ sống được 26 năm. Lúc bấy giờ do vấn đề hòa hay chiến sau khi vua Tự Đức mất, dưới sự lãnh đạo của các đại thần Tôn Thất Thuyết và Nguyễn Văn Tường cho nên gia đình Đức Tuy Lý đã bị đày vào trong Phú Yên. Những người con của Đức Tuy Lý đã quy y với Ngài trụ trì chùa Đá Trắng - chùa Từ Quang, đệ tử của Tổ Pháp Duyên. Từ đó các sách vở của chùa đó được đem về sau khi Ngài Pháp Thân xuất gia, bên Đức Tuy Lý Vương lập chùa Phước Huệ ở tại Vỹ Dạ. May mắn là bên Đức Tăng Thống thứ nhất có bà mẹ là dòng Tôn Thất cho nên được dòng bên Tuy Lý mời về trụ trì chùa Phước Huệ này. Và khi Ngài lên trụ trì chùa Tường Vân thì Ngài đem theo số sách vở đó, cho nên lần đầu tiên mình phát hiện ra được *Tam Bảo biện học luận* này và cùng với đó là một loạt những tác phẩm của đệ tử của Ngài; chẳng hạn như là Ngài Thuần Nhật. Thời gian đó là vào tháng 10 năm 1974. Tức, tháng 09 chúng tôi về nước, tháng 10 chúng tôi đã đi làm công tác điền dã.

Sau đó chúng tôi đi đến một loạt tất cả các chùa Huế và đi đến một số những thế gia. Đặc biệt là đến Đức Từ Cung của Huế và phát hiện ra nhiều tư liệu mà sau này, ngay sau những năm đầu của năm 1975, chúng tôi đã cho bắt đầu nghiên cứu. Đặc biệt nhất là tại chùa Viên Thông của ôn Viên Thông thì phát hiện ra bản *Thiền Uyển Tập Anh* xưa nhất, cho đến nay đây là bản xưa nhất hiện còn. Bản của Trần Văn Giáp phát hiện năm 1929 tại Hải Phòng đã mất. Hiện tại ở thư viện của Viện Hán Nôm của Hàn lâm viện Khoa học xã hội Việt Nam thì chỉ giữ được bản thứ hai, chúng tôi gọi bản *Lê 2*, bản *Lê 1* đã mất. Hiện tại về phía Phật giáo chúng ta đang sở hữu bản *Lê 1* này.

Đó là Phật điển Việt Nam. Xuất phát từ những nhu cầu như thế mà bắt đầu từ đó đến bây giờ chúng tôi đã cho in 10 tác giả toàn tập. Sự thật là 3 tập đầu gọi là *Tổng tập Văn học Phật giáo Việt Nam*, chúng tôi có giới thiệu trên 40 tác giả lịch sử Văn học Phật giáo Việt Nam từ thế kỷ thứ II trở đi, tức là từ Mâu Tử cho đến Khương Tăng Hội, cho đến các vị Đạo Cao, Pháp Minh, Lý Miễu... Sau đó vì sao không in tiếp tập thứ IV, nhiều người hỏi tại sao *Tổng tập Văn học Phật giáo Việt Nam* 3 tập, không có tập thứ IV. Đó là do vấn đề in ấn và xuất bản. Khi chúng tôi in tập III, trong đó in bộ *Thiền Uyển tập anh*, thì một số các thầy cô hỏi tập I, tập II ở đâu mà lại có tập III? Nhưng vì lý do mình xuất bản từng năm, những năm trước tập xuất bản I-II thì giờ đã phát hành hết, tập III in ra thì những tập khác không còn. Do vấn đề vì thế, sau này chúng tôi chuyển qua không in Tổng tập I-II-III nữa mà in thành Toàn tập. Đầu tiên đó là toàn tập về Chân Nguyên, Ngài này tương đối nhiều - vị Thiền sư của dòng Lâm Tế ở miền Bắc. Sau này, các người hỏi tôi, tại sao Thầy có nhiều tài liệu về Ngài Chân Nguyên như thế trong khi Thầy chưa ra Bắc? Điều này chứng tỏ Phật giáo Việt Nam chúng ta là một nền Phật giáo thống nhất, các vị Tôn túc cũng như Phật tử có quan hệ với nhau rất chặt chẽ. Chính vì vậy những tác phẩm của Ngài Chân Nguyên đã xuất hiện ở Huế rất nhiều và ở tại Phú Yên - hai nơi thực tế giữ nhiều tư liệu Phật giáo Việt Nam nhất.

Tiếp đến, do sự khuyến khích của cụ Đồng Minh, chúng tôi in bộ *Toàn Nhật toàn tập* và *Chân Nguyên toàn tập*. Bộ *Chân Nguyên toàn tập* in năm 1977 - 1978 và *Toàn Nhật toàn tập* in năm 1979. Vì bộ Ngài Toàn Nhật tương đối dễ, hầu như toàn bộ tác phẩm của Ngài viết bằng chữ Nôm, chỉ có một ít thơ, văn, bài tựa viết bằng chữ Hán cho nên chỉ làm công tác phiên âm chữ Nôm và khảo về văn bản học rồi xuất bản, đánh giá có bao nhiêu văn bản, những dị bản khác nhau như thế nào, làm đúng theo chuẩn của quốc tế về văn bản học.

Tiếp theo đó, chúng tôi cùng Hòa thượng Tuệ Sỹ làm bộ *Từ điển bách khoa Phật giáo Việt Nam* nhưng chỉ làm được 2 tập, sau này ở Mỹ có in lại. Chúng tôi có in được 2 tập cùng nhau tập hợp đó. Chuẩn bị in *Minh Châu Hương Hải toàn tập* và *Pháp Chuyên toàn tập* (Pháp Chuyên Luật Truyền Diệu Nghiêm) nhưng sau đó xảy ra sự cố năm 1984 [nên công trình bị gián đoạn].

Sau khi chúng tôi ra tù, chúng tôi cho in ngay bộ *Minh Châu Hương Hải toàn tập* nhưng do lúc bấy giờ tài liệu bị mất. Sau mười mấy năm ở tù, tài liệu đã bị xáo trộn và mất đi rất nhiều, cho nên về phải nghiên cứu lại nên mất khoảng mấy năm nữa. Để tri ân Ôn Quy Thiện (chúng tôi học chữ Nho với Ôn Quy Thiện, trong đó có Hòa thượng Thiện Hạnh, Minh Tuệ,... cùng lớp với chúng tôi) nên chúng tôi đã sưu tầm [những tác phẩm của Ôn Quy Thiện]. May mắn lúc bấy giờ là có Hòa thượng Đức Tâm, cũng như Hòa thượng Từ Ân (tức Hòa thượng Trí Quảng)**, là đệ

** *Ghi chú của Ban Biên Tập:*

Đây ý nói HT Thích Trí Quảng (1915-1992) ở Huế, không phải vị đồng tên gốc Củ Chi ở Sài Gòn. HT Thích Trí Quảng húy Không Tâm, hiệu Bích Đàm, tự Trí Quảng; thế danh Đỗ Trí Quảng, sinh năm Ất Mão (1915); nguyên quán tại Bích Khê, huyện Triệu Phong, tỉnh Quảng Trị. Ngài xuất gia cầu Pháp với Hòa thượng Chánh Thống Bích Phong ở chùa Quy Thiện; sau một thời gian Ngài được bổn sư truyền Sa di thập giới. Đến năm 25 tuổi, Ngài là Thủ Sa di tại giới đàn Cụ túc giới chùa Tịnh Quang, Quảng Trị. Năm 1945, Ngài đảm nhận Chánh Hội trưởng Hội Phật học tỉnh

tử đầu của Ôn Quy Thiện chúng tôi đã có được những tác phẩm của Ôn, [nên cho in] toàn tập *Chân Đạo Chánh Thống*. Sau này in toàn tập *Trần Nhân Tông, Trần Thái Tông, Minh Châu Hương Hải, Chân Nguyên, Toàn Nhật, Chân Đạo Chánh Thống,...* về cơ bản thì in được 7-8 tác giả của *Tổng tập Văn học Phật giáo Việt Nam*.

Giai đoạn sau sau khi ở tù ra, chúng tôi tiếp tục đi điền dã, đặc biệt là điền dã miền Bắc, phát hiện thêm một số tác phẩm. Ví dụ về cụ Chân Nguyên, trước chúng tôi in 2 tập, được 1200 trang đánh máy nhưng sau này bản in thành 3 tập trên 2000 trang. Bên cụ Minh Châu Hương Hải do yêu cầu lúc đó mới ra tù nên sưu tập, nghiên cứu một số tư liệu tồn lại và cho in 1 tập, bây giờ đang chuẩn bị in lại *Minh Châu Hương Hải toàn tập* 3 tập thì cũng trên 2000 trang. Cho nên, riêng các tác giả Phật giáo Việt Nam, hiện tại số chúng tôi đang có ở đây, tức là có một dòng phát triển văn học từ thế kỷ II, trước Ngài Khương Tăng Hội tức là cụ Mâu Tử. Chúng tôi đánh giá đầu tiên và xác định Mâu Tử là một tác giả người Việt Nam chứ không phải như xưa nay nói là người Trung Quốc. Chúng tôi nghĩ vấn đề này riêng về các Phật tử Việt Nam chúng ta cần nhận thức rõ lại vấn đề này. Sau này, chúng tôi tiếp xúc hoạt động học thuật quốc tế thì ngay cả những học giả Trung Quốc ở tại Đài Loan cũng thống nhất Mâu Tử là người Việt Nam chứ không phải là người Trung Quốc. Do rằng, có thời gian gia đình của cụ Mâu Tử ở tại Thương Ngô, do cụ ông làm quan tại

---

Quảng Trị. Năm 1947, Ngài giữ chức Phó Hội trưởng kiêm Trú trì Tỉnh hội Phật giáo Quảng Nam – Đà Nẵng. Năm 1951, Giáo hội Tăng già Thừa Thiên mời Ngài về trú trì chùa Từ Ân; Ngài đã trùng kiến ngôi cổ tự này. Năm 1968, Ngài dạy ở Phật học đường Báo Quốc, và dạy Chuyên khoa Cao đẳng Phật học Liễu Quán ở chùa Linh Quang, Huế. Kiêm nhiệm trú trì, kế thế bổn sư ở chùa Quy Thiện.

Thương Ngô. Thương Ngô lúc bấy giờ là một bộ phận của Giao Châu, nên hiện nay ở tại Thương Ngô (Quảng Đông) - bên phía Trung Quốc - đã có sự ghi ân và dựng tượng cụ Mâu Tử ở đó. Chúng ta phải xác định Mâu Tử là tác giả đầu tiên của Phật giáo Việt Nam. Chúng tôi đã viết một nghiên cứu dài về Mâu Tử và đã xuất bản, vì thế ở đây những Phật tử Việt Nam quan tâm đến tác phẩm đầu tiên này, nghiên cứu và so sánh, theo chúng tôi, chúng ta có rất nhiều chỉ tiêu để chúng ta xác định đây là một tác giả Việt Nam giống như Khương Tăng Hội.

Trường hợp *Lục Độ tập kinh* chúng tôi đã nghiên cứu độc lập, sau này, một học giả Nhật Bản cũng nghiên cứu độc lập đã thống nhất với chúng ta trong *Lục Độ tập kinh* yếu tố chữ Việt rất là lớn, bản thân chúng tôi nói thẳng đây được dịch ra từ một bản *Lục Độ tập kinh* tiếng Việt. Thực tế, nếu nói về Ngài Khương Tăng Hội, Trung Quốc thì nói Ngài dịch từ chữ Phạn và thậm chí Trung Quốc còn nói những thông tin xuyên tạc về gốc gác của Ngài. Chúng tôi xác định: Ngài có lẽ, có bà mẹ là người Việt Nam, cha là một người Khương Cư. Ở đây cũng cần nói rõ thêm, Khương Cư này không phải là người Ấn Độ. Hơn nữa Ngài Khương Tăng Hội do cha mẹ mất sớm nên có lẽ cũng không được giáo dục tiếng Phạn, nếu như nói Ngài là người Khương Cư ở Ấn Độ. Thông thường người Khương Cư đi các nước để buôn bán là chính, chứ không phải để làm công tác học thuật. Cho nên, chúng tôi trong bộ sử xuất bản trước đây chưa dám nói Ngài Khương Tăng Hội không rành chữ Phạn. Lần này sắp xuất bản, chỉnh lại bộ *Lịch sử Phật giáo Việt Nam* gồm 3 tập, chúng tôi xin nói thẳng, ta đã có cơ sở để nói rằng Ngài Khương Tăng Hội không rành chữ Phạn, căn cứ vào bản chú giải *An Ban Thủ Ý kinh* hiện có trong Đại Tạng kinh, tập 14, số 602. Ở đây, cách giải thích "An" là định, "Ban" là thiền,... hoàn toàn không phải là cách giải thích nếu là người biết chữ Phạn.

Hôm nay, nói về Phật điển Việt Nam, chúng tôi có tóm tắt như thế để quý vị Tôn túc, Phật tử mình biết những Kinh bộ trong công tác nghiên cứu Phật điển Việt Nam.

Xin trân trọng cảm ơn quý vị.

*

THUYẾT TRÌNH III

ĐÚC KẾT THÀNH TỰU SƠ BỘ CÔNG TRÌNH PHIÊN DỊCH ĐẠI TẠNG KINH VIỆT NAM

TỪ NGÀY 07 THÁNG 01 ĐẾN NGÀY 17 THÁNG 07 NĂM 2022

Hòa Thượng THÍCH NGUYÊN SIÊU

Nam Mô Bổn Sư Thích Ca Mâu Ni Phật

Kính bạch Chư Tôn Hòa Thượng, Chư Thượng Tọa, Đại Đức Tăng Ni,

Kính thưa chư vị Thức giả, giáo sư, học giả, quý cư sĩ Phật tử, nhà văn, nhà báo.

Kính thưa liệt quý vị,

Hôm nay, nhân Lễ Giới thiệu Thành tựu Sơ bộ Công trình Phiên dịch Đại Tạng Kinh Việt Nam, và các kinh đã được ấn hành; bằng hạnh nguyện phụng sự, hay lý tưởng của người con Phật là thượng cầu Phật đạo, hạ hóa chúng sanh, mà suốt một dòng lịch sử PGVN, chư vị Lịch đại Tổ sư đã hành hoạt và thi thiết lý tưởng thực dụng lợi tha ấy. Quên mình để được lợi người, biết cái khó mà không từ nan, thấy cái chướng ngại mà nguyện san bằng, đem niềm vui đến cho tất cả, những mong Phật Pháp được bền vững, ngày một lan xa.

Sau nhiều năm tháng ôm ấp, hoài bão, trách nhiệm kế thừa từ Ban Phiên dịch Đại Tạng Kinh Việt Nam năm 1973, Hòa thượng Thích Tuệ Sỹ đã điện đàm với chư Tôn đức Tăng trong Giáo Hội Thống Nhất (GHTN), Văn phòng Điều hợp Liên Châu, kể từ ngày Hòa thượng còn ở trong bệnh viện tại Nhật Bổn và sau đó trở về nước. Những tưởng trong bản đúc kết này, cũng xin nhắc lại vài điều duyên khởi để có được hai Hội Đồng Hoằng Pháp và Hội Đồng Phiên Dịch Tam Tạng Lâm Thời (2021) hôm nay.

Thứ nhất: Khởi xướng tinh thần tập hội của tứ chúng đệ tử Phật, để gìn giữ giềng mối, truyền trì mạng mạch Phật Pháp mà chư vị Tôn túc trong GHTN đã làm nhưng chưa hoàn mãn.

a) Liên lạc thăm hỏi và kêu gọi tinh thần hòa hợp, ngồi lại với nhau để cùng chia sẻ Phật sự. Trong lĩnh vực này, chư tôn đức Tăng Ni, Phật tử đã đồng thuận và đồng hành theo sự chỉ đạo của Hòa thượng Thích Tuệ Sỹ.

b) Những cuộc họp đã diễn ra để thành lập: Hội Đồng Hoằng Pháp: Cơ cấu tổ chức theo một văn kiện, qua cuộc họp trực tuyến của GHPGVNTN Liên Châu ngày 20 tháng 04 năm 2021 đồng thời chỉ đạo:

1. *HT Thích Tuệ Sỹ đương nhiệm Cố Vấn chỉ đạo Hội Đồng Hoằng Pháp.*

2. *HT Thích Như Điển Chánh Thư Ký, HT Nguyên Siêu và HT Thích Bổn Đạt, Phó Thư Ký HĐHP.*

3. *Văn phòng của HĐHP đặt tại trụ sở của vị Chánh Thư Ký đương nhiệm.*

4. *Các thành viên HĐHP sẽ có văn thư thỉnh cầu bởi H.T. Cố vấn chỉ đạo.*

PL 2564- 25.04.2021.

Thứ hai: Các Ban ngành:

1. Ban Phiên dịch và Trước Tác

2. Ban Truyền Bá Giáo Lý

3. Ban Báo Chí và Xuất Bản

4. Ban Bảo Trợ.

Qua Thông Bạch số: 10/VTT/VP. PL 2564 thì HĐHP GHPGVNTN, y cứ trên hai nguyên tắc khế lý và khế cơ:

* **Về khế lý:** Thành lập *Ban phiên dịch và trước tác*, tiếp nối sự nghiệp phiên dịch Thánh điển của Hội Đồng Phiên dịch Tam Tạng dưới sự chỉ đạo của viện Tăng Thống GHPGVNTN, được tổ chức qua hội thảo của chư tôn Trưởng lão tại viện Đại Học Vạn Hạnh, ngày 20-22/10/1973.

* **Về khế cơ:** Thành lập các Ban

   a: Ban Phiên dịch và Trước tác

   b: Ban truyền bá giáo lý.

   c: Ban báo chí và xuất bản

   d: Ban bảo trợ

Các ban này cùng với sự đóng góp của các cư sĩ, có phận sự nghiên cứu tập quán và xu hướng tư duy của các thành phần xã hội, v.v...

Cung thỉnh Hội Đồng Chứng Minh Tăng Già Hoằng Pháp:

- *Trưởng Lão H.T. Thích Thắng Hoan (Hoa Kỳ)*
- *Trưởng Lão H.T. Thích Huyền Tôn (Úc Châu)*
- *H.T. Thích Bảo Lạc (Úc Châu)*
- *HT. Thích Tuệ Sỹ (Việt Nam)*

I. Hội Đồng Hoằng Pháp gồm: *(Xin tóm lược)*

a) Ban Phiên dịch và Trước tác:

Cố Vấn kiêm Trưởng Ban: HT. Thích Tuệ Sỹ (Việt Nam)

Phó Ban: HT. Thích Thiện Quang (Canada)

Phụ tá: Thượng Tọa Thích Như Tú (Thụy Sĩ)

Thư Ký: Đại Đức Thích Hạnh Giới (Đức)

Ban viên: Thượng Tọa Thích Tuệ Uyển (Hoa Kỳ), Đại Đức Thích Thanh An (Tích Lan), Ni Trưởng Thích Nữ Giới Châu (Hoa Kỳ), Ni Sư Thích Nữ Quảng Trạm (Pháp), Sư Cô Thích Nữ Giác Anh (Úc Châu), Cư Sĩ Hạnh Cơ (Canada), v.v...

b) Ban truyền bá giáo lý:

Cố vấn: Trưởng lão HT. Thích Thắng Hoan

Trưởng ban: H.T Thích Thái Siêu

Phó ban: HT. Thích Bổn Đạt (Canada)

Phó ban: HT. Thích Trường Sanh (Úc châu)

Phó ban: HT. Thích Tâm Huệ (Âu châu)

Phó ban: T.T. Thích Thiện Duyên (Hoa Kỳ)

Thư Ký: Thượng Tọa Thích Hạnh Tấn (Đức)

Ban viên: HT. Thích Nhựt Huệ (Hoa Kỳ), TT. Thích Hoằng Khai (Na Uy), TT. Thích Giác Tín (Úc châu), TT. Thích Thiện Long (Hoa Kỳ), TT. Thích Thiện Trí (Hoa Kỳ), TT. Thích Đạo Tỉnh (Hoa Kỳ), TT. Thích Chúc Đại (Hoa Kỳ), Sư cô Thích Thông Niệm (Canada), Sư cô Thích Tịnh Nghiêm (Hoa Kỳ)... cùng chư Hòa thượng, Thượng tọa, Đại đức Tăng Ni thành viên Hội Đồng Hoằng Pháp (sẽ cung thỉnh tham gia theo nhu cầu hoằng pháp của từng châu lục, quốc gia), v.v...

c) Ban Báo Chí và Xuất bản:

Trưởng Ban: Thượng Tọa Thích Nguyên Tạng (Úc Châu)

Phó Ban: TT Thích Hạnh Tuệ, Cư Sĩ Tâm Quang – Vĩnh Hảo (Hoa Kỳ)

Thư Ký: Cư Sĩ Tâm Thường Định – Bạch Xuân Phẻ (Hoa Kỳ)

Ban viên: Cư Sĩ Tâm Huy – Huỳnh Kim Quang (Hoa Kỳ), Cs. Quảng Tường – Lưu Tường Quang, Cs. Nguyên Đạo Văn Công Tuấn (Đức), Cs. Nguyên Trí – Nguyễn Hòa (Đức), Cs. Quảng Trà – Nguyễn Thanh Huy, Cs. Quảng Anh – Lê Ngọc Hân (Úc), Cs. Thanh Phi – Nguyễn Ngọc Yến (Úc châu), v.v...

d) Ban bảo trợ:

Cố Vấn: TT. Thích Trường Phước (Canada)

Trưởng Ban: Thượng Tọa Thích Tâm Hòa (Canada)

Phó Ban Úc Châu: Thượng Tọa Thích Tâm Phương (Úc Châu)

Phó Ban Âu Châu: Thượng Tọa Thích Quảng Đạo (Pháp), Ni Trưởng Thích Nữ Diệu Phước (Đức)

Phó Ban Châu Mỹ: Ni Sư Thích Nữ Diệu Tánh (Hoa Kỳ), TT. Thích Thường Tịnh (Hoa Kỳ)

Phụ tá: ĐĐ. Thích Thông Giới (Canada), Sư Cô Thích Nữ Thông Tịnh (Canada)

Thủ Quỹ: Ni Sư Thích Nữ Bảo Quang (Canada)

Thư Ký: Ni Sư Thích Nữ Đức Nghiêm (Canada).

(Ký tên (thành lập): Bỉnh Pháp Tỳ Kheo Thích Tuệ Sỹ. PL 2564, năm Tân Sửu ngày 10 tháng 05 năm 2021.)

II. Hội Đồng Phiên Dịch Tam Tạng Lâm Thời (Đại Tạng Kinh Việt Nam):

Thành phần nhân sự:

Một số nhân sự của HĐHP đã có, thêm một số Tăng Ni, cư sĩ có khả năng đã được cung thỉnh tham gia Hội đồng Phiên dịch Tam Tạng Lâm Thời dưới sự cố vấn của Giáo sư Trí Siêu Lê Mạnh Thát và Chủ tịch Hội đồng là HT Thích Tuệ Sỹ.

Chúng ta đã thấy và nghe nỗi niềm thao thức về tiền đồ Đạo Pháp, cũng như hạnh nguyện dấn thân phụng sự công trình phiên dịch Đại Tạng Việt Nam mà HT Chủ tịch đã tha thiết gửi gấm, nhắn nhủ đến Tăng Ni trẻ như trong một bức Tâm thư; thiết tưởng chúng ta cũng nên nghe lại: (trích)

"Hy vọng mong manh là một số ít các Thầy Cô trẻ, những vị chưa bị mê hoặc bởi các giá trị thế tục, chưa bị ô nhiễm bởi địa vị vinh quang được thế quyền phong tặng; những vị mà sơ tâm xuất gia chưa biến thành đồng ruộng hoang hóa, tạm đủ để gọi là ruộng phước cho nhiều người; những vị ấy sẽ bằng nghị lực tinh tấn, tự ý thức sứ mệnh của người xuất gia, cùng một thầy học, cùng hòa hiệp như nước với sữa, kế thừa những gì Thầy Tổ tâm nguyện mà

chưa hoàn thành, giữ sáng ngọn đuốc Chánh Pháp trong đêm trường sinh tử tối tăm, giữ sáng và thắp sáng ngọn đuốc bao dung, nhân ái để trao truyền cho các thế hệ tiếp nối. Vì sự thanh bình phúc lạc của dân tộc, vì sự hạnh phúc an lạc của nhiều người, của muôn sinh." (hết trích)

Từ những ân tình thiết thực, tâm nguyện chân thành, phụng hiến của HT Tuệ Sỹ mà toàn thể thành viên của hai Hội đồng Hoằng Pháp và Hội Đồng Phiên Dịch đã cật lực làm việc bằng khả năng của mình, đã liên tục liên lạc, trao đổi, thỉnh ý nhau để cho công việc được thành tựu tốt đẹp như hiệnnay. Chúng ta hãy nhìn lướt qua chặng đường thời gian hơn 6 tháng qua mà thấy được sự thành tựu sơ bộ, để hôm nay chúng ta có thể có mặt nơi đây. Từ trên Giáo sư Cố vấn Trí Siêu, HT. Chủ Tịch Tuệ Sỹ, có thể nói tuổi đã già sức đã yếu cộng thêm bệnh hoạn, nhưng cứ mãi miệt mài, trì chí, như là lời sám nguyện: "Con dốc lòng vì Đạo hy sinh." Quả thật như vậy, để có được thành quả sơ bộ của ngày hôm nay. HT. Chánh Thư Ký Thích Như Điển, gánh trọng trách điều họp hai Hội Đồng làm việc nhịp nhàng, gửi văn thư đi, nhận văn thư đến, như là con thoi hai đầu nhuần nhuyễn, đây chính là tánh đức Từ Bi, hay là Tâm nguyện phụng hành để cho Phật Pháp được trường lưu, hay gần hơn là Phật sự của hai Hội Đồng được hanh thông thành tựu viên mãn.

Song song với sự cần mẫn tinh chuyên, đóng góp bằng tấm lòng chân thành trong việc phiên dịch Đại Tạng trong nước có H.T. Thích Thái Hòa, Phó Thư ký quốc nội, HT. Thích Đức Thắng. TT. Thích Nguyên Hiền, T.T. Thích Nhuận Châu, ĐĐ. Thích Nhuận Thịnh, Cư Sĩ Đạo Sinh Phan Minh Trị, ... Ngoài nước có HT. Thích Đỗng Tuyên (viên tịch) và Cư Sĩ Trí Việt – Đỗ Quốc Bảo.

Uỷ ban chứng nghĩa chuyết văn: trong nước có Đại đức Thích Nhuận Thịnh, Cư Sĩ Đạo Sinh Phan Minh Trị; ở hải ngoại có H.T. Thích Thiện Quang (Canada). T.T. Thích Nguyên Tạng (Úc),

Cư Sĩ Tâm Huy Huỳnh Kim Quang & Cư Sĩ Tâm Quang Vĩnh Hảo (Hoa Kỳ).

Chúng ta phóng tầm nhìn qua các Ban thì thấy thành tựu sơ bộ, nhưng đáng kể, ấy là nền tảng, được trù bị ngang qua các quốc gia, châu lục đều có hiện diện và đóng góp tích cực qua 4 Ban: Trước tác & Phiên dịch, Truyền Bá Giáo Lý, Báo Chí & Xuất Bản và Bảo Trợ.

Song song đó là công trình đào tạo nhân sự, có nghĩa là tô bồi thêm kiến thức Phật học để đầu tư cho sự phiên dịch Đại Tạng mai sau, lớp Phạn ngữ sơ cấp của Tiến Sĩ Đỗ Quốc Bảo đang hướng dẫn Chư Tăng Ni và Phật tử trẻ đã diễn ra một cách tốt đẹp. Giáo sư nói trong buổi họp Trực tuyến của lớp Phạn văn sơ cấp 2021 – 2022: "Trong khoảng thời gian này, chúng tôi đã nhận được hơn 100 điện thư hỏi chi tiết về khóa học, để rồi cuối cùng có trên 60 vị đăng ký học... 60 học viên này được phân thành 6 lớp với thời gian học được phân chia từ thứ hai đến thứ năm...". Như vậy, chúng ta thấy sự tích cực giảng dạy của Tiến sĩ Đỗ Quốc Bảo cũng như sự nỗ lực học tập của chư Tăng Ni và Cư sĩ, cho phép chúng ta hy vọng một tương lai gần, lớp học Phạn ngữ này sẽ cung ứng một thế hệ nhân sự có khả năng về ngôn ngữ để sưu tra, khảo nghiệm cho công trình phiên dịch Đại tạng, mà HT. Chủ tịch đã hết lòng quan tâm, sách tấn khích lệ. Hòa thượng từng nói "vấn đề phiên dịch ngày nay không thể không biết tiếng Phạn, nếu không biết tiếng Phạn chắc chắn không thể dịch đúng được...".

III. Hoạt động của Hội Ấn Hành Đại Tạng Kinh Việt Nam (Vietnam Tripitaka Foundation):

Cho đến hôm nay, chúng ta đã in được Thanh Văn Tạng gồm:

1. Kinh Bộ:

- *Kinh Trường A-hàm (2 quyển) + 1 Tổng Lục,*
- *Kinh Trung A-hàm (4 quyển) + 1 Tổng Lục,*
- *Kinh Tạp A-hàm (3 quyển) + 1 Tổng Lục,*
- *Kinh Tăng Nhất A-hàm (3 quyển) + 1 Tổng Lục.*

2. Luật Bộ:

- *Luật Tứ Phần (4 quyển) + 1 Tổng Lục,*
- *Luật Tứ Phần Giới Bổn – Yết-ma – Bách Nhất Yết-ma – Căn bản thuyết Nhất thiết hữu bộ Tì-nại-da sự,*

3. Luận Bộ:

- *A-tỳ-đạt-ma Câu-xá Luận (3 quyển),*
- *A-tỳ-đạt-ma Tập Dị Môn Túc Luận,*
- *A-tỳ-đạt-ma Pháp Uẩn Túc Luận,*

4. Tạp Bộ:

- *Lục Độ Tập Kinh,*
- *Kinh Hiền Ngu*

Song song vào đó, các Ban Bộ của Hội Đồng Hoằng Pháp đã thực hiện được một số những thành quả đáng kể (dựa theo báo cáo của các Ban) như sau:

1. Ban Báo Chí Xuất Bản:

a) Sách đã xuất bản:

Ban Báo Chí & Xuất Bản đã tận tâm đọc lại bản in, dàn trang, thiết kế bìa và xuất bản các đầu sách sau đây trong vòng một năm qua:

1. *Pháp Diệt Tránh* – Thích Nguyên Chứng (Thích Tuệ Sỹ); (tháng 7/2021)

2. *Yết Ma Yếu Chỉ* – Thích Trí Thủ, Thích Nguyên Chứng; (tháng 8/2021)

3. *Phật Lý Căn Bản* – Thích Đức Thắng; (tháng 8/ 2021)

4. *Tổng Quan Về Nghiệp* – Tuệ Sỹ; (tháng 9/2021)

5. *Thiền Định Phật Giáo | Khởi Nguyên Và Ảnh Hưởng* – Tuệ Sỹ; (tháng 1/2022)

6. *Đại Đường Tây Vực Ký* – Thích Như Điển & Nguyễn Minh Tiến dịch (tháng 1. 2022)

7. *Tư Tưởng Xã Hội Trong Kinh Điển PG Nguyên Thủy* – Thích Nguyên Siêu (tháng 5.2022)

8. *Kỷ Yếu Đại Hội Hoằng Pháp* (tháng 5.2022)

b) Trang nhà Hội Đồng Hoằng Pháp https://hoangphap.org

- Hoạt động chính thức ngày 02 tháng 06 năm 2021. Số lượng bài đăng đến hiện nay là 843 bài.

- Lượt truy cập 126,572 (tính đến ngày 15.07.22)

- Lượt truy cập hằng ngày, bình thường 260 lượt, có lúc lên tới 870 lượt. Hiện có 33,150 users và 33,630 new users khắp nơi trên thế giới.

2. Ban Truyền Bá Giáo Lý:

Dưới sự cố vấn và điều hành của HT. Thích Đồng Tuyên, Trưởng Ban, đã điều hợp tổ chức được các Chương trình Tu học Online hàng tháng thành công, tốt đẹp.

* Ban Truyền Bá Giáo Lý Hoa Kỳ dưới sự chỉ đạo của HT. Thích Đồng Tuyên (nay đã khuyết tịch) và Phó Ban là TT. Thích Thiện Duyên đã lập Zoom Phật Pháp, có tên là *Bụt Đà Hạnh*, hướng dẫn

tu tập online liên tục từ tháng 01/22 đến tháng nay Các khóa tu tập vẫn tiến hành đều đặn trong thời gian tới.

* Ban Truyền Bá Giáo Lý Âu châu dưới sự chỉ đạo của HT. Thích Tâm Huệ và điều hợp của TT. Thích Hạnh Tấn đã tổ chức các Khóa tu tập Online liên tục từ tháng 01.2022 đến tháng 7.2022 và đang tiếp tục cho các tháng sắp tới.

Các Ban TBGL đang nghiên cứu mở rộng chương trình học Phật Online đến thính giả và Phật tử người bản xứ; và điều này rất cần sự tham gia của chư vị Tăng Ni trẻ có trình độ Phật Pháp lẫn ngoại ngữ mới có thể thực hiện hoàn mỹ cho chương trình.

Ban Truyền Bá Giáo Lý nay đã cung thỉnh HT. Thích Nguyên Siêu thay thế HT. Thích Đỗng Tuyên (khuyết tịch tháng 03.2022) làm Trưởng Ban.

3. Tổng kết thành quả một năm qua của Ban Bảo Trợ

- Từ tháng 07 năm 2021 đến tháng 07 năm 2022:
- Tiền Canada tổng thu: 177,657 CAD
- Tiền Mỹ: 47,270 USD
- Tiền Úc: $7,000 đô AUD
- Tiền Âu Châu: 48,700 EUR

Tịnh tài cúng dường của thập phương đã được Ban Bảo Trợ đã cung ứng cho tất cả các chi phí sinh hoạt của các Ban thuộc Hội Đồng Hoằng Pháp, nhất là Ban Báo Chí & Xuất Bản: đã xuất bản 8 tác phẩm Phật học; trang trải kinh phí hàng tháng cho việc quản trị và điều hành website Hoằng Pháp cũng như các hoạt động chuyên môn của ban kỹ thuật, ấn hành.

Ngoài ra, cần ghi nhận thành quả đặc biệt từ chư tôn đức Tăng Ni thuộc GHPGVNTN Âu châu đã tận tâm ủng hộ, cúng dường để hình thành lớp học Phạn ngữ, do Tiến sĩ Trí Việt Đỗ Quốc Bảo giảng dạy, khai giảng ngày 13.9.2021 với trên 60 học viên Tăng Ni và Cư sĩ tham dự. Đứng trên danh nghĩa Ban Bảo Trợ Hoằng Pháp Âu Châu, lớp chuyên khoa Phạn ngữ này được kỳ vọng sẽ cung ứng một số dịch giả tiếng Phạn cho Hội Đồng Phiên Dịch Tam Tạng Kinh tương lai.

Từ những thành quả sơ bộ được nêu trên, để tiến hành in ấn Đại Tạng Kinh mà HĐHP đã tích cực làm việc không ngừng.

Để có được nguồn tịnh tài cung ứng cho việc ấn hành, đồng thời đủ tư cách pháp lý quốc tế, HĐHP đã thành lập chính thức *Hội Ấn Hành Đại Tạng Kinh Việt Nam (Vietnam Tripitaka Foundation)* đăng ký tại tòa án Hoa Kỳ, và đã tiến hành mở trương mục ngân hàng. Hội Trưởng HT Thích Nguyên Siêu, Thư Ký: T.T Thích Hạnh Tuệ. Thủ Quỹ: Cư Sĩ Tâm Quang- Vĩnh Hảo. Các tự viện, Tăng Ni, Cư sĩ Phật tử đã phát tâm ủng hộ và chuyển ngân trực tiếp vào trương mục và cư sĩ Tâm Quang Vĩnh Hảo (thủ quỹ) đã làm việc tốt trong công tác quản lý này. Hội Ấn Hành Đại Tạng Kinh Việt Nam cũng đã xuất quỹ để trang trải các ấn phí, cước phí xuất bản, upload 29 bộ Kinh-Luật-Luận thuộc Thanh Văn Tạng lên mạng toàn cầu Amazon trước Lễ Giới Thiệu Thành Tựu Sơ Bộ hôm nay.

Song song đó, Ban Ấn Hành ĐTKVN với vị Trưởng ban: TT. Thích Hạnh Viên, Phó ban Cư Sĩ Nguyên Đạo- Văn Công Tuấn; đặc trách phát hành: Ni Sư Thích Nữ Quảng Trạm; đặc trách ấn loát: Cư Sĩ Tâm Thường Định – Bạch Xuân Phẻ và Cư Sĩ Nhuận Pháp – Trần Nguyễn Nhị Lâm; đặc trách kỹ thuật: Cư Sĩ Quảng Pháp- Trần Minh Triết và Cư Sĩ Quảng Hạnh Tuệ – Nguyễn Lê Trung Hiếu... đã và đang nỗ lực với khả năng và thời giờ để Đại tạng được in ấn đạt chất lượng cao ở các nhà in chuyên dụng quốc tế, ngang tầm với các tác phẩm nghiên cứu hàn lâm thế giới. Trong khi chờ đợi hợp đồng in ấn với nhà in chuyên dụng, có phần chậm trễ do ảnh hưởng đại dịch Covid và chiến tranh, Ban Ấn Hành ĐTKVN đã cho xuất bản nhanh hình thức "Print-on-Demand" trên mạng toàn cầu Amazon để đáp ứng ngay nhu cầu nghiên cứu hay học hỏi cho các đơn vị, cá nhân muốn đặt nhanh Kinh sách từng cuốn riêng biệt, hay phòng khi các Kinh sách cúng dường đã phân phối hết.

* * *

Bản đúc kết trong thời gian làm việc này của Hai Hội Đồng, ngang qua các lĩnh vực:

Thứ nhất: Nhân sự của các Ban tích cực phụng hành Phật sự nghiêm chỉnh.

Thứ hai: Điều hành công việc trôi chảy hữu hiệu

Thứ ba: Tâm thành làm việc của 2 Hội Đồng tương kính, tương thuận.

Thứ tư: Phát tâm cúng dường tịnh tài của chư vị hảo tâm hộ pháp thu hoạch kết quả tốt.

Thứ năm: Phát tâm ấn Đại Tạng Kinh cho người thỉnh nghiên cứu, thọ trì.

Thứ sáu: Đền ơn lịch Đại Tổ Sư, các bậc kỳ túc.

Cuối cùng, cho phép chúng tôi được trích lời nói của Thầy Trí Siêu Lê Mạnh Thát làm kết từ cho bài đúc kết này: "Dịch Đại Tạng Kinh phải mang tính Hàn lâm quốc tế... chúng ta phải bám sát vào chữ Hán để dịch thành Đại Tạng kinh Phật Giáo Việt Nam. Chúng ta phải nhớ ơn các bậc Tôn túc, lịch Đại Tổ Sư để tiếp tục dịch Đại Tạng Kinh P.G.V.N., vì 'Con hơn cha là nhà có phúc'."

Trân trọng kính đảnh lễ chư Hòa Thượng, Thượng Tọa, Đại Đức Tăng Ni, quý học giả, giáo sư, thiện hữu trí thức Phật tử.

Kính chúc quý ngài và toàn thể liệt quý vị luôn khỏe mạnh, an lạc trong cuộc sống.

San Diego, ngày 16, tháng 07 năm 2022

Thích Nguyên Siêu

Phó Thư Ký Hội Đồng Hoằng Pháp GHPGVNTN

Phó Thư Ký Hội Đồng Phiên Dịch Tam Tạng Lâm Thời

*

HÌNH ẢNH LỄ RA MẮT THÀNH TỰU SƠ BỘ
CÔNG TRÌNH PHIÊN DỊCH
ĐẠI TẠNG KINH VIỆT NAM

Chư Tôn Đức, Cư Sĩ Phật Tử, Nhân Sĩ Trí Thức
thuyết trình, phát biểu cảm nhận

HT Thích Tuệ Sỹ
Cố Vấn Chỉ Đạo HĐHP, Chủ tịch HĐPDTTLT

HT Thích Bảo Lạc
Chứng Minh HĐHP

GS Trí Siêu Lê Mạnh Thát
Cố Vấn HĐPDTTLT

HT Thích Như Điển
Chánh Thư Ký HĐHP, HĐPDTTLT

HT Thích Nguyên Siêu
Phó Thư Ký HĐHP, HĐPDTTLT

HT Thích Thái Hòa
Phó Thư Ký HĐPDTTLT

HT Thích Thích Thiện Quang
UB Chứng Nghĩa, Chuyết Văn HĐPDTTLT

TT Thích Nguyên Tạng
Trưởng Ban BC-XB HĐHP

GS Trí Việt Đỗ Quốc Bảo

Cư Sĩ Tâm Huy Huỳnh Kim Quang

Cư Sĩ Nguyên Hạnh (Nhã Ca)

GS Nguyễn Xuân Thu

Huynh Trưởng Quảng Giải

Huynh Trưởng Tâm Thường Định

VIỆT PHẬT ĐẠI TẠNG KINH

SÔNG THU

Công trình phiên dịch Đại Tạng Kinh
Chúng đức danh Tăng cộng hiệp thành
Nung đúc anh tài dâng phụng hiến
Truyền trì mạng mạch bậc hiền minh.

Kế thừa đạo nghiệp trao phú chúc
Nét bút chưa nhòa trong lặng thinh
Thắt chặt đạo tình luôn thấm đượm
*Hoàn thành **Việt Phật Đại Tạng Kinh.***

Nam Mô A Di Đà Phật

Sydney 12/6/2022

Sông Thu

(Thích Bảo Lạc)

_____

(xem thêm các bài xướng họa ở
https://quangduc.com/a73647/viet-phat-dai-tang-kinh-tho-)

Phần III

PHỤ LỤC
CÁC VĂN KIỆN
HỘI ĐỒNG PHIÊN DỊCH
&
HỘI ĐỒNG PHIÊN DỊCH
TAM TẠNG LÂM THỜI

HỘI NGHỊ TOÀN THỂ
HỘI ĐỒNG PHIÊN DỊCH TAM TẠNG

(tổ chức vào các ngày 20, 21, 22. 10.1973)

BIÊN BẢN

Phiên họp thứ nhất, ngày 20.10.1973
tại Đại học Vạn Hạnh.

Thời gian: từ 16 giờ đến 21g30 ngày 20.10.1973

Địa điểm: Phòng Hội Đồng, Lầu 2, Đại học Vạn Hạnh

Thành phần tham dự:

Hiện diện (12 vị):

- Thượng tọa Trí Tịnh   - Thượng tọa Minh Châu

- Thượng tọa Quảng Độ   - Thượng tọa Thiện Siêu

- Thượng tọa Huyền Vi   - Thượng tọa Trí Thành

- Thượng tọa Huệ Hưng   - Thượng tọa Thuyền Ấn

- Thượng tọa Trí Nghiêm   - Thượng tọa Thiền Tâm

- Thượng tọa Thanh Từ   - Thượng tọa Bửu Huệ

Vắng mặt (6 vị):

- Thượng tọa Trí Quang
- Thượng tọa Đức Nhuận
- Thượng tọa Đức Tâm

- Thượng tọa Nhật Liên
- Thượng tọa Trung Quán
- Đại đức Tuệ Sỹ

Chủ Tọa Đoàn:

- Thượng tọa Trí Tịnh
- Thượng tọa Quảng Độ

- Thượng tọa Minh Châu

A. PHẦN KHAI MẠC

1. Tuyên bố lý do:

Mở đầu, Thượng tọa Trí Tịnh, Trưởng Ban Hội Đồng Phiên dịch mời quý Thượng tọa niệm hồng danh đức Thế Tôn, tiếp đó, Thượng tọa long trọng tuyên bố lý do triệu tập Hội nghị.

Theo Thượng tọa ngay từ khi Hội Đồng Phiên Dịch Tam Tạng được thành lập bởi quyết định của Hội Đồng Giáo Phẩm Trung Ương, Hội Đồng đã liên tiếp tổ chức nhiều phiên họp và hôm nay, Hội nghị được triệu tập là do những kết quả những phiên họp đó.

Nhấn mạnh đến tính cách quan trọng của Hội Nghị, Thượng tọa nói tiếp rằng, vấn đề thành lập một Tam Tạng Việt ngữ là một vấn đề trọng đại và cấp thiết. Vì cho đến bây giờ, chúng ta vẫn chưa có được một Tam Tạng bằng tiếng Việt bên cạnh Tam Tạng của các quốc gia lân cận, mặc dù nền Phật giáo nước nhà không phải là có một lịch sử truyền bá ngắn hơn. Trước đây, tuy rằng vẫn có một số kinh điển được dịch ra tiếng Việt, chúng ta vẫn không thể gọi đó là Tam Tạng Việt ngữ được vì lẽ những bản dịch này, phần lớn, còn có quá nhiều sơ suất. Sự vắng mặt của Tam Tạng Việt ngữ bên cạnh các Tam Tạng Trung Hoa, Cao Miên, Cao Ly, Nhật Bản... như thế là một điều đáng buồn. Hơn nữa, với tình trạng hiện tại, khi mà chữ Hán không còn được thông dụng như trước đây thì sự có mặt của Tam tạng Việt ngữ lại càng mang một ý nghĩa quan trọng và cấp bách hơn trong vấn đề phổ biến giáo lý đức Phật. Ý thức tầm quan trọng đó, Hội nghị được triệu tập với mục đích bàn về những phương thức làm việc để cho Tam Tạng Việt ngữ chóng được hoàn thành. Thượng tọa đã thuật lại hoài bão phiên dịch kinh điển của mình và những khó khăn, những kinh nghiệm đã có trên đường thực hiện đại nguyện này. Thượng tọa ước mong quý Thượng tọa trong Hội Đồng sẽ hoan hỷ làm việc một cách tích cực để Tam Tạng Việt ngữ sớm được hoàn thành.

2. Giới thiệu thành viên của Hội Đồng Phiên Dịch Tam Tạng.

Tiếp đến, Thượng tọa Thích Quảng Độ, Tổng Thư Ký Hội Đồng, giới thiệu các thành viên của Hội Đồng Phiên dịch Tam Tạng. Theo Thượng tọa, cách đây mấy tháng, Hội Đồng Giáo Phẩm Trung ương đã quyết định thành lập Hội Đồng Phiên dịch Tam Tạng và thành viên của Hội đồng gồm 10 vị. Đó là quý Thượng tọa Trí Tịnh, Trí Quang, Minh Châu, Đức Nhuận, Bửu Huệ, Trí Thành, Quảng Độ, Nhật Liên, Thiện Siêu, Huyền Vi, trong đó, Thượng tọa Trí Tịnh làm Trưởng ban, Thượng tọa Minh Châu làm Phó Trưởng ban và Thượng tọa Quảng Độ làm Tổng Thư ký Hội Đồng.

Trong phiên họp ngày 30.7.1973, Hội Đồng Phiên dịch Kinh điển đã quyết định cung thỉnh thêm quý TT Đức Tâm, Huệ Hưng, Thuyền Ấn, Trí Nghiêm, Trung Quán, Thiền Tâm, Thanh Từ và Đại đức Tuệ Sỹ gia nhập Hội Đồng. Như thế, tổng số thành viên của Hội Đồng Phiên dịch Tam Tạng là 18 vị. Buổi họp hôm nay có 12 vị hiện diện và 6 vị vắng mặt.

3. Sơ lược về thể thức làm việc:

TT Minh Châu: Để xúc tiến công việc, chúng tôi đã nhờ Thư viện Đại học Vạn Hạnh, Phật khoa và chùa Già Lam.

- Thư viện lo phần mục lục những kinh, luật, luận đã dịch, Thư viện Phật học được dành riêng cho quý Thượng tọa tham khảo hay phiên dịch tại chỗ.

- Phật khoa làm biên bản các buổi họp; và quý vị có thể đưa cho Phật khoa đánh máy những dịch phẩm đã dịch xong.

- Chùa Già Lam cử một số chú làm thị giả quý Thượng tọa tại phòng họp.

- Về vấn đề cư trú: Vị nào muốn nghỉ lại Vạn Hạnh hay cần xe cộ di chuyển, xin cho biết để tiện sắp đặt.

- Trong phiên họp trước, Hội Đồng dự định mời quý Thượng tọa hội họp trong 49 ngày, nay vì xét thấy có nhiều bất tiện nên thời gian họp được rút ngắn lại, và mỗi ngày chỉ họp từ 4 giờ chiều đến 10 giờ đêm. Riêng ngày mai, chúng tôi đề nghị họp từ 8 giờ sáng đến 6 giờ chiều.

TT Thiện Siêu: Xin xác định rằng ở đây chúng ta chỉ bàn đến thể thức làm việc cho Hội nghị này. Vấn đề thể thức phiên dịch sẽ bàn sau. Hội đồng đồng ý.

4. Bầu chủ tọa và thư ký

Hội nghị đồng ý mời TT Trí Tịnh, Minh Châu, Quảng Độ luân phiên làm chủ tọa cho các buổi họp.

B. PHẦN NGHỊ SỰ

Trước khi đi vào phần chính, một số Thượng tọa yêu cầu sửa đổi chương trình nghị sự. Sau một hồi thảo luận, hội nghị chấp thuận chương trình nghị sự như sau:

Chương trình nghị sự

A. PHẦN KHAI MẠC

   1) Tuyên bố lý do

   2) Giới thiệu thành viên trong Hội đồng Phiên dịch

   3) Sơ lược về thể thức làm việc

   4) Bầu chủ tọa và thư ký

B. PHẦN NGHỊ SỰ

   I) Duyệt xét và bổ túc mục lục kinh điển đã phiên dịch

   II) Soạn thảo thư mục kinh điển phải phiên dịch

   III) Tổ chức phiên dịch và thể thức phiên dịch

   IV) Các vấn đề linh tinh:

      1) Thời gian hội nghị

      2) Cách thức làm việc

      3) Đánh máy, ấn loát

      4) Xây cất trụ sở. Vấn đề tài chánh.

I. Duyệt xét và bổ túc mục lục kinh điển đã phiên dịch

Trước khi soạn thảo thư mục kinh điển phải phiên dịch, Hội nghị đọc và bổ túc thư mục những kinh điển đã được chuyển ra Việt ngữ do Ban tổ chức cung cấp. Hội nghị khuyến cáo.

Với những bản dịch có giá trị: Nên duyệt lại trước khi chấp thuận đưa vào Tam Tạng Việt ngữ.

Với những bản dịch thiếu giá trị: Phải dịch lại.

TT Thuyền Ấn: Xin Hội nghị lưu ý về những bộ luật do Chư Tổ Việt Nam sáng tác. Có nên xếp những tác phẩm này vào Tam Tạng Việt Nam không?

Về điểm này, Đại hội biểu quyết là phải đưa vào đại tạng Việt nếu xét thấy tác phẩm có giá trị.

II. Soạn thảo thư mục phải phiên dịch

TT Minh Châu: Về thư mục Đại Tạng kinh, chúng tôi xin đại hội lưu ý Phật điển trên thế giới được phân ra làm hai tạng chính và Sanskrit và Pàli, và hai tạng dịch quan trọng nhất là Hán tạng và Tây Tạng tạng.

Trong hoàn cảnh hiện đại, xin Hội nghị chú trọng hai tạng Pàli và Hán. Và như thế, khi dịch chúng ta sẽ chia ra làm hai ban: ban Pàli và ban Hán. Mục lục Pàli khỏi bàn vì quá rõ ràng.

TT Trí Tịnh: Mục lục Pàli xin nhờ TT Minh Châu như Ngài đã nhận. Bây giờ xin chỉ bàn mục lục Hán tạng.

TT Thuyền Ấn: Thế giới chia Phật điển thành Tiểu thừa tạng và Đại thừa tạng. Chúng ta có nên làm như thế không?

TT Trí Tịnh: Không chia Đại, Tiểu thừa. Chúng ta nên theo lối xếp đặt của Hán tạng.

- Hội nghị đồng ý.

Đến đây, vì đã 19 giờ, ban Chủ tọa tuyên bố tạm nghỉ và phiên họp sẽ được tiếp tục vào đúng 20 giờ.

(20 giờ: Họp tiếp)

Hiện diện: Ngoài 12 vị đã ghi trên, còn có sự hiện diện của hai Thượng tọa Trí Quang và Đức Nhuận.

TT Trí Tịnh: Để lập thư mục kinh điển phải phiên dịch, chúng tôi xin đọc mục lục Đại Tạng kinh điển.

Hán tạng chia làm những bộ chính như sau:

1. A Hàm Bộ

2. Bổn Duyên Bộ

3. Bát Nhã Bộ

4. Pháp Hoa Bộ

5. Hoa Nghiêm Bộ

6. Bảo Tích Bộ

7. Niết Bàn bộ

8. Đại Tập Bộ

9. Kinh Tập Bộ

10. Mật Giáo Bộ

11. Luật Bộ

12. Thích Kinh Luận Bộ

13. Tỳ Đàm Bộ

14. Trung Quán Bộ

15. Du Già Bộ

16. Luận Tập Bộ

17. Kinh Sớ Bộ

18. Luật Sớ Bộ

19. Luận Sớ Bộ

20. Chư Tông Bộ

21. Sử Truyện Bộ

22. Sự Vựng Bộ

23. Mục Lục Bộ

24. Cổ Dật Bộ

25. Nghi Tợ Bộ

TT Trí Quang: Ở Hán tạng thường có nhiều bản dịch của cùng một bộ kinh. Gặp trường hợp này, nên dịch tất cả hay chỉ chọn bản hay nhất?

TT Trí Tịnh: Có hai trường hợp:

1) Những bản trùng dịch chỉ có một vài điểm sai biệt không quan trọng: dịch bản hay nhất.

2) Những bản trùng dịch có quá nhiều điểm khác nhau: Bắt buộc phải dịch tất cả.

TT Minh Châu: Chúng ta không có quyền chọn lựa. Phải dịch tất cả. Vì một bản dịch có thể dở với người này nhưng hay đối với nhiều người khác và ngược lại.

TT Trí Quang: Ý kiến của hai TT Minh Châu và Trí Tịnh đều hay và có lý riêng. Để dung hòa, tôi xin nhắc lại ý kiến của Lương Khải Siêu, một học giả đi trước chúng ta:

Những bản Hán dịch có thể chia ra làm 3 loại chính:

a. *Tòng thư:* Về loại này, có thể có một hai phẩm biệt dịch hay hơn trong tòng thư.

b. *Chuyên mỹ:* Những dịch phẩm có giá trị lớn về văn chương.

c. *Định bản:* Những bản dịch được phổ cập nhất và thường là được dịch đầu tiên.

Tôi đề nghị dịch hết ba loại đó. Trường hợp phát tâm dịch hết những bản dịch là do bản nguyện riêng của từng người.

TT Minh Châu: Như thế, về A Hàm chẳng hạn, chúng ta chỉ cần dịch:

No	1	Trường A Hàm
No	26	Trung A Hàm
No	125	Tăng Nhất A Hàm
No	15	Tạp A Hàm

của Hán Tạng.

TT Thiện Siêu: Nên dịch xong bộ này đến bộ khác hay dịch đồng thời mỗi nhóm một bộ theo khả năng riêng.

Cách thứ nhất:

Nhóm A dịch Trường A Hàm, nhóm B dịch Trung A Hàm, C Tạp A Hàm, D Tăng Nhất A Hàm, hay

Cách thứ hai:

Nhóm A dịch A Hàm, B Bát nhã, C Hoa Nghiêm...?

TT Trí Tịnh: Vấn đề đó sẽ nói sau. Xin soạn thảo mục lục trước. Việc này có hai cái lợi:

1. Nếu chúng ta làm chưa xong, đàn hậu tấn sẽ theo đó để làm tiếp.

2. Dễ dàng hơn trong việc hoạch định chương trình và phương tiện ấn loát.

Đại hội đồng ý.

Sau một hồi thảo luận, Hội nghị quyết định soạn thảo ngay mục lục. Trước hết, Hội nghị bàn đến Bộ A Hàm.

❖ Về A Hàm Bộ

Hội nghị đồng ý phải dịch trước những kinh điển sau:

4 Tòng thư:

1. Trường A Hàm của Phật đà Gia xá và Trúc Phật niệm.

2. Trung A Hàm của Cù Đàm Tăng Già Đề Bà

3. Tạp A Hàm của Cầu Na Bạt Đà La

4. Tăng Nhất A Hàm của Cù Đàm Tăng Già Đề Bà.

và bản dịch Tạp A Hàm (thất dịch).

❖ Về Bổn Duyên Bộ

TT Trí Quang: a) Bổn Duyên Bộ gồm tất cả 67 kinh, không kể những bản biệt dịch, gồm 3 loại chính:

b) Sự tích Phật, Bồ tát trong những tiền kiếp.

c) Những bản trường ca

Những mẩu chuyện đạo giải thích Pháp cú.

Đề nghị nên dịch trước những tác phẩm hay nhất của loại C (Pháp cú), trong đó ưu tiên nhất là các bộ sau:

1. Pháp cú kinh, 2 quyển

2. Xuất Diệu kinh, 30 quyển

3. Pháp cú Thí dụ kinh, 4 quyển

4. Pháp tập Yếu kinh, 4 quyển

5. Bi Hoa Kinh, 10 quyển

6. Phật Sở Hành Tán.

Đại hội chấp thuận.

❖ **Về Bát Nhã Bộ**

TT Trí Quang: Về Bát Nhã, nên dịch 3 bộ là đủ:

1. Đại Bát Nhã, 500 quyển, Huyền Trang

2. Ma Ha Bát Nhã, La Thập

3. Kim Cang Bát Nhã, La Thập

Một số Thượng tọa yêu cầu đọc tất cả các tên kinh của Bát Nhã Bộ để Hội nghị chọn thêm. Tuy nhiên, vì vấn đề khá phức tạp và nhất là đã quá khuya (21g30), Ban Chủ Tọa đề nghị quý Thượng tọa về nhà soạn trước mục lục để hôm sau công việc được tiến hành một cách nhanh chóng hơn.

Ban Chủ Tọa mời quý Thượng tọa niệm Phật hồi hướng và kết thúc phiên họp thứ nhất.

Phiên họp kết thúc đúng 21 giờ 30.

Làm tại Saigon, ngày 20 tháng 10 năm 1973

Người lập biên bản   Chủ Tọa đoàn

Thư ký đoàn

BIÊN BẢN

Phiên họp thứ hai

Thời gian: Từ 08 đến 11 giờ 30 ngày 21.10.1973

Địa điểm: Phòng Hội Đồng, Lầu 2, Đại học Vạn Hạnh

Thành phần tham dự:

Hiện diện: 11 vị

Thượng tọa Trí Tịnh, Minh Châu, Quảng Độ, Thiện Siêu, Thuyền Ấn, Trí Thành, Thanh Từ, Bửu Huệ, Thiền Tâm, Huệ Hưng, Trí Nghiêm.

Vắng mặt: 7 vị

Thượng tọa Trí Quang, Đức Nhuận, Huyền Vi, Nhật Liên, Trung Quán, TT Đức Tâm, ĐĐ Tuệ Sỹ.

Chủ tọa đoàn:

TT Trí Tịnh (Chánh), TT Minh Châu (Phó), TT Quảng Độ (Tổng Thư Ký)

Sau khi niệm hồng danh đức Thế Tôn, Hội đồng bàn tiếp về mục lục những kinh điển phiên dịch.

❖ **Về Bát Nhã Bộ**

TT Thiện Siêu: Trình bày về những bộ kinh chính yếu của Bát Nhã Bộ. Đề nghị những kinh điển phải phiên dịch như sau:

1. Đại Bát nhã: 500 quyển, Huyền Trang

2. Tiểu phẩm Bát nhã, 10 quyển - La Thập

3. Kim Cang Bát Nhã Ba La mật kinh, 1 quyển – La Thập

4. Nhân vương hộ quốc Bát nhã Ba la mật kinh

5. Phật thuyết nhân vương Bát nhã Ba la mật kinh

Hội đồng đồng ý.

❖ **Về Pháp Hoa Bộ**

Dịch 3 bản:

1. Diệu pháp Liên hoa kinh, 7 quyển - Quật ba tất đa

2. Chánh pháp Liên hoa kinh

3. Đàm Ma Đà Gia Xá

❖ **Về Hoa Nghiêm Bộ**

Dịch các bản:

1. Hoa Nghiêm kinh, 80 quyển - Thức xoa Nan đà - Phẩm Phổ Hiền trong Tứ thập Hoa nghiêm của Ngài Bát nhã.

2. Đại Phương Quảng Phổ Hiền Sở thuyết kinh, 1 quyển - Thực xoa Nan đà.

3. Đại phương Quảng Tổng trì Bảo quang minh kinh, 5 quyển - Pháp Thiên.

4. Tín lực Nhật ấn Pháp môn kinh, 5 quyển - Bản Ma lưu chi

5. Đại phương Quảng Hoa nghiêm kinh tu từ phần, 1 quyển - Đề vân, Bát nhã.

6. Tối thắng vấn Bồ tát thập trụ trừ cấu – Trúc Phật Niệm.

❖ **Về Bảo Tích Bộ**

Dịch các bản:

1. Đại bửu tích kinh, 120 quyển - Bồ đề Lưu Chí

2. Phật thuyết vô lượng thọ Phật kinh, 2 quyển – Khương Tăng Khải.

3. Phật thuyết Quán Vô Lượng Thọ Phật kinh – Cương Lương Gia Xá.

4. Phật thuyết A Di Đà Kinh – Cưu Ma La Thập

5. Bạt Nhất Thế Nghiệp chướng căn bản đắc sanh Tịnh độ đà la ni, 1 quyển.

❖ **Về Niết Bàn Bộ**

Các bản:

1. Đại Bát Niết bàn kinh, 40 quyển – Đàm Vô Sấm và Hậu phần, 2 quyển - Nhã Na Bạt đà la - Hội Minh.

2. Đại bi kinh, 5 quyển – Na liên đề Da đà

3. Ma ha Ma gia kinh – Đàm Cảnh

4. Bồ tát tùng Đâu xuất Tiên giáng thần mẫu thai thuyết Quảng phổ kinh, 7 quyển – Trúc Phật Niệm.

5. Trung ấn kinh, 2 quyển – Trúc Phật Niệm

6. Liên Hoa diệu kinh – Na Liên đề Da xà

7. Đại phương đẳng Vô tưởng kinh, 6 quyển – Đàm Vô Sấm

8. Đại phần Vô thường kinh (cuốn 9) – Trúc Phật Niệm

9. Phật thùy Niết bàn Lược thuyết giáo giới kinh, 1 quyển La Thập.

10. Phật Lâm NB ký pháp trụ kinh, 1 quyển - Huyền Trang

11. Bát Nê hoàn hậu quán Lạc kinh – Trúc Phật Niệm

12. Phật diệt độ hậu quan liệm táng tống kinh, 1 1quyển

13. Ca Diếp Phó Phật Bát Niết bàn kinh, 1 quyển – Trúc Đàm Vô Lang.

14. Phật Nhập NB Phật tính Kim cang lực sỹ ai luyến kinh, 1 quyển – (Thất dịch)

15. Phật thuyết đương lai biến kinh – Pháp Hộ

16. Phật thuyết Pháp diệt tâm kinh (thất dịch).

❖ **Về Đại Tâm Bộ**

Dịch các bản:

1. Đại phương đẳng đại tập kinh, 6 quyển – Tăng Hựu tập

2. Quán Hư không tạng Bồ tát kinh, 1 quyển – Đàm ma Mạt đa.

3. Địa tạng Bồ tát bổn nguyện kinh, 2 quyển - Thực xoa Nan đà.

4. Bách thiên tụng đại tập kinh Địa tạng Bồ Tát thỉnh vấn pháp thân tán, 1 quyển - Bất Không.

5. Đại tạp thí dụ Vương kinh, 2 quyển – Xà na Quật đa

> *TT Thiện Siêu:* Xin Hội nghị dành phần mục lục còn lại cho văn phòng Hội đồng Phiên dịch để khỏi mất nhiều thì giờ. Bây giờ xin bàn về thể thức phiên dịch.

Đề nghị này được Hội nghị hoàn toàn đồng ý.

III. Tổ chức Phiên dịch và thể thức phiên dịch

A. Tổ chức phiên dịch

> *TT Thiện Siêu:* Nên dịch lần lượt bộ này cho xong rồi đến bộ khác hay chia mỗi nhóm một bộ?

> *TT Thanh Từ:* Mỗi nhóm làm một bộ có lợi hơn:

1. Nhờ khả năng riêng

2. Văn pháp được liên tục hơn

3. Khỏi bị phân tâm.

TT Thiện Siêu: Đề nghị chia nhóm, mỗi nhóm ít nhất có 3 vị. Ví dụ 1 vị đặc biệt về chữ Hán, 1 vị đặc biệt về Việt văn và 1 về ý nghĩa. Ba vị sẽ bổ túc cho nhau về khả năng để cùng chung lo một bản dịch và như thế bản kinh có nhiều giá trị hơn. Đề nghị này được hoàn toàn đồng ý.

Ba vị đó sẽ đọc, tham khảo và luận bàn với nhau trước khi dịch. Sau đó, 1 vị dịch, 2 vị kia tra cứu những nghi vấn có thể có về bản kinh được dịch để bổ túc.

TT Trí Tịnh: Nên luân lưu để cả 3 vị đều có cầm bút dịch.

TT Huệ Hưng, Thanh Từ: Nêu lên những trở ngại khi mà chỗ ở của ba vị đó quá xa nhau.

TT Thiện Siêu: Khi lập ra Hội đồng này, chúng ta phải gặp nhau để làm việc, không dài thì ngắn hạn.

TT Thuyền Ấn: Ai đứng tên ở bản dịch khi mà cả ba vị cùng dịch một tác phẩm?

TT Thiện Siêu: Cả ba vị đồng đứng tên ở bản dịch, vì đều có công như nhau và chịu trách nhiệm như nhau trước Hội đồng và lịch sử. Sở dĩ có sự phân công trong nhóm 3 vị là vì không ai có khả năng bao trùm cả ba lãnh vực vừa nói.

TT Trí Tịnh: Cả ba vị đều chịu trách nhiệm như nhau. Tuy nhiên, trên dịch phẩm chỉ đề tên người cầm bút dịch mà thôi. Ví dụ như trường hợp Ngài La Thập. Nếu muốn, hai vị kia có thể đề là phụ khảo.

TT Thiện Siêu: Không ai có uy tín và tài năng bao trùm như ngài La Thập.

TT Minh Châu: Đề tên một vị hay cả ba vị có lợi riêng. Xin bàn kỹ vấn đề này.

TT Thanh Từ: Đề tên cả ba vị sẽ gây được một uy tín lớn hơn cho bản dịch.

TT Trí Tịnh: Nên luân lưu trong việc dịch và đứng tên, Vị này dịch, hai vị kia phụ khảo. Để gây uy tín, đề nghị cả ba vị duyệt lại bản dịch thật kỹ trước khi cho in, và khi in sẽ đề là Hội đồng Phiên dịch Tam Tạng xuất bản. Như thế ba vị đó đồng thời là Hội đồng kiểm duyệt.

TT Quảng Độ: Ý kiến đó rất hay nhưng vẫn vấp phải trở ngại vì chỗ ở xa nhau. Đề nghị bầu ba vị có nhiều khả năng nhất ở Trung ương để thuần sắc bản dịch riêng của từng vị.

TT Thiện Siêu: Ba vị ở Trung ương nhuận sắc bản dịch của từng nhóm, tức là của một vị dịch giả chính thức và hai vị phụ khảo.

TT Trí Tịnh: Một bản dịch phải hội đủ hai vị phụ khảo và một dịch giả chính thức mới được ra Hội đồng, Hội đồng không xét những bản dịch cá nhân.

TT Thiện Siêu: Vấn đề phụ khảo sẽ có nhiều lợi ích:

- Bổ túc cho nhau để làm việc hữu hiệu hơn

- Gây tinh thần hòa hợp

- Tránh được tính tự tôn

- Gánh vác giúp rất nhiều cho Ban Kiểm duyệt (hay nhuận sắc).

Sau một hồi thảo luận, Đại hội đồng ý các điểm sau:

1)Vấn đề tham khảo: Hội đồng khuyến cáo dịch giả nên có hai vị tham khảo (dùng chữ tham khảo thay cho phụ khảo). Lưu ý đây chỉ là một khuyến cáo chứ không bắt buộc như một nguyên tắc.

2) Nên chia từng nhóm (mỗi nhóm ba vị) để giúp đỡ nhau làm việc. Vấn đề đề tên một vị hay cả 3 vị trên dịch phẩm tùy thuộc sở thích của ba vị đó.

3) Trường hợp dịch một bộ kinh dài, nhóm nên gởi trước cho Hội đồng bản dịch những cuốn đầu để nhận được lời khuyến cáo là có nên dịch tiếp hay không (để tránh trường hợp dịch sai nhiều quá, mất công).

4) Trường hợp những bản dịch riêng của một cá nhân nào đó (bất cứ là của ai), Hội đồng sẽ chấp thuận đưa vào Đại Tạng Việt Ngữ nếu Hội đồng xét thấy có giá trị.

5) Lập một ban chuyên môn gồm ít nhất là ba (3) vị có khả năng vượt bực. Ban chuyên môn này sẽ thẩm định các dịch phẩm xem có thể đưa vào Tam Tạng được hay không? Như thế, ban này có phận sự gần giống như một ban kiểm duyệt. Tuy nhiên, vì có nhiều điểm tế nhị, vấn đề này cần bàn kỹ hơn (ví dụ: danh xưng, điều kiện, trách nhiệm...) trong phiên họp kế tiếp.

Phiên họp kết thúc vào đúng 11 giờ 30 ngày 21.10.1973.

Làm tại Saigon, ngày 21 tháng 10 năm 1973

Thư ký đoàn   Chủ tọa đoàn

*

BIÊN BẢN

Phiên họp thứ ba

Thời gian: Từ 15 giờ đến 18 giờ 30 ngày 21.10.1973

Địa điểm: Phòng Hội Đồng, Lầu 2, Đại học Vạn Hạnh

Thành phần tham dự:

Hiện diện: 11 vị

Thượng tọa Trí Tịnh, Minh Châu, Quảng Độ, Thiện Siêu, Thuyền Ấn, Trí Nghiêm, Trí Thành, Thanh Từ, Thiền Tâm, Bửu Huệ, Huệ Hưng.

Chủ tọa đoàn:

TT Trí Tịnh (Chánh), TT Minh Châu (Phó), TT Quảng Độ (Tổng Thư Ký)

Đề tài: Tiếp mục III: Tổ chức Phiên dịch và thể thức Phiên dịch, Phân nhiệm và phân ban.

Phiên họp ngày hôm nay được tiếp tục lúc 15 giờ ngày 21.10.1973 bàn về Hội đồng kiểm duyệt, Thể thức Phiên dịch, Phân nhiệm về Phân ban.

A. Hội đồng Kiểm duyệt

TT Thiện Siêu: Đề nghị HĐKD có bổn phận thâu nhận mọi ý kiến của mọi người và các thành viên. Làm việc trong tinh thần trách nhiệm và uyển chuyển hầu tránh đụng chạm, nhất là trên mặt tâm lý.

TT Minh Châu: Vấn đề kiểm duyệt từng câu từng chữ sẽ làm mất thời giờ và gây rất nhiều khó khăn.

TT Quảng Độ: Nên kiểm duyệt tổng quát lời và ý.

TT Thuyền Ấn: Đề nghị nên dành một số tài chánh nhằm cúng dường cho các vị trong HĐKD.

TT Quảng Độ: Như thế, những vị dịch kinh cũng cần đến phương tiện tài chánh, không riêng gì các vị trong HĐKD.

TT Thiện Siêu: Vấn đề ấy nên gác lại một bên bởi hầu hết những vị có mặt hôm nay, những vị nằm trong HĐ Phiên dịch, khi ngồi lại đây đều ao ước được phát tâm đúng hơn là vì lý do tài chánh.

Kết luận:

Đề nghị cúng dường tài chánh cho các vị trong HĐKD do TT Thuyền Ấn đưa ra đã không được Đại hội chấp thuận. TT Chủ Tịch cho rằng ngay từ bây giờ ngân quỹ không có, sẽ xét vấn đề cúng dường khi Hội đồng có tài chánh.

B. Thể thức Phiên dịch

Việt Hóa và Thống Nhất Từ ngữ (ở dịch phẩm)

TT Minh Châu và Thiện Siêu: Việt hóa bản văn dịch càng nhiều càng tốt. Có rất nhiều vấn nạn trong vấn đề thống nhất phiên dịch danh từ Hán Việt. Một số thuật ngữ dù quen thuộc đối với các vị dịch giả, song có thể quá xa lạ đối với độc giả quần chúng Phật tử. Ở đây, việc dịch trong hệ thống Hán tạng đều căn cứ theo phiên âm Hán ngữ đã có, không nên chèn vào danh từ Pàli (ví dụ: Hán tạng đã phiên âm A DI ĐÀ thì việc dịch nên để vậy, thay vì chuyển âm thành AMITA theo Pàli).

TT Quảng Độ: Cần thống nhất danh từ riêng trước đã.

Kết luận: Đại hội chấp thuận nên lưu ý trong vấn đề chuyển ngữ những danh từ chuyên môn thế nào cho thống nhất. Trong năm đến, có thể giao trách nhiệm sắp xếp danh từ cho các sinh viên Cao Học Phật khoa, dưới sự hướng dẫn của các vị Giáo sư. Một số từ ngữ trọng yếu thường gặp phải, trong hiện tại, nếu gặp trường hợp không chuyển ngữ được, có thể để nguyên và thêm chú thích ở dưới.

Số lượng dịch phẩm, BI KHẢO, TOÁT YẾU và BÀI TỰA cho mỗi dịch phẩm.

TT Thiện Siêu: Đề nghị tối thiểu mỗi năm một vị phải dịch xong 50 trang đánh máy làm thành 3 bổn và nội cho Hội Đồng Phiên dịch tại Trung ương.

TT Trí Tịnh: Xin tăng lên 100 trang.

Kết luận: Đại hội chấp thuận tối thiểu là 100 trang đánh máy

TT Thanh Từ: Có nên dành một toát yếu cho mỗi phần sau của bản kinh vừa dịch xong không?

TT Trí Tịnh: Nên dành việc toát yếu cho phần Tục tạng, để khỏi trùng lặp.

TT Thanh Từ: Dịch giả ở mỗi đầu bộ kinh, có nên có phần bi khảo và tựa đề giúp cho độc giả có một số khái niệm tổng quát về bản kinh đó?

TT Thiện Siêu: Phần bi khảo có lẽ cần. Song bài tựa ở mỗi đầu bộ kinh của dịch giả Việt cần không? Những bài tựa, ngay cả Hán tạng, cũng ít lắm. Vả lại vấn đề đòi hỏi nhiều công phu. Trong hiện tại, chúng ta không có đủ cơ hội. Xin Đại hội chú tâm nhiều đến vấn đề dịch chính văn trước đã.

Kết luận: Đại hội đồng ý quan điểm của TT Thiện Siêu vừa trình bày.

Phân nhiệm và Phân ban

Một số vị Thượng tọa trong Hội đồng Phiên dịch nêu lên vấn đề nên chung nhau hoàn thành mỗi bộ hay dịch theo khả năng và sở thích của từng cá nhân hoặc nhóm.

Đại hội chấp thuận nên dành ưu tiên cho việc hoàn thành trọn vẹn mỗi bộ trước đã, những vị nào có khả năng và phương tiện thì có thể làm thêm theo tự nguyện.

Trong kỳ hội nghị đầu tiên này, chỉ mới phân nhiệm được 7 bộ thuộc Đại Tạng.

1/- A Hàm Bộ:

- Trường A Hàm, Tạp A Hàm: <u>TT Thiện Siêu</u>, TT Trí Thành, ĐĐ Tuệ Sỹ.

- Trung A Hàm, Tăng Nhất A Hàm: <u>TT Thanh Từ</u>, TT Bửu Huệ, TT Thiền Tâm.

(Những bổn kinh dù trong 3 vị có 1 vị nằm trong thành phần lãnh trách nhiệm là dịch giả, những vị đó vẫn chịu trách nhiệm tái kiểm. Bởi lần này xem như cả 3 vị đồng trách nhiệm. Như thế, các vị này phải chịu trách nhiệm như nhau về những bộ kinh liên hệ đến phần mình (dù đã dịch rồi) để đưa vào Đại tạng Việt Nam).

2/- Bổn duyên bộ: (chưa có vị nào nhận).

3/- Bát Nhã bộ:

- Đại Bát Nhã (600 cuốn): TT Trí Nghiêm

- Kim Cang Bát Nhã – Ma Ha Bát Nhã Ba La Mật Kinh: TT Trí Tịnh

- Phật thuyết Nhơn vương Bát Nhã Ba La Mật Kinh. (2 cuốn, Cưu ma La thập dịch); Tiểu phẩm Bát nhã Ba la mật kinh (Cưu ma la thập dịch, 10 cuốn): TT Thuyền Ấn

4/- Pháp Hoa Bộ: Trọn bộ Pháp Hoa: TT Trí Tịnh

5/- Hoa Nghiêm bộ:

- Đại phương Quảng Phật Hoa Nghiêm (81 cuốn): TT Trí Tịnh đã dịch. Xin nhận tái kiểm.

6/-Bảo Tích bộ:

- Đại Bảo Tích Kinh (120 cuốn); Phật Thuyết Vô Lượng Thọ Kinh (2 cuốn): TT Trí Tịnh

- Bạt nhứt thế nghiệp chướng căn bản đắc sanh Tịnh độ Đà la ni (chú): TT Thiền Tâm.

7/- Niết Bàn bộ:

- Đại Niết bàn (42 cuốn): TT Trí Tịnh (dịch rồi)

- Đại bi kinh: TT Huyền Vi

- Phật Thuyết Đương Lai Biến Kinh; Phật Thuyết Phật Diệt Tâm Kinh: TT Huệ Hưng

- Trung Ấm kinh: TT Thiền Tâm

8/- Đại Tập bộ:

- Đại phương đẳng đại tập kinh (Tăng Tựu tập hợp): TT Trí Tịnh

- Quán hư không tạng Bồ tát kinh (Đàm Ma mật đa dịch): TT Thuyền Ấn

Đến đây, Đại hội đồng ý giao phó việc làm tiếp phần mục lục kinh điển phải phiên dịch cho TT Trí Tịnh.

Về thể thức nộp bản, bởi Hội đồng kiểm duyệt không ở gần nhau, Đại hội đồng ý nên nộp thành 3 bổn (đánh máy) cho HĐKD. Về HĐKD, TT Thiện Siêu đề nghị 3 vị thuộc thành phần Chủ tọa đoàn trong kỳ đại hội này (TT Trí Tịnh, TT Minh Châu, TT Quảng Độ) đảm nhận tạm với "ý nghĩa" chịu trách nhiệm mọi công việc điều hành gần giống như công việc của HĐKD.

Sau khi thảo luận, đề nghị trên được chính 3 vị này đồng ý nhưng chỉ với danh nghĩa "Uỷ ban thường trực tại Trung ương" của Hội đồng phiên dịch, thay vì mang tên Hội đồng Kiểm duyệt.

Bởi tính cách quan trọng và cấp thiết của HĐKD, có vị yêu cầu nên gấp rút thành lập HĐKD để dễ dàng cho việc tiến hành dịch và xuất bản.

TT Trí Thành: Nên làm nhẹ công việc kiểm duyệt bằng cách chư vị "tham khảo" đọc trước, sửa chữa Việt ngữ cùng ý nghĩa, đồng chịu trách nhiệm trước HĐKD. Có như vậy, các vị trong HĐKD tại Trung ương sẽ đỡ tốn thì giờ hơn.

Đại hội đồng ý sẽ bầu HĐKD bằng cách mời những vị có khả năng nhiều nhận lãnh nhiệm vụ đó trong một kỳ Đại hội rộng lớn hơn vào một dịp thuận tiện (chưa định ngày).

- Thời hạn giao hoàn bản nộp "ủy ban thường trực" tại Trung ương phải thực hiện trong vòng 1 tháng kể từ ngày nhận nộp bản. Nếu gởi bằng bưu điện, thời hạn sẽ tính theo nhật ấn của bưu điện được đóng trên bì thư.

Về những bản kinh còn lại thuộc 8 bộ vừa nêu ở trên, Đại hội đồng ý cho văn phòng Hội đồng Phiên dịch tại trung ương sẽ gởi mục lục kinh và biên bản đến các vị nào vắng mặt trong buổi họp này để các vị ấy tùy nghi bổ túc phần của mình. Và để tránh sự trùng dịch, yêu cầu các vị ấy phải gởi danh sách những kinh mình định dịch để văn phòng tiện sắp xếp.

Buổi họp kết thúc vào lúc 18 giờ ngày 21.10.1973.

Làm tại Saigon, ngày 21 tháng 10 năm 1973

Người lập biên bản   Chủ tọa đoàn

Thư ký đoàn

*

BIÊN BẢN

Phiên họp thứ tư

Thời gian: Từ 16 giờ đến 18 giờ 20 ngày 22.10.1973.

Địa điểm: Chùa Vạn Đức, Thủ Đức

Hiện diện:

Thượng tọa Trí Tịnh, Minh Châu, Quảng Độ, Trí Nghiêm, Thiện Siêu, Huyền Vi, Trí Thành, Bửu Huệ, Thiền Tâm, Thuyền Ấn.

Chủ tọa đoàn:

Thượng tọa Trí Tịnh (Chánh), Thượng tọa Minh Châu (Phó), Thượng tọa Quảng Độ (Tổng Thư ký)

IV. CÁC VẤN ĐỀ LINH TINH

TT Trí Tịnh: Trước khi đi vào vấn đề linh tinh, xin quý Thượng tọa bổ túc các vấn đề đã được bàn thảo trong những phiên họp trước nếu có những điểm chưa hoàn hảo.

TT Thiền Tâm: Xin đảm nhận thêm:

- Sử truyện bộ

- Tam bảo cảm ứng bộ

TT Bửu Huệ: Lãnh trách nhiệm dịch bộ Tăng Nhất A Hàm thay thế Thượng tọa Thanh Từ (TT Thanh Từ chuyển lại).

❖ Mời thêm Pháp sư gia nhập Hội đồng

TT Thuyền Ấn: Xin đề nghị mời thêm các vị bên Theravada vào Hội đồng, đặc biệt là TT Hộ Giác.

Hội đồng đồng ý nên có một danh sách Pháp sư bổ túc cho Hội đồng Phiên dịch. Những Pháp sư được mời theo tiêu chuẩn thiện chí và khả năng của họ.

TT Huyền Vi: Đề nghị mời TT Trí Quảng

TT Thuyền Ấn: TT Hoàn Quang

Nhiều Thượng tọa: Đề nghị mời TT Đạo Quang

TT Thiền Tâm, Bửu Huệ: Đề nghị mời TT Tắc Phước.

Đại hội đồng ý mời TT Tắc Phước.

TT Trí Tịnh: Về việc mời Thầy Trí Quảng, nên yêu cầu đương sự trình trước cho Hội đồng một tác phẩm đã dịch xong.

TT Minh Châu: Xin ghi tên vị giới thiệu Pháp sư được mời. Vị này chịu trách nhiệm hoàn toàn trước Hội đồng. Xin vị đó liên lạc trước xem người được mời đồng ý không?

TT Thiện Siêu: Nên gởi những quy tắc của Hội đồng (dịch 100 trang một năm, thiện chí...) để xem họ có bằng lòng không?

Đề nghị của Thượng tọa Minh Châu và Thiện Siêu được hoàn toàn đồng ý.

TT Minh Châu: Việc mời thêm Pháp sư ngoài Hội đồng hiện hữu (gồm 16 vị) xin phải hết sức tế nhị. Đề nghị của chúng tôi không nhằm hạn chế số thành viên của Hội đồng, song chỉ muốn nguyên tắc giới thiệu phải được cẩn thận khi thực hiện để tránh những chuyện không hay có thể xảy ra.

Đại hội đồng ý.

TT Thuyền Ấn: Xin đề nghị Thầy Hộ Giác.

Nhiều Thượng tọa: Thượng tọa có chịu trách nhiệm về việc giới thiệu không?

TT Thuyền Ấn: Chúng tôi không quen biết với Thầy Hộ Giác. Tuy nhiên tôi biết là Ngài Pàli rất giỏi, học bên Nam Vang.

TT Minh Châu: Vấn đề Thầy Hộ Giác, xin để chúng tôi liên lạc trước. Chúng tôi biết Thầy Hộ Giác rất nhiều thiện chí, rất tha thiết với vấn đề phiên dịch kinh điển.

TT Thiện Siêu: Vì cần phải liên lạc trước với Pháp sư mà chúng ta dự định mời, chúng tôi xin Hội đồng chỉ ghi lại ở đây danh sách những vị sẽ được mời.

Để tránh mất thì giờ, xin bàn đến vấn đề nộp bản. Nộp từng phần hay nộp toàn bộ?

❖ **Nộp bản**

TT Quảng Độ: Xin nộp từng phần như chúng ta đã bàn lần trước, tức là mỗi năm nộp 100 trang đánh máy.

TT Trí Nghiêm: Nếu thế bộ tôi dịch phải 10 năm sau mới nộp hết được.

TT Thuyền Ấn: Xin nộp mỗi lần 2 cuốn để Hội đồng Phiên dịch Trung ương xem trước.

TT Trí Nghiêm: Số trang phải nộp, xin tùy theo từng bộ kinh.

TT Quảng Độ: Xin đồng ý với TT Trí Nghiêm.

❖ **Kiểm duyệt**

TT Minh Châu: Chúng ta không làm công việc của kiểm duyệt. Chúng ta chỉ xem lại nhuận sắc bản dịch (và giao cho 1 vị giỏi về văn...)

TT Trí Nghiêm: Nếu thế, khi thấy có khuyết điểm, chúng ta có nên khuyến cáo không?

TT Trí Tịnh: Nên khuyến cáo.

TT Quảng Độ: Xin tóm tắt vấn đề nộp bản và kiểm duyệt:

- Xin dịch sư giữ lại bản thảo (viết tay) của mình.

- Gởi cho văn phòng Hội đồng 3 bản đánh máy.

- Có thể gởi mỗi năm 1 lần hay nhiều lần, số lượng nhiều hay ít tùy dịch phẩm (nhưng tối thiểu là 100 trang mỗi năm).

- Văn phòng nhận được những quyển đầu của một dịch phẩm dài, sẽ gởi lời khuyến cáo cho dịch sư (có nên tiếp tục không), sau khi xem lại.

Đại hội đồng ý.

❖ **Xuất bản, đánh máy**

TT Minh Châu: Từ hôm nay, nếu ai tiếp tục xuất bản những kinh đang dịch, Hội đồng có lo việc ấn loát cho họ sau khi đã xem lại không?

TT Trí Tịnh: Chưa áp dụng được, vì phương tiện tài chánh. Xin tự lo việc xuất bản.

TT Thuyền Ấn: Xin lập một ban lo việc ấn loát. Ban này hoạt động dưới danh nghĩa Hội đồng Phiên dịch.

TT Trí Tịnh, Quảng Độ: Hiện tại, chúng ta chưa có tài chánh, vấn đề xin ghi nhận.

Đến đây, nhiều Thượng tọa đưa ra vấn đề đánh máy các bản dịch.

TT Thiện Siêu: Vấn đề đánh máy, Trung ương không làm được. Mỗi người viết một kiểu chữ, nhiều khi rất khó đọc, bởi vậy, thư ký ở Trung ương sẽ đánh sai. Đề nghị dịch sư nên tự lo đánh máy.

TT Quảng Độ: Thiếu phương tiện tài chánh để thuê đánh máy, có thể nhờ Trung ương tài trợ không?

TT Trí Tịnh: Trung ương chưa có tài chánh.

TT Thuyền Ấn: Có thể nhờ giáo hội địa phương giúp đỡ.

TT Trí Nghiêm: Tôi đã có nhờ Giáo hội địa phương. Tuy nhiên, nếu được Trung ương giúp thêm thì được danh chánh ngôn thuận hơn, và nhờ đó, Giáo hội địa phương sẽ giúp đỡ nhiều hơn. Chẳng hạn có thể dành riêng một thư ký phụ trách đánh máy cho Pháp sư dịch kinh.

TT Thiện Siêu: Xin tự lo liệu theo phương cách riêng của mình.

Nguyên tắc tự túc này được Đại hội đồng ý.

TT Thiện Siêu: Về việc ấn loát, xuất bản, xin đề nghị các phương thức sau: có hai trường hợp chính:

1. Trung ương ấn loát

2. Dịch giả hay địa phương xuất bản nhưng muốn mang danh nghĩa của HĐPDTT.

Cả hai trường hợp này đều phải tuân theo những nguyên tắc chung:

1. Bản dịch phải được Hội đồng xem lại và chấp thuận.

2. Phải tuân theo khuôn khổ đồng nhất do Trung ương đề ra.

Đại hội đồng ý.

TT Trí Nghiêm: Với danh nghĩa Hội đồng, chúng ta đề trên dịch phẩm thế nào, Giáo hội Phật giáo Việt Nam xuất bản hay Hội đồng Phiên dịch Tam Tạng xuất bản?

TT Thuyền Ấn: Đề Viện Tăng Thống xuất bản, bởi HĐPDTT trực thuộc Viện Tăng Thống.

Nhiều Thượng tọa: Nên đề G.H.P.G.V.N.T.U, Viện Tăng Thống và dưới đề H.Đ.P.D.T.T xuất bản.

Đại hội đồng ý.

TT Trí Nghiêm: Xin quy định số lượng ấn hành và nộp bản. Một tác phẩm phải in tối thiểu mấy ngàn cuốn và nộp bao nhiêu cuốn cho Hội đồng? Còn nếu dịch sư muốn in nhiều hơn thì tùy khả năng của họ. Làm như thế để còn lưu trữ và tặng các cơ quan ngoại quốc.

TT Minh Châu: - Dịch sư xuất bản: nộp cho Hội đồng 100 bản.

- Hội đồng xuất bản: tùy phương tiện tài chánh của Hội đồng và Hội đồng tùy nghi sử dụng.

TT Thiện Siêu: Tự túc ấn loát số lượng tùy tiện. Nếu trung ương muốn bao nhiêu bộ thì phải nộp và phải báo trước số lượng mà Trung ương cần để dịch giả tiện xếp đặt.

TT Trí Nghiêm: Như vậy muốn in bao nhiêu cũng được. Nếu sau này có thiếu thì in lại.

TT Trí Tịnh: Ngoài số lượng Trung ương có thể mua, dịch giả phải nộp cho Trung ương một số nào đó để lưu trữ.

Đại hội chấp thuận ý kiến này và ấn định số lượng phải nộp là 10 bản.

TT Minh Châu: Xin lưu ý Hội nghị là khi tái bản, chúng ta phải in theo lối offset (lối in lại tiện lợi nhất). Vì thế khi in lần đầu, quý Thượng tọa nên cho in thật cẩn thận. Ví dụ sách phải đẹp và rõ ràng.

TT Thuyền Ấn: Xin lưu ý về bản quyền của dịch giả. Khi Trung ương muốn in lại một dịch phẩm, Trung ương phải trả tiền tác quyền.

❖ **Ban Bảo trợ xuất bản và phát hành**

Nhiều Thượng tọa: Nên lập một Ban Bảo trợ cho việc xuất bản và phát hành kinh điển.

TT Minh Châu: Có nhiều cá nhân Phật tử có thể đảm trách việc này được, xin lưu tâm.

TT Quảng Độ: Nên có văn thư của Viện Tăng Thống kêu gọi Phật tử phát tâm cúng dường và chỉ thị các chùa, các tu viện đặt một thùng công đức để dành riêng cho việc xuất bản Tam tạng kinh điển.

TT Minh Châu: Kêu gọi Phật tử giúp đỡ, cúng dường hay đặt mua trước, sau đó lập danh sách những người có công đức ấn tống Tam tạng.

TT Thiện Siêu: Phải lập một ban ấn hành Tam tạng. Phải có những người vận động tài chánh thật giỏi, ví dụ như Thầy Hải Tuệ hồi trước.

TT Minh Châu: Rất nhiều Phật tử muốn phát tâm cúng dường kinh điển. Nếu chúng ta tổ chức thật đàng hoàng và làm việc thật đàng hoàng thì vấn đề sẽ không khó.

TT Thuyền Ấn: Đề nghị Thượng tọa Huyền Vi làm Trưởng ban ấn hành Tam tạng. Với tư cách là Tổng vụ trưởng Hoằng Pháp, Ngài làm việc đó rất hợp tình hợp cảnh.

Rất nhiều Thượng tọa đồng ý với TT Huyền Vi làm Trưởng ban ấn hành. Tuy nhiên vì còn bận nhiều Phật sự khác và nhất là vì cần phải dành thì giờ để phiên dịch nên TT Huyền Vi không thể đảm nhiệm được, Thượng tọa đề nghị nên mời những vị ở ngoài Hội đồng Phiên dịch.

Đại hội đồng ý và sẽ bàn sau.

TT Minh Châu: Kinh nghiệm cho thấy là chúng ta phải tự lo in cuốn đầu. Những cuốn sau có thể kêu gọi giúp đỡ dễ dàng hơn (có thể có những Phật tử lãnh in, xuất bản ủng hộ).

Chúng ta có nên làm một lễ ra mắt hay không - để tự giới thiệu và như thế ban bảo trợ ấn hành tam tạng dễ thành hình hơn.

TT Trí Tịnh: Nên ra mắt ở đâu cho hợp tình hợp cảnh khi mình chưa có trụ sở.

TT Quảng Độ, Thuyền Ấn: Đề nghị ra mắt ở trụ sở tạm (Đại học Vạn Hạnh).

TT Thiện Siêu: Nên tổ chức lễ ra mắt, đồng thời (cùng lúc) cho cả Hội đồng phiên dịch và ban ấn loát để phổ biến danh sách những người lo việc in kinh. Phải chọn một ngày nhất định để việc tổ chức chu đáo hơn.

TT Trí Tịnh: Khi ra mắt, đề nghị triển lãm tất cả những bản thảo của Hội đồng Phiên dịch.

Đề nghị của TT Thiện Siêu và Trí Tịnh được Hội đồng hoàn toàn đồng ý.

TT Minh Châu: Nên chọn một ngày nào để làm lễ giới thiệu, xin đề nghị ngày rằm tháng 2 sang năm.

TT Thiện Siêu: Nên tránh những ngày lễ, vì Phật tử cần đi làm lễ những ngày đó. Nên chọn một ngày Chủ nhật thuận tiện nhất.

TT Trí Tịnh: Văn phòng sẽ chọn ngày và sẽ thông báo cho quý Thượng tọa sau.

TT Quảng Độ: Khi nhận được thư, xin quý Thượng tọa về trung ương thật đầy đủ. Và nhớ mang tất cả các bản thảo mà quý Thượng tọa có.

TT Bửu Huệ: Nên xây cất sơ sài trụ sở chính để giới thiệu. Nên trình bày đề án xây cất để Phật tử biết và đóng góp.

TT Minh Châu: Cùng lúc, nên triển lãm tất cả kinh sách đã xuất bản tại Việt Nam, để Phật tử hiểu rõ tình hình điển tích Phật giáo nước nhà.

TT Trí Tịnh: Đề nghị làm lễ giới thiệu ở chùa Ca Diếp, nơi mà Hội đồng sẽ làm trụ sở.

Đại hội đồng ý đề nghị này.

❖ **Hình thức của Đại tạng kinh**

TT Trí Tịnh: Về khuôn khổ của Đại tạng kinh, xin đề nghị một khổ duy nhất cho mỗi tập.

- Bề cao : 24 cm

- Bề rộng : ....

- Bề dày : 3 cm

TT Thuyền Ấn: Gặp một bộ kinh quá ngắn như Pháp cú mà phải in theo khổ đó thì chỉ có vài trang. Xin đề nghị hai khổ khác nhau. Khổ lớn để đưa vào tạng chính, khổ nhỏ hơn để dễ lưu hành.

Hình cắt từ bản chính của Biên bản, ghi khổ kinh 24x15,5 cm

Sau khi thảo luận một hồi, Ban chủ tọa đúc kết khuôn khổ đã được Hội nghị đồng ý.

Kinh điển phải in theo hai khổ:

1/ Khổ chính thức: cao 24 cm; rộng 15,5 cm; bề dày linh động (giống Trung Bộ Kinh của Thượng tọa Minh Châu).

2/ Khổ biệt hành: (Để phổ biến): cao 18,5cm; rộng 12,5 cm (giống Luật sa di và sa di ni của Thượng tọa Trí Quang).

TT Thiện Siêu: Dịch phẩm được in theo lối biệt hành, dịch giả muốn in cả chữ Hán, Pàli... hay phiên âm cũng được. Khi được in vào tạng có in phiên âm và chữ Hán không?

Hội nghị biểu quyết:

Tam Tạng Việt ngữ chỉ in chữ Việt

TT Quảng Độ: Về loại chữ, đề nghị loại dùng trong tạng Roman 12.

Hội nghị đồng ý

TT Trí Tịnh: Giấy in tạng phải thật tốt để được lâu năm.

Hội nghị đồng ý

TT Thuyền Ấn: Bìa Tam Tạng nên dùng ba loại màu khác nhau.

TT Trí Tịnh: Kinh màu vàng, luận màu xanh, luật màu nâu.

TT Quảng Độ: Nên dùng loại bìa cứng, ngoài có áo.

TT Thiện Siêu: Chỉ nên dùng một màu duy nhất cho kinh, luật, luận, luận sớ...

Đại hội biểu quyết:

1. Dùng một màu duy nhất: Bleu Marine (xanh nước biển)

- Bìa cứng (riêng cho Đại tạng).

- Trên bìa đề:

a) Trên hết: Giáo Hội Phật Giáo Việt Nam Thống Nhất.

b) Kế đó: Viện Tăng Thống.

c) Ở giữa: Tên kinh.

d) Dưới: Hội đồng phiên dịch Tam Tạng xuất bản.

e) Dưới hết: Phật Lịch – Năm Dương Lịch

f) Không đề tên tác giả ngoài bìa.

 - Trên gáy: tương tự nhưng viết tắt

Lưu ý: Đơn giản, trang nghiêm.

2. Biệt hành: Chỉ bắt buộc để danh nghĩa Giáo hội.

3. Về tên dịch giả, phải đề giới phẩm mình đã thọ là Tỳ kheo, Tỳ kheo ni, Sa di, Sa di ni, Ưu bà tắc, Ưu bà di:

Ví dụ: Tỳ kheo Thích......... dịch

Sa di Thích...........

Ưu bà tắc Tâm Ngộ dịch...

Ấn tín của Hội đồng sẽ ấn định sau.

❖ **Trụ sở**

Thượng tọa Chủ tọa trình bày về khoảng đất mà Hội đồng sẽ xây trụ sở. Khoảng đất này có diện tích 48.000 m², cách quốc lộ 1 200m và xa lộ Đại Hàn 150m. Trụ sở sẽ được xây theo hình chữ H, cao 3 tầng đối diện với một toà chữ H giống kích cỡ của tu viện. Mỗt nét của chữ H có bề dày 50m và rộng 15m.

Hòa thượng Thiện Hòa đã hứa là sẽ khởi công sau khi xây xong tháp ở Huệ Nghiêm. Vấn đề hoàn thành trụ sở sớm hay muộn còn tùy thuộc phương tiện tài chính. Kinh phí dự trù lên đến 1 tỷ bạc Việt Nam. (1.000.000.000 $) cho việc xây cất, không kể trang bị.

Trên cổng chính sẽ đề như sau:

PHÁP BẢO VIỆN

Hội Đồng Phiên Dịch Tam Tạng

Chú ý: *chỉ đề chữ Việt mà thôi.*

Đến đây, Ban Chủ toạ tuyên bố bế mạc Hội nghị, toàn thể Hội đồng Phiên dịch và buổi họp kết thúc vào đúng 18 giờ 20.

Làm tại Thủ Đức, ngày 22 tháng 10 năm 1973

Thư ký đoàn   Chủ tọa đoàn

*

GIÁO HỘI PHẬT GIÁO VIỆT NAM THỐNG NHẤT
VIỆN TĂNG THỐNG
Văn Phòng Viện Tăng Thống

Phật lịch 2565   Số 11/VTT/VP

Tuế thứ Tân Sửu; ngày 3 tháng 12 năm 2021

THÔNG BẠCH
v/v Thành lập Hội đồng Phiên dịch Tam Tạng Lâm thời

Kể từ khi Bánh xe Chánh Pháp được vận chuyển lần đầu tiên tại Vườn Nai, từ đó giáo pháp từ bi và trí tuệ dần dần lan tỏa trong mọi tầng lớp xã hội, trong nhiều phương vực khác nhau, với nhiều sắc thái dân tộc và ngôn ngữ khác nhau. Để cho tất cả mọi giai tầng xã hội, từ thượng lưu trí thức cho đến những hạng bần cùng khốn khó, thất học, cũng bình đẳng thọ hưởng hương vị tịnh lạc giải thoát, Đức Thế Tôn đã khuyến khích, hãy để cho mọi người được nghe và tu học Chánh Pháp theo ngôn ngữ địa phương của chính mình.

Sau ngày Đức Thích Tôn nhập diệt không lâu, 500 Thánh giả A-la-hán cũng vân tập về thành Vương Xá, kết tập Pháp và Luật mà Thế Tôn đã tuyên thuyết trong suốt 45 năm. Từ ngôn ngữ phương vực Ma-kiệt-đà, giáo pháp được truyền bá đến nhiều phương vực trong nhiều ngôn ngữ khác nhau.

Sau ngày Phật nhập Niết-bàn trên dưới sáu thế kỷ, giáo pháp được truyền dần về phía Đông, Việt Nam và Trung Quốc. Sự nghiệp hoằng hóa đầu tiên cũng chính là sự nghiệp phiên dịch Tam tạng Thánh giáo từ Phạn sang Hán. Văn tự Hán bấy giờ được xem là văn tự tiện lợi trong quan hệ giữa các dân tộc; cũng dùng chung một loại hình văn tự nhưng mỗi dân tộc đọc và hiểu theo ngôn ngữ truyền thống của dân tộc mình. Chính vì vậy, từ Việt Nam, nơi mà từ thế kỷ thứ nhất Tây lịch, Phật giáo đã phát triển đến một trình độ nhất định với nhiều kinh điển được phiên dịch, nhiều tự viện được xây dựng, từ đất nước này Khương Tăng Hội đã mang Chánh Pháp vào Giang Tả dưới thời Ngô Tôn Quyền; Ngài được xem là một trong những vị đầu tiên du nhập Phật giáo vào Trung Quốc.

Từ đó, trải qua trên 15 thế kỷ, Tam Tạng Thánh giáo lần lượt được phiên dịch, bao gồm đủ cả ba hệ giáo nghĩa chính thống: Thanh văn Tạng gọi chung cho Nguyên thủy và Bộ phái, Đại thừa Bồ tát tạng, và Mật tạng tức hệ Kim cang thừa Tây Tạng về sau. Lịch sử hình thành Tam tạng Thánh giáo qua hệ Hán văn là công trình cống hiến của nhiều dân tộc khác nhau: các Phạn tăng từ bản quốc Ấn Độ, nhiều vị khác từ các nước Tây Vực và Việt Nam.

Thành quả trải qua trên 15 thế kỷ này cho đến những năm đầu của thế kỷ XX được tập đại thành bởi người Nhật dưới triều Thiên hoàng Đại Chánh năm thứ 12 (1922), được mệnh danh là Đại Chánh Tân tu Đại tạng kinh, 100 tập. Tập Đại thành Tam tạng Thánh giáo này ngày nay được xem là chuẩn mực hàn lâm cho các giới nghiên cứu và tu học Phật pháp.

Việt Nam tuy đã trải qua trên dưới hai nghìn năm lịch sử truyền thừa, nhưng chưa có một bản dịch Tam tạng Thánh giáo bằng tiếng Việt phổ thông từ văn hệ Hán vốn là văn hệ chung cho các nước Phật giáo Đông Á như Trung Hoa, Việt Nam, Triều Tiên và Nhật Bản. Nhưng Hán văn trong Tam tạng Thánh giáo thuộc loại Hán cổ, đặc biệt là Hán văn Phật giáo có nhiều điểm bất đồng với các Kinh thư Khổng và Lão. Vì vậy, ngày nay để phổ cập giáo nghĩa từ Đại tạng kinh, người Hoa cũng cần phiên dịch thành Hoa văn bạch thoại. Việt Nam, trước đây, trễ lắm cũng từ thời Trần, nhiều bản Kinh quan trọng cũng đã được dịch thành tiếng Việt phổ thông phổ biến dưới dạng chữ Nôm.

Kể từ thời Pháp thuộc, ký hiệu mẫu tự La-tinh thay thế chữ Nôm. Nhiều bản dịch cổ viết bằng chữ Nôm cũng cần chuyển thành ký tự La-tinh để phổ biến.

Trong tình hình thay đổi hệ chữ viết, một bộ Đại tạng kinh được phiên dịch đầy đủ thành tiếng Việt phổ thông qua ký tự La-tinh cần được thực hiện, làm phương tiện cho bốn chúng đệ tử tham cứu để học tập và hành trì; đồng thời một bản dịch hội đủ tiêu chuẩn hàn lâm như được phổ biến trong nhiều ngôn ngữ khác nhau trên thế giới, giúp các bậc thức giả tìm thấy trong đó những giá trị đã góp phần hình thành truyền thống văn hóa Việt Nam, và cũng tìm thấy những giải pháp thích hợp điều hòa những mâu thuẫn xã hội, những biện pháp tích cực hỗ trợ phát triển giáo dục, văn hóa, kinh tế, xã hội.

Ý thức được giá trị tất yếu này, chư Tôn Trưởng lão trong Hội đồng Giáo phẩm Trung ương, Viện Tăng Thống GHPGVNTN, tháng 10 năm1973 đã quyết định lập Hội đồng Phiên dịch Tam tạng với các thành viên tiên khởi 10 vị, sau đó bổ sung thêm 8 vị.

Trong các phiên họp của Hội đồng được tổ chức tại Viện Đại học Vạn Hạnh vào các ngày từ 20-22, tháng 10 năm 1973, quy định chi tiết các điều kiện thành viên, thể lệ phiên dịch và kiểm duyệt (chứng nghĩa và chuyết văn), phương tiện ấn hành và phổ biến; đồng thời cũng lập dự án xây dựng một cơ sở Pháp bảo viện làm cơ sở cho các hoạt động phiên dịch và nghiên cứu. Các chi tiết như đã được công bố và gởi đến các vị đại biểu cùng quan khách trong dịp Đại hội Hội Đồng Hoằng Pháp lần thứ nhất ngày 27/11/2021 vừa qua.

Hội nghị được thành lập và phân công dịch thuật sơ khởi, nhưng chỉ một năm sau mọi sự đều thay đổi. Từ đó cho đến nay, qua 50 năm đất nước hòa bình và thống nhất, nhưng chưa một công trình phiên dịch nào được phổ biến xứng đáng là thành quả mà Hội đồng Phiên dịch Tam tạng đã đề ra. Cho đến bây giờ trong 18 thành viên đầu tiên ấy, chư Trưởng lão đã lần lượt viên tịch chỉ còn lại 2 vị: Hòa thượng Trưởng lão Thích Thanh Từ trong tình trạng vô ngôn và Hòa thượng Thích Tuệ Sỹ.

Để cho tâm nguyện của các bậc Sư Trưởng, chư vị Tôn túc đã một thời bằng trí tuệ và dũng lược, đã khéo léo dẫn đạo Phật giáo Việt Nam qua những giai đoạn cam go, đen tối nhất trong lịch sử truyền thừa; để cho ngọn đèn Chánh Pháp sáng ngời từ Tam tạng Thánh giáo được kế thừa liên tục cho đến suốt dòng lịch sử của Dân tộc và Đạo pháp;

Thiểm tăng Tuệ Sỹ được ân đức Chư tôn Trưởng lão cho dự phần công quả; trong sứ mệnh được di chúc bởi đức Đệ Ngũ Tăng Thống Thích Quảng Độ, nguyên Tổng Thư Ký Hội Đồng Phiên Dịch Tam Tạng trực thuộc Hội đồng Giáo phẩm Trung ương Viện Tăng Thống GHPGVNTN; và đồng thời được sự nhất trí tán thành của Chư Tôn Đức đang hoằng hóa tại các châu lục, Việt Nam và Hải ngoại, căn cứ thành quả của Đại hội Hội Đồng Hoằng Pháp kỳ I, nay quyết định thành lập

HỘI ĐỒNG PHIÊN DỊCH TAM TẠNG LÂM THỜI

Cố vấn: Giáo sư Trí Siêu Lê Mạnh Thát

Chủ tịch: Hòa Thượng Thích Tuệ Sỹ

Chánh Thư ký: Hòa Thượng Thích Như Điển

Phó Thư ký quốc nội: Hòa Thượng Thích Thái Hòa

Phó Thư ký hải ngoại: Hòa Thượng Thích Nguyên Siêu

Những thành viên khác sẽ được thỉnh mời sau.

Liên lạc:

Văn Phòng hải ngoại: Chùa Viên Giác, Hannover Đức quốc, *Email:* hdpdlt.vp@gmail.com.

Văn Phòng quốc nội: Chùa Phật Ân, Long Thành tỉnh Đồng Nai.

Đây không phải là Hội đồng mới mẻ được thành lập, mà chỉ là sự kế thừa Hội đồng Phiên dịch Tam tạng được thành lập bởi quyết định của Hội đồng Giáo phẩm Trung ương, Viện Tăng Thống GHPGVNTN, tháng 10 năm 1973.

Hiện tại tuy với phương tiện truyền thông nhạy bén và các quan hệ quốc tế với các quốc gia Phật giáo được gắn bó, nhưng xét vì chưa có ai về công hạnh tu trì cũng như văn huệ và tư huệ khả dĩ sánh ngang với chư Tôn túc Trưởng lão, do đó chỉ có thể thành lập Hội đồng Lâm thời để kế thừa. Cho đến khi nào trình độ tu học được nâng cao, đủ để xác định tín tâm trong hàng bốn chúng đệ tử, bấy giờ một Hội đồng Phiên dịch Tam tạng chính thức sẽ được thành lập để hoàn tất, duy trì và phát huy những điều mà Thầy Tổ đã định hướng.

Đây là phận sự chung của Chư Tôn Trưởng lão, Chư Hòa thượng, Thượng tọa, Đại đức Tăng-già nhị bộ, của tất cả bốn chúng đệ tử, không chỉ riêng một tông môn, hệ phái riêng biệt nào. Chúng đệ tử Phật Việt Nam, trong nước cũng như ngoài nước, cùng chung một huyết thống tổ tiên, cùng tôn thờ một Đức Đạo Sư, hãy cùng hòa hiệp như nước với sữa, thì ở trong Phật pháp mới có sự tăng ích và an lạc. Hãy quên đi những bất đồng quá khứ và hiện tại trong các hoạt động Phật sự, hãy quên đi những lỗi lầm của người này hay người kia, cùng hòa hiệp nhất trí hoằng dương Chánh Pháp trên cơ sở giáo nghĩa được lưu truyền trong Tam tạng Thánh giáo, để không phụ công ơn tài bồi của các Sư Trưởng; công đức hy sinh vô úy của chư vị Tăng Ni, Phật tử, vì sự trong sáng của Chánh Pháp, vì sự thanh tịnh và hòa hiệp của Tăng già, đã tự châm mình làm ngọn đuốc soi đường cho chúng ta ngày nay vững bước trên Thánh đạo.

Cầu nguyện uy đức gia trì của lịch đại Tổ Sư cho sứ mệnh kế thừa được liên tục, cầu nguyện bản thệ của chư Sư Trưởng được kế thừa xứng đáng trong dòng lịch sử Dân tộc và Đạo pháp.

Nay cẩn bạch,

Khâm thừa di chúc

Bỉnh pháp môn hạ,

Thiện thệ tử Thích Tuệ Sỹ

*

GIÁO HỘI PHẬT GIÁO VIỆT NAM THỐNG NHẤT
VIỆN TĂNG THỐNG
VĂN PHÒNG VIỆN TĂNG THỐNG

PL: 2564   Số: 10/VTT/VP

THÔNG BẠCH

Kính gởi:

Chư Tôn Trưởng lão Hội đồng Giáo phẩm Trung Ương GHPGVNTN tại các Châu lục; Chư Hòa Thượng, Thượng Tọa, Đại Đức Tăng-già nhị bộ; cùng bốn chúng đệ tử, xuất gia và tại gia.

Nhận xét rằng,

Chúng ta đang đứng trước một khúc quanh gấp của lịch sử nhân loại. Đại dịch Covid-19 đã khép kín mỗi cá nhân trong một không gian chật hẹp, cách ly xã hội, cô lập cá nhân, cách ly cả những người thân yêu. Nó đã tạo ra những khủng hoảng tâm lý trầm trọng trong nhiều thành phần xã hội. Một số đông bị quẫn bức, không thể tự kềm chế, bỗng chốc trở thành con người bạo lực, gieo kinh hoàng cho xã hội. Một số khác, có lẽ là số ít, mà phần lớn trong đó là thanh thiếu niên, khởi đầu cũng chất đầy oán hận trong lòng, nhưng rồi trước ngưỡng sinh tử sự đại, tự mình phấn đấu tự kềm chế, cuối cùng đã khám phá chính mình, trong trình độ nào đó, với những giá trị nhân sinh chỉ có thể tìm thấy trong những cơn tư duy thầm lặng. Giá trị nhân sinh không thể tìm thấy bằng những cao trào kích động của tuổi trẻ. Thế hệ ấy sẽ làm thay đổi hướng đi của lịch sử Đông Tây qua hai nghìn năm kỷ nguyên văn minh Cơ-đốc, khi mà tín đồ có thể liên hệ trực tiếp với đấng Chí Tôn của mình qua mạng truyền thông, không cần qua trung gian các giáo sĩ, trong các Thánh lễ phụng tự. Khi mà trẻ nhỏ, lên năm lên bảy, có thể biết rõ trên sao Hỏa có gì, lên tám lên mười, có thể biết rõ tuổi nào được tính là thế hệ X, thế hệ Y, thế hệ Z, và cá tính của các thế hệ này là gì, và tuổi nào sẽ là thế hệ thế Alpha. Các nhà kinh tế học, các chủ doanh nghiệp sản xuất, đang nghiên cứu sản phẩm nào thích hợp cho thế hệ này, thế hệ kia, hiện tại và tương lai.

Trong một bối cảnh xã hội có thể diễn ra, tám muôn bốn nghìn pháp uẩn mà Đức Thế Tôn đã truyền dạy cần được diễn giải như thế nào, bằng các phương tiện và kỹ thuật hiện đại như thế nào, để các thế hệ tương lai có thể tiếp thu và hành trì một cách có hiệu quả, vì lợi ích và an lạc của các cộng đồng dân tộc, trong một thế giới hòa bình, bao dung và nhân ái.

Với sứ mạng hoằng dương Chánh pháp, Chư tôn Trưởng lão lãnh đạo GHPGVNTN tại các châu lục, ngày 20/4/2021, cùng hội họp qua mạng trực tuyến viễn liên, với sự tán trợ của Viện Tăng Thống theo di chúc của Đức Đệ Ngũ Tăng Thống, đồng thanh quyết định thiết lập Hội đồng Hoằng pháp GHPGVNTN, y cứ trên hai nguyên tắc khế lý và khế cơ.

1. Về khế lý: Thành lập **Ban phiên dịch & trước tác**, tiếp nối sự nghiệp phiên dịch Thánh điển của Hội đồng Phiên dịch Tam tạng dưới sự chỉ đạo của Viện Tăng Thống GHPGVNTN, được tổ chức qua hội thảo của Chư tôn Trưởng lão tại Viện Đại học Vạn Hạnh, ngày 20 - 22/10/1973 *(tham khảo tài liệu đính kèm)*. Do hoàn cảnh chiến tranh và những chướng ngại bởi ngoại duyên, Phật sự trọng đại này bị gián đoạn. Trong tình trạng hiện tại, Việt Nam chưa có một bộ Tam tạng Việt ngữ chuẩn mực, làm sở y cho bốn chúng đệ tử tu học, đồng thời giúp các học giả, các nhà nghiên cứu trong các lĩnh vực khoa học, văn hóa, giáo dục, kinh tế, xã hội, v.v..., bằng ngôn ngữ, văn cú chuẩn mực hàn lâm qua bản dịch Việt ngữ, có thể tìm thấy những tinh hoa giáo nghĩa, gợi cảm hứng cho công trình nghiên cứu của mình, từ đó có thể để khởi những giá trị nhân sinh và đề xuất những giải pháp khả thi cho trật tự và tiến bộ của dân tộc, và đóng góp cho sự thăng tiến xã hội trong các cộng đồng dân tộc trong một thế giới hòa bình, an lạc.

2. Về khế cơ: Thành lập **a. Ban Truyền bá giáo lý** (Giảng sư và Giáo thọ) **b. Ban Báo chí & Xuất bản, c. Ban Bảo trợ**. Các ban này, cùng với sự đóng góp của các Cư sĩ, có phận sự nghiên cứu tập quán và xu hướng tư duy của các thành phần xã hội thay đổi do ảnh hưởng bởi các biện pháp chống dịch, đồng thời đề xuất các phương tiện truyền thông, các kỹ thuật hiện đại thích hợp để quảng diễn, phổ biến sâu rộng tinh hoa giáo nghĩa trong các cộng đồng dân tộc đa dạng về truyền thống văn hóa, tín ngưỡng tôn giáo, bản sắc dân tộc; dễ tiếp thu, và dễ hành trì, vì lợi ích và an lạc của mỗi cá nhân, vì thăng tiến của các cộng đồng xã hội.

Ngày 03/05/2021, HT Thích Như Điển, phụng hành ý chỉ của Chư tôn Trưởng lão qua cuộc họp viễn liên đã dẫn trên, gởi văn thư đến Chư Hòa Thượng, Thượng Tọa, Đại Đức Tăng Ni, và chư Đạo Hữu, Thiện hữu tri thức, mời họp để thảo luận các vấn đề kiện toàn cơ cấu tổ chức, định hướng sinh hoạt.

Ngày 08/05/2021 lúc 08:50PM, tính theo giờ California, Mỹ, gồm Chư Tôn đức Tăng Ni và các Cư sĩ tại các châu lục: Canada, Hoa Kỳ, châu Âu, châu Úc-Tân-Tây-lan, một số vị vắng mặt vì bệnh duyên, và các duyên sự khác, đồng tham dự phiên họp đặc biệt trực tuyến để thảo luận các vấn đề như đã được đề xuất trong thư mời.

Buổi họp kết thúc lúc 11:26PM ngày 08/05/2021 giờ California, Hoa Kỳ nhằm 8:26 AM ngày 9 tháng 5 năm 2021 giờ Âu Châu. Hội nghị đã đồng thanh thỉnh cử:

I. Hội Đồng Chứng Minh Tăng-già Hoằng Pháp:

1. Hoa Kỳ: Trưởng lão HT Thích Thắng Hoan, HT Thích Tín Nghĩa, HT Thích Nguyên Trí.

2. Châu Âu: HT Thích Tánh Thiệt.

3. Châu Úc Tân-Tây-lan: Trưởng lão HT Thích Huyền Tôn, HT Thích Bảo Lạc.

4. Việt Nam: HT Thích Tuệ Sỹ.

II. Hội Đồng Hoằng Pháp: Cố vấn Chỉ Đạo HT Thích Tuệ Sỹ; Chánh Thư ký HT Thích Như Điển, Phó Thư ký HT Thích Nguyên Siêu.

Các Ban:

1. Ban Phiên dịch & Trước tác: Trưởng ban HT Thích Tuệ Sỹ, Phó ban HT Thích Thiện Quang (Canada); Phụ tá: TT Như Tú (Thụy Sĩ), ĐĐ Hạnh Giới (Đức), Sư Bà Thích Nữ Giới Châu (Hoa kỳ), NS Thích Nữ Diệu Trạm (Pháp), Sư cô Thích Nữ Giác Anh (Úc châu).

2. Ban Truyền bá Giáo lý: Cố vấn: Trưởng lão HT Thích Thắng Hoan. Phó ban: HT Thích Thái Siêu (Hoa Kỳ). Phụ tá: TT Thích Tuệ Uyển (Hoa Kỳ). Thư ký TT Hạnh Tấn (Đức).

3. Ban Báo chí & Xuất bản: Trưởng ban: TT Thích Nguyên Tạng (Úc châu). Phó ban: TT Thích Hạnh Tuệ (Hoa Kỳ), Cư sĩ Tâm Quang (Hoa Kỳ). Thư ký: Cư sĩ Tâm Thường Định (Hoa Kỳ).

4. Ban Bảo trợ: Trưởng ban: TT Thích Tâm Hòa (Canada). Phó ban Úc châu: TT Thích Tâm Phương; Phó ban Âu châu: TT Thích Quảng Đạo (Pháp); Ni Trưởng Thích Nữ Diệu Phước (Đức); Phó ban châu Mỹ: Ni Sư Thích Nữ Đức Nghiêm (Canada); Ni Sư Thích Nữ Nguyên Thiện (Hoa Kỳ).

Phật sự trọng đại này không thể đảm trách chỉ bởi một cá nhân, hay một hội đoàn riêng lẻ, mà phải là sự nghiệp chung của bốn chúng đệ tử. Vì lợi ích an lạc và cứu cánh giải thoát của mỗi cá nhân, tự mình học hỏi, thông hiểu giáo lý, tự mình tu luyện bản thân, và đồng thời trao truyền những ích lợi thiết thực mà bản thân đã thể nghiệm qua quá trình tu học, vì lợi ích và an lạc của nhiều người, của các cộng đồng dân tộc và xã hội.

Do vậy,

Từ Văn phòng Viện Tăng Thống, tuy chỉ tồn tại trên danh nghĩa, trong phận sự bảo trì ấn tín của Viện Tăng Thống, kế thừa tâm nguyện của Đức Đệ Ngũ Tăng Thống qua phú chúc di ngôn của Ngài trước ngày thị tịch; chúng tôi trên nương tựa uy đức Tăng già và đạo lực gia trì của Chư tôn Trưởng lão, kính gởi đến Chư tôn Hòa Thượng, Chư Thượng tọa, Đại đức Tăng-già nhị bộ, cùng tất cả bốn chúng đệ tử, tâm nguyện Bồ-đề được thể hiện qua các kỳ họp đã nêu, ước mong tất cả bằng Bồ-đề nguyện và Bồ-đề hành, bằng đức lực, trí lực, và tài lực, với hằng tâm và hằng sản, đồng tâm nhất trí góp phần công đức vào sự nghiệp hoằng pháp lợi sanh mà Chư Thánh Đệ tử, Lịch đại Tổ sư, bằng hùng lực và trí tuệ, bằng từ bi và nhẫn nhục, khoan dung, trải qua vô vàn gian nan chướng duyên trở ngại, đã mang ngọn đèn chánh pháp đến những nơi tăm tối, cho những ai có mắt để thấy, dựng dậy những gì đã sụp đổ, dựng đứng những gì đang nghiêng ngả.

Ngưỡng vọng Chư tôn Trưởng lão, Chư Hòa thượng, Thượng tọa, Đại đức Tăng-già nhị bộ, cùng tất cả bốn chúng đệ tử, chứng tri và liễu tri.

Nam-mô Công Đức Lâm Bồ-tát.

Phật lịch 2564, năm Tân Sửu;

Ngày 10 tháng 05 năm 2021

Bỉnh Pháp Tỳ-kheo Thích Tuệ Sỹ

DUYÊN KHỞI

Kể từ phong trào chấn hưng Phật giáo vào thập niên 1930, chư vị dịch giả đã cố gắng phiên âm và phiên dịch Kinh điển từ Hán văn hay chữ Nôm sang chữ quốc ngữ để sử dụng trong sinh hoạt thiền môn Việt Nam cũng như để đem giáo lý Phật đi vào quần chúng. Những nỗ lực như vậy rất đáng trân trọng, nhưng vẫn còn là những đóng góp từ cá nhân, mang tính cấp thời, chưa có sự phối hợp đồng bộ, và chưa đủ tầm mức học thuật để giới thiệu Thánh điển Phật giáo tiếng Việt đến với cộng đồng dân tộc.

Vài thập niên sau đó thì chữ quốc ngữ qua ký tự La-tinh mới được phổ cập trong thiền môn, và kinh sách Phật giáo bằng tiếng Việt, phiên dịch cũng như trước tác, mới được bừng khai, không những tạo nên các phong trào tu học của quần chúng khắp nước, mà còn là sự dẫn đạo tư tưởng của Phật giáo Việt Nam đối với các thế hệ trưởng thành trong chiến tranh qua sự thành lập Giáo Hội Phật Giáo Việt Nam Thống Nhất (GHPGVNTN), đồng thời kiến lập Đại Học Vạn Hạnh, một viện đại học tư thục Phật giáo đầu tiên tại Nam Việt Nam vào năm 1964.

Từ nguồn nhân lực dồi dào với nhiều vị pháp sư, học giả được đào tạo trong và ngoài nước, cũng như các cơ sở giáo dục Phật giáo được trải rộng khắp miền Trung và Nam Việt, Viện Tăng Thống GHPGVNTN đã có nền tảng vững chắc về học thuật để quyết định thành lập Hội Đồng Phiên Dịch Tam Tạng; và qua Hội nghị Toàn thể Hội đồng Phiên dịch Tam Tạng tổ chức tại Viện Đại Học Vạn Hạnh vào các ngày 20, 21, 22 tháng 10 năm 1973, hội nghị đã đưa ra dự án phiên dịch với mục lục tổng quát các Kinh điển truyền bản Hán tạng cần phiên dịch, phân chia công việc, cũng như giới thiệu thành viên của Hội đồng Phiên dịch Tam Tạng gồm 18 vị Pháp sư như sau:

HỘI ĐỒNG PHIÊN DỊCH TAM TẠNG 1973

A. Ủy Ban Phiên Dịch:

1. Hòa thượng Trưởng lão Thích Trí Tịnh (1917 – 2014), *Trưởng Ban*

2. Hòa thượng Trưởng lão Thích Minh Châu (1918 – 2012), *Phó Trưởng Ban*

3. Hòa thượng Trưởng lão Thích Quảng Độ (1928 – 2020), *Tổng Thư Ký*

4. Hòa thượng Trưởng lão Thích Trí Quang (1923 – 2019)

5. Hòa thượng Trưởng lão Thích Đức Nhuận (1924 – 2002)

6. Hòa thượng Trưởng lão Thích Bửu Huệ (1914 – 1991)

7. Hòa thượng Trưởng lão Thích Trí Thành (1921 – 1999)

8. Hòa thượng Trưởng lão Thích Nhật Liên (1923 – 2010)

9.Hòa thượng Trưởng lão Thích Thiện Siêu (1921 – 2001)

10.Hòa thượng Trưởng lão Thích Huyền Vi (1926 – 2005)

B. Thành Viên Bổ Sung:

1. Hòa thượng Trưởng lão Thích Đức Tâm (1928 – 1988)

2. Hòa thượng Trưởng lão Thích Huệ Hưng (1917 – 1990)

3. Hòa thượng Trưởng lão Thích Thuyền Ấn (1927 – 2010)

4. Hòa thượng Trưởng lão Thích Trí Nghiêm (1911 – 2003)

5. Hòa thượng Trưởng lão Thích Trung Quán (1918 – 2003)

6. Hòa thượng Trưởng lão Thích Thiền Tâm (1925 – 1992)

7. Hòa thượng Trưởng lão Thích Thanh Từ (1924 –)

8. Hòa thượng Thích Tuệ Sỹ (1943 –)

Sau gần 50 năm kể từ khi Hội đồng Phiên dịch Tam Tạng được thành lập, nhiều Kinh điển đã được phiên dịch, góp phần đáng kể vào kho tàng Thánh điển Phật giáo Việt Nam, nhưng có thể nói rằng dự án phiên dịch đưa ra thời ấy, vẫn chưa hoàn tất. Lý do thứ nhất, do hoàn cảnh chiến tranh và bất toàn xã hội, các Kinh điển được dịch rồi vẫn không có đủ thời gian thuận tiện để được hiệu đính và nhuận sắc lại theo đúng tiêu chuẩn Phật điển hàn lâm. Thứ nữa, với nguồn tài liệu cổ ngữ, sinh ngữ dồi dào hiện nay cùng với phương tiện kỹ thuật vi tính, thông tin liên mạng, chư vị dịch giả có rất nhiều cơ hội để truy cập, tham khảo, đối chiếu các truyền bản khác nhau để có được định bản tiếng Việt đáng tin cậy, theo chuẩn mực quốc tế. Ngoài ra, chư vị thành viên Hội đồng Phiên dịch đã theo thời gian, tuần tự viên tịch khi công trình phiên dịch còn dang dở. Nay chỉ còn 2 trong số 18 vị dịch giả còn đương tiền, nhưng một vị đang trong tình trạng bất hoạt; vị duy nhất còn lại có thể tiếp tục đảm đương trọng nhiệm là Hòa thượng Thích Tuệ Sỹ. Xét thấy, đây cũng là phước duyên hy hữu cho Phật giáo Việt Nam cũng như cho công trình phiên dịch Tam Tạng do Viện Tăng Thống đề ra nửa thế kỷ trước:

a) Về phương diện học thuật, Hòa thượng Tuệ Sỹ là một trong số ít học giả uy tín trong việc nghiên tầm, phiên dịch, chú giải và giảng thuật về Tam Tạng Kinh điển từ nhiều thập niên qua; đã và đang đào tạo, nâng đỡ nhiều thế hệ Tăng Ni và Cư sĩ có trình độ Phật học và cổ ngữ có thể phụ trợ công trình phiên dịch;

b) Về phương diện điều hành, Hòa thượng Tuệ Sỹ chính thức tiếp nhận ấn tín Viện Tăng Thống từ Đức Đệ ngũ Tăng Thống, hàm nghĩa kế thừa sự nghiệp hoằng pháp của GHPGVNTN, đồng thời kế thừa công trình phiên dịch của Hội đồng Phiên dịch Tam Tạng được Hội đồng Giáo phẩm Trung ương Viện Tăng Thống thành lập năm 1973.

Từ những nhân duyên và điều kiện kể trên, công trình phiên dịch dang dở của chư vị tiền hiền tất yếu phải được Hòa thượng Tuệ Sỹ đưa vai gánh vác, không thể để cho gián đoạn. Đó là lý do, từ danh nghĩa Viện Tăng Thống GHPGVNTN, Hội Đồng Phiên Dịch Tam Tạng Lâm Thời (HĐPDTTLT) đã được thành lập vào ngày 03 tháng 12 năm 2021, theo Thông Bạch số 11/VTT/VP, nhằm kế thừa sự nghiệp phiên dịch Tam Tạng của chư vị Trưởng lão Hội Đồng Phiên Dịch Tam Tạng Viện Tăng Thống, với thành phần nhân sự như sau:

HỘI ĐỒNG PHIÊN DỊCH TAM TẠNG LÂM THỜI 2021[*]

Cố Vấn	: Giáo sư Trí Siêu Lê Mạnh Thát (Việt Nam)
Chủ Tịch	: Hòa thượng Thích Tuệ Sỹ (Việt Nam)
Chánh Thư Ký	: Hòa thượng Thích Như Điển (Đức quốc)
Phó Thư Ký Quốc Nội	: Hòa thượng Thích Thái Hòa (Việt Nam)
Phó Thư Ký Hải Ngoại	: Hòa thượng Thích Nguyên Siêu (Hoa Kỳ)

Ủy Ban Duyệt Sách:

Hòa thượng Thích Tuệ Sỹ; Giáo sư Trí Siêu Lê Mạnh Thát.

---

[*] Cập nhật 08.05.2022.

Ủy Ban Phiên Dịch:

Hòa thượng Thích Đức Thắng (Việt Nam); Hòa thượng Thích Thái Hòa (Việt Nam); Thượng tọa Thích Nguyên Hiền (Việt Nam); Thượng tọa Thích Nhuận Châu (Việt Nam); Đại đức Thích Nhuận Thịnh (Việt Nam); Cư sĩ Đạo Sinh Phan Minh Trị (Việt Nam); Cư sĩ Trí Việt Đỗ Quốc Bảo (Đức quốc).

Ủy Ban Chứng Nghĩa Chuyết Văn:

Hòa thượng Thích Thiện Quang (Canada); Thượng tọa Thích Nguyên Tạng (Úc); Đại đức Thích Nhuận Thịnh (Việt Nam); Cư sĩ Tâm Huy Huỳnh Kim Quang (Hoa Kỳ); Cư sĩ Tâm Quang Vĩnh Hảo (Hoa Kỳ).

Những thành viên khác tùy theo nhu cầu sẽ được thỉnh cử sau.

Xét thấy công hạnh tu trì cũng như kiến văn của thành viên chưa thể sánh ngang với chư Tôn túc Trưởng lão Hội đồng Phiên dịch Tam Tạng 1973, do đó chỉ có thể thành lập Hội đồng Lâm thời để kế thừa việc phiên dịch Kinh-Luật-Luận theo khả năng. Trong điều kiện như thế, HĐPDTTLT sẽ không phiên dịch theo thứ tự lịch sử hình thành Thánh điển như Đại Chánh, mà theo phương pháp các Kinh Lục cổ điển, phân Thánh giáo thành Ba thừa: Thanh Văn Tạng, Bồ-tát Tạng và Mật Tạng. Cho đến khi nào sở học và đạo hạnh được nâng cao, đủ để xác định tín tâm trong hàng bốn chúng đệ tử, bấy giờ Hội đồng Phiên dịch Tam Tạng Lâm thời sẽ chuyển thành chính thức, và sẽ tuần tự thực hiện chương trình phiên dịch đúng theo đề xuất của Hội đồng Phiên dịch Tam Tạng 1973.

Sự nghiệp phiên dịch Đại Tạng Kinh là sự nghiệp chung, hệ trọng và trường kỳ, của Tăng tín đồ Phật giáo Việt Nam trong và ngoài nước. Hình thành Đại Tạng Kinh tiếng Việt không những tạo điều kiện thuận lợi cho việc nghiên cứu và thực hành Phật Pháp đúng đắn cho tứ chúng đệ tử, khẳng định vị thế của Phật giáo Việt Nam đối với nhân loại và cộng đồng Phật giáo quốc tế, mà còn là sự phục hưng những giá trị văn hóa dân tộc nhằm góp phần vào việc xây dựng và phát triển đất nước. Nhận thức được tầm quan trọng này, chư vị lãnh đạo các Giáo hội Phật giáo Việt Nam Thống Nhất tại hải ngoại đã vận động thành lập Hội Đồng Hoằng Pháp vào ngày 08 tháng 5 năm 2021, với sự tán trợ của Viện Tăng Thống, nhằm mở rộng con đường hoằng pháp ngoài nước theo tiêu hướng của GHPGVNTN, cũng như để vận động yểm trợ và thúc đẩy công trình phiên dịch và ấn hành Đại Tạng Kinh Việt Nam tiến đến thành tựu viên mãn.

Để tri niệm ân sâu của chư lịch đại Tổ sư và chư vị Tôn túc trong Hội Đồng Phiên Dịch Tam Tạng 1973 trong sự nghiệp hoằng truyền chánh đạo, Hội Đồng Hoằng Pháp nguyện góp phần công đức, toàn tâm ủng hộ, cúng dường tâm lực, trí lực và tài lực để Đại Tạng Kinh Việt Nam chuẩn mực được lần lượt ấn hành, khởi đầu từ Thanh Văn Tạng, tháng 01 năm 2022, cho đến khi hoàn tất Bồ-tát Tạng và Mật Tạng trong thập niên tới.

Nguyện đem công đức Pháp thí này hồi hướng chánh pháp cửu trụ, tứ chúng an hòa, phát Bồ-đề tâm tiến tu đạo nghiệp; lại nguyện nhân loại được an vui, phúc lạc; sớm chấm dứt thiên tai dịch bệnh, khắp loài chúng sinh đều được lạc nghiệp an cư.

Ngưỡng vọng chư tôn Trưởng lão, chư Hòa thượng, Thượng tọa, Đại đức Tăng Ni cùng bốn chúng đệ tử trong và ngoài nước chứng minh và liễu tri.

Nam mô Công Đức Lâm Bồ tát.

Phật lịch 2565, năm Tân Sửu

Ngày 01 tháng 01 năm 2022

Hội Đồng Phiên Dịch Tam Tạng Lâm Thời

Cẩn bạch

GIÁO HỘI PHẬT GIÁO VIỆT NAM THỐNG NHẤT
HỘI ĐỒNG HOẰNG PHÁP
HỘI ẤN HÀNH ĐẠI TẠNG KINH VIỆT NAM
VIETNAM TRIPITAKA FOUNDATION
4333 30th Street, San Diego, CA 92104 – U.S.A. Tel: (619) 283-7655

Hội trưởng:
Thích Nguyên Siêu
Thư ký:
Thích Hạnh Tuệ
Thủ quỹ
Vĩnh Hảo

BAN ẤN HÀNH:
Trưởng ban:
Thích Hạnh Viên
Phó ban:
Văn Công Tuấn

Phát hành:
Thích Nữ Quảng Trạm
Ấn loát:
Bạch Xuân Phẻ
Trần Nguyễn Nhị Lâm
Kỹ thuật:
Trần Minh Triết
Nguyễn Lê
Trung Hiếu

TÂM THƯ

V/v: Ấn Hành Đại Tạng Kinh Việt Nam

Nam Mô Bổn Sư Thích Ca Mâu Ni Phật

Kính bạch chư tôn Thiền đức Tăng Ni,

Kính thưa quý thiện hữu tri thức, cùng quý thiện nam tín nữ Phật tử xa gần,

Phật giáo đã truyền vào Việt Nam hai nghìn năm, nhưng qua bao thăng trầm lịch sử dưới nhiều triều đại, chính thể, việc phiên dịch Tam Tạng Thánh Điển (từ tiếng Phạn hay Hán) sang tiếng Việt vẫn chưa được thực hiện một cách trọn vẹn và thống nhất. Trong khi đó, truyền bản Phạn-Hán thì tương đối đã được hoàn tất từ nhiều thế kỷ trước qua nhiều triều đại Trung Hoa; cho đến thế kỷ thứ 20, Đại Tạng Kinh bằng Hán văn lại được khởi sự biên tập, đối chiếu, hiệu chính và cước chú rất kỹ lưỡng, công phu dưới triều Đại Chánh (Taisho) thứ 11, vào năm 1922, với sự tham gia của trên 100 học giả Phật giáo hàng đầu tại Nhật Bản. Đại Tạng Kinh Việt Nam sẽ dùng Hán bản Đại Chánh Đại Tạng Kinh này làm để bản (bản đáy), và đặc biệt là có tham chiếu các truyền bản tiếng Phạn, Pali và Tây Tạng dưới sự chủ trì của nhị vị học giả tinh thông Phật học và Sử học là Hòa thượng Thích Tuệ Sỹ và Giáo sư Trí Siêu Lê Mạnh Thát.

Kế thừa sự nghiệp phiên dịch Đại Tạng Kinh Việt Nam (ĐTKVN), Hòa thượng Tuệ Sỹ - một trong 18 thành viên của Hội Đồng Phiên Dịch Tam Tạng (do Viện Tăng Thống GHPGVNTN chỉ định thành lập năm 1973), tiếp tục thực hiện công trình phiên dịch dang dở của Hội đồng; và với sự quán thông Tam Tạng Thánh Điển qua các truyền bản Phạn, Hán, Tây Tạng, đã nêu một tiêu chí chuẩn mực nhất có thể để thực hiện một Đại Tạng Kinh Việt Nam với tiếng Việt trong sáng, hàn lâm, góp phần phát triển phương tiện tuệ học cho tứ chúng đệ tử Phật đồng thời làm phong phú thêm cho kho tàng ngôn ngữ Việt. ĐTKVN bao gồm tất cả Thánh Điển Phật giáo được dịch sang tiếng Việt qua các thời kỳ lịch sử, bởi chư vị dịch giả các triều đại quá khứ, cùng với các dịch giả hiện tại và đương lai; do vậy, theo dự án của Hội Đồng Phiên Dịch Tam Tạng Lâm Thời (HĐPDTTLT, do Hòa thượng Tuệ Sỹ chủ xướng thành lập vào ngày 03 tháng 12 năm 2021), sẽ là một bộ Kinh đồ sộ ước chừng 200 tập khổ 6.5 x 9.5 inches (16.5 x 24 cm).

HĐPDTTLT với ba Ủy ban là UB Duyệt sách, UB Phiên dịch và UB Chứng nghĩa Chuyết văn, quy tụ một số ủy viên có trình độ chuyên môn về Phật học, Việt văn và cổ ngữ, dành hết tâm lực và thời gian để thực hiện công trình phiên dịch. HĐPDTTLT được sự toàn tâm yểm trợ của Hội Đồng Hoằng Pháp (do chư vị lãnh đạo các GHPGVNTN châu lục và quốc gia thành lập vào ngày 08 tháng 5 năm 2021), trong đó có Ban Bảo Trợ và Hội Ấn Hành Đại Tạng Kinh Việt Nam trực tiếp đảm nhận vận động tài chánh và tiến hành việc in ấn và phát hành ĐTKVN.

Kính thưa chư liệt vị,

Trong Kinh Duy-ma-cật, chương 13, phẩm Cúng Dường Pháp, có dạy: "Cúng dường Chánh Pháp là cúng dường tối thượng." Chúng tôi tu học và hành đạo bao năm nay được góp phần nhỏ vào dự án vĩ đại do Hòa thượng Tuệ Sỹ chỉ đạo, với tâm nguyện đền ơn Phật-Pháp-Tăng trong muôn một, với ước vọng được nhìn thấy ĐTKVN hình thành từng kinh, từng bộ trong những năm tháng sắp tới. Có thể nói đây quả là nhân duyên vô cùng thù thắng cho một đời người.

Với tâm thành, chúng tôi xin tha thiết thỉnh cầu chư tôn Thiền đức Tăng Ni và Phật tử khắp nơi, vì tâm nguyện cúng dường Chánh Pháp, vì nguyện vọng được chứng kiến trong đời mình một bộ Đại Tạng Kinh tiếng Việt thật chuẩn mực, mang tầm vóc quốc tế, xứng đáng với chiều dài 2000 năm Phật giáo trên quê hương Việt Nam, hãy cùng đóng góp trí lực và tài lực cho công trình dài lâu này.

Thay mặt Hội Ấn Hành ĐTKVN, chúng tôi thành kính thâm tạ chư tôn Thiền đức và quý Phật tử xa gần. Nguyện đem công đức cúng dường Chánh Pháp này hướng về khắp tất cả; kính chúc chư tôn Thiền đức pháp thể khinh an, chúng sinh dị độ; và chúc nguyện chư thiện tín nam nữ cùng gia quyến vô lượng an khang, cát tường.

Nam Mô Công Đức Lâm Bồ Tát – tác đại chứng minh.

PL. 2566, ngày 01 tháng 6 năm 2022

TM. Hội Ấn Hành Đại Tạng Kinh Việt Nam

Hội trưởng

Hòa thượng Thích Nguyên Siêu

* Chi phiếu cúng dường ấn hành, xin đề "Đại Tạng Kinh VN" và gửi về địa chỉ sau:

Đại Tạng Kinh Việt Nam

4333 30TH Street

San Diego, CA 92104 – U.S.A

(Chi phiếu xin ghi nơi phần Memo: ĐTKVN)

* Quý vị ở Hoa Kỳ có thể chuyển tiền vào tài khoản Bank of America của Hội Ấn Hành ĐTKVN qua 2 cách:

1) ZELLE vào địa chỉ email: daitangkinhvietnam@yahoo.com

2) Chuyển tiền trực tiếp (transfer) vào tài khoản:

Dai Tang Kinh VN

Account #: 3251 5213 4392

Routing #: 121000358

Bank of America

* Từ các nước ngoài Hoa Kỳ, quý vị có thể chuyển khoản (wire) theo địa chỉ và SWIFF code như sau:

Vietnam Great Tripitaka Foundation

SWIFT code: BOFAUS3N

Bank of America, N.A.

222 Broadway, New York, NY 10038

* Hội sẽ gửi Phiếu Công Đức (Donation Receipt) đến quý vị sau khi nhận tịnh tài cúng dường; và các khoản cúng dường này đều có thể được khấu trừ thuế theo luật định.

*

THÀNH PHẦN NHÂN SỰ HỘI ĐỒNG HOẰNG PHÁP

(cập nhật 08/05/2022)

CHỨNG MINH:

Trưởng lão HT Thích Thắng Hoan   (Hoa Kỳ),

Trưởng lão HT Thích Huyền Tôn   (Úc châu),

HT Thích Bảo Lạc   (Úc châu),

HT Thích Tuệ Sỹ   (Việt Nam)

CỐ VẤN CHỈ ĐẠO:

HT Thích Tuệ Sỹ   (Việt Nam)

CHÁNH THƯ KÝ:

HT Thích Như Điển   (Đức)

PHÓ THƯ KÝ:

HT Thích Nguyên Siêu   (Hoa Kỳ),

HT Thích Bổn Đạt   (Canada)

THÀNH VIÊN:

Âu châu: HT Thích Quảng Hiền (Thụy Sĩ), HT Thích Minh Giác (Hòa Lan), TT Thích Thông Trí (Hòa Lan), TT Thích Nguyên Lộc (Pháp)

Úc châu: HT Thích Minh Hiếu, TT Thích Tâm Minh

Hoa Kỳ: HT Thích Nhật Huệ, TT Thích Từ Lực

BAN PHIÊN DỊCH & TRƯỚC TÁC:

Cố Vấn kiêm Trưởng Ban: HT Thích Tuệ Sỹ (Việt Nam)

Phó Ban: HT Thích Thiện Quang (Canada)

Phụ Tá: TT Thích Như Tú (Thụy Sĩ)

Thư Ký: ĐĐ Thích Hạnh Giới (Đức)

Ban Viên: ĐĐ Thích Thanh An (Tích Lan), NT Thích Nữ Giới Châu (Hoa Kỳ), NS Thích Nữ Quảng Trạm (Pháp), SC Thích Nữ Giác Anh (Úc), CS Hạnh Cơ (Canada)

BAN TRUYỀN BÁ GIÁO LÝ:

Cố vấn: Trưởng lão HT Thích Thắng Hoan (Hoa Kỳ)

Trưởng Ban: HT Thích Nguyên Siêu (Hoa Kỳ)

Phó Ban: HT Thích Bổn Đạt (Canada)

Phó Ban: HT Thích Trường Sanh (Úc châu)

Phó Ban: HT Thích Tâm Huệ (Âu châu)

Phó Ban: TT Thích Thiện Duyên (Hoa Kỳ)

Thư Ký: TT Thích Hạnh Tấn (Đức)

Ban Viên: HT Thích Nhựt Huệ (Hoa Kỳ), TT Thích Hoằng Khai (Na Uy), TT Thích Giác Tín (Úc Châu), TT Thích Thiện Long (Hoa Kỳ), TT Thích Thiện Trí (Hoa Kỳ), TT Thích Đạo Tỉnh (Hoa Kỳ), TT Thích Chúc Đại (Hoa Kỳ), SC Thích Thông Niệm (Canada), SC Thích Tịnh Nghiêm (Hoa Kỳ), v.v...

BAN BÁO CHÍ & XUẤT BẢN:

Trưởng Ban: TT Thích Nguyên Tạng (Úc)

Phó Ban: TT Thích Hạnh Tuệ,

                   CS Tâm Quang Vĩnh Hảo (Hoa Kỳ)

Thư Ký: CS Tâm Thường Định Bạch Xuân Phẻ
(Hoa Kỳ)

Ban Viên: CS Tâm Huy Huỳnh Kim Quang (Hoa Kỳ), CS
Quảng Tường Lưu Tường Quang (Úc), CS Nguyên Đạo Văn
Công Tuấn (Đức), CS Nguyên Trí Nguyễn Hòa/Phù Vân (Đức),
CS Quảng Trà Nguyễn Thanh Huy (Hoa Kỳ), CS Quảng Anh
Lê Ngọc Hân (Úc), CS Thanh Phi Nguyễn Ngọc Yến (Úc)

BAN BẢO TRỢ:

Cố Vấn: TT Thích Trường Phước (Canada)

Trưởng Ban: TT Thích Tâm Hòa (Canada)

Phó Ban Úc Châu: TT Thích Tâm Phương (Úc)

Phó Ban Âu Châu: TT Thích Quảng Đạo (Pháp),
NT Thích Nữ Diệu Phước (Đức),
NS Thích Nữ Huệ Châu (Đức)

Phó Ban Châu Mỹ: NS Thích Nữ Diệu Tánh (Hoa Kỳ),
TT Thích Thường Tịnh (Hoa Kỳ)

Phụ Tá: ĐĐ Thích Thông Giới (Canada),
SC Thích Nữ Thông Tịnh (Canada)

Thủ Quỹ: NS Thích Nữ Bảo Quang (Canada)

Thư Ký: NS Thích Nữ Đức Nghiêm (Canada)

*

HỘI ẤN HÀNH ĐẠI TẠNG KINH VIỆT NAM

VIETNAM TRIPITAKA FOUNDATION
(trực thuộc Hội Đồng Hoằng Pháp)

Hội trưởng: HT Thích Nguyên Siêu
Thư ký: TT Thích Hạnh Tuệ
Thủ quỹ: CS Tâm Quang Vĩnh Hảo

Ban Ấn hành:

Trưởng Ban: TT Thích Hạnh Viên
Phó Ban: CS Nguyên Đạo Văn Công Tuấn
- Đặc trách Phát hành: NS Thích Nữ Quảng Trạm
- Đặc trách Ấn loát: CS Tâm Thường Định Bạch Xuân Phẻ,
                      CS Nhuận Pháp Trần Nguyễn Nhị Lâm
- Đặc trách Kỹ thuật: CS Quảng Pháp Trần Minh Triết,
                      CS Quảng Hạnh Tuệ Nguyễn Lê Trung Hiếu

▢ Liên lạc thỉnh Đại Tạng Kinh:

NS Thích Nữ Quảng Trạm
Tổ Đình Khánh Anh (Bagneux)
14 Avenue Henri Barbusse, 92220 Bagneux - France
Tel.: +33 609 09 01 19
Email: hdhp.inan@gmail.com

Ghi chú các chữ viết tắt: HT=Hòa thượng; TT=Thượng tọa;
ĐĐ: Đại đức; NT=Ni trưởng; NS=Ni sư; SC=Sư cô; CS=Cư sĩ.

Liên lạc HỘI ĐỒNG HOẰNG PHÁP

Hòa Thượng Thích Như Điển,

Chánh Thư Ký, HĐHP

Chùa Viên Giác. Karlsruher Str. 6, 30519 Hannover, Germany

Website: www.hoangphap.org; Email: hdhp.ctk@gmail.com;

Tel: + 49 511 879 630

Thượng Tọa Thích Nguyên Tạng,

Trưởng ban Báo Chí và Xuất Bản, HĐHP

Tu Viện Quảng Đức, 105 Lynch Road, Fawkner, Vic.3060 Australia

Website: www.hoangphap.org; Email: hdhp.bbc@gmail.com;

Tel: +61 481 169 631

Thượng Tọa Thích Tâm Hòa,

Trưởng ban Bảo Trợ, HĐHP

Trung Tâm Văn Hóa Phật Giáo Pháp Vân, Ontario, Canada

420 Traders Blvd E, Mississauga, ON L4Z 1W7, Canada

Website: www.phapvan.ca; Email: thichtamhoa@gmail.com

Tel: +1 905-712-8809

Liên lạc thỉnh ĐẠI TẠNG KINH

Ni Sư Thích Nữ Quảng Trạm - Tổ Đình Khánh Anh (Bagneux)

14 Avenue Henri Barbusse, 92220 Bagneux - France

Tel.: +33 609 090 0119 - Email: hdhp.inan@gmail.com